இந்து மதம்

நேற்று இன்று நாளை

B.R. **மகாதேவன்**

சுசீந்திரத்தையடுத்த ஆஸ்ரமம் கிராமத்தில் வளர்ந்தவர். இலக்கியப் பயணத்தை ஒரு கவிஞராக ஆரம்பித்தவர். மொழிபெயர்ப்பு, திரைப்பட விமர்சனம் என இயங்கிவருகிறார். அழகிய மரம், தென்னாப்பிரிக்க சத்தியாக்கிரகம், காஷ்மீர்: முதல் யுத்தம், கத்தியின்றி ரத்தமின்றி, மறைக்கப்பட்ட பாரதம் உட்படப் பல நூல்களை எழுதியும் மொழி பெயர்த்தும் வந்திருக்கிறார்.

இந்து மதம்

நேற்று இன்று நாளை

B.R. **மகாதேவன்**

கிழக்கு

இந்து மதம்: நேற்று இன்று நாளை
Hindu Madham: Netru Indru Naalai

B.R. Mahadevan ©

First Edition: December 2017
240 Pages
Printed in India.

ISBN 978-81-8493-832-6
Kizhakku - 1060

Kizhakku Pathippagam
177/103, First Floor,
Ambal's Building, Lloyds Road,
Royapettah, Chennai 600 014.
Ph: +91-44-4200-9603

Email : support@nhm.in
Website : www.nhm.in

kizhakkupathippagam
kizhakku_nhm

Author's Email: writermahadevan@gmail.com

Kizhakku Pathippagam is an imprint of New Horizon Media Private Limited.

பாரத நாடு பழம் பெரும் நாடு
நாம் அதன் புதல்வர் எனும் நினைவகற்றா
ந~~ா~~ம் தமிழர்களுக்கு...

பொருளடக்கம்

பாகம் 1 : இந்து மதம்

பாகம் 2 : இந்துத்துவம்

பாகம் 3 : ஜாதி

பாகம் 1

இந்து மதம்

1

சனாதன தர்மம்

இந்தியாவில் தோன்றிய பௌத்த, சமண மதங்களில் ஆரம்பித்து அயல் மதங்களான இஸ்லாம், கிறிஸ்தவம்வரை அனைத்துமே வைதிக இந்து மதத்தை எதிர்த்துச் செயல்பட்டவையே; செயல் பட்டுக் கொண்டிருப்பவையே. மத எதிர்ப்புத் தத்துவங்களான நாத்திகம், கம்யூனிஸம் போன்றவையும் இந்து மதத்தை விரோதத்துடனே பார்க்கின்றன. அப்படியாக சுமார் '2000 ஆண்டுகளுக்கு' மேலாக இந்து மதத்தின்மீது தாக்குதல்கள் நடைபெற்று வருகின்றன. அப்படி இருந்தும் இந்து மதம் அந்தத் தொடர் தாக்குதல்களை எப்படிச் சமாளித்து வருகிறது? இந்துத்துவம் என்பது என்ன? என்பவை உலகம் தெரிந்துகொள்ளவேண்டிய மிக முக்கியமான விஷயங்கள்.

அதுவும் கலாசாரங்களுக்கிடையிலான போர் தீவிரமடையத் தொடங்கியிருக்கும் காலகட்டத்தில், உலகமயமாக்கல் வேகமாக நடந்துவரும் காலகட்டத்தில், இயற்கை வளங்கள் குறைந்து கொண்டும் நுகர்வு வெறி அதிகரித்துக்கொண்டும் செல்லும் கால கட்டத்தில், இந்து மதத்தின் ஆதார அம்சமான இந்துத்துவம் என்பது வசைச்சொல்லாக மாற்றப்பட்டுவரும் இன்றைய காலகட்டத்தில் உண்மையான இந்துத்துவம் என்றால் என்ன என்பது உலகுக்கு, குறிப்பாக இந்துக்களுக்குப் புரிந்தாகவேண்டியிருக்கிறது.

'இந்து மதம் என்பது பழங்கால வாழ்க்கை முறை. இந்துத்துவம் என்பது அந்தப் பழங்கால வாழ்க்கை முறையில் இருந்த ஜாதி சார்ந்த

தவறுகளைத் திருத்தி உருவான சீர்திருத்தத் தத்துவம்' என்றே இந்துத்துவர்கள் சொல்கிறார்கள். இந்துத்துவத்தை எதிர்க்கும் நபர்களோ அதில் இருக்கும் பிற மத வெறுப்புக்காக அதை வெறுக்கிறார்கள். இந்துத்துவம் என்று அவர்கள் இந்து அடிப்படை வாதத்தையே சொல்கிறார்கள். அவர்கள் ஏற்கெனவே பழங்கால இந்து மதத்தையும் எதிர்ப்பவர்களே.

'கிறிஸ்தவம் நல்லது... கிறிஸ்தவ அடிப்படைவாதம்தான் தவறு; இஸ்லாம் நல்லது... இஸ்லாமியத் தீவிரவாதம்தான் தவறு' என்று சொல்லும் அவர்கள், இந்து என்று வரும்போது இந்து மதமும் தவறு இந்து அடிப்படைவாதமும் தவறு என்று சொல்வதோடு அந்த இரண்டையுமே இந்துத்துவம் என்ற ஒற்றை வார்த்தையில் இணைத்து ஒரேயடியாக இந்து என்ற பெயரே அகராதியில் இருக்கக் கூடாது என்ற எண்ணத்துடன் செயல்படுகிறார்கள்.

மசூதி என்று சொல்லப்படும் கட்டுமானத்தை இடித்தாலே தவறு; ராமரைக் கும்பிட்டாலே தவறு என்பது அவர்கள் வாதம். ஆனால், பழங்கால இந்து மதமும் சரி... நவீன இந்துத்துவமும் சரி, எவராலும் சரியாகப் புரிந்துகொள்ளப்படவில்லை என்பதே உண்மை. அந்த இரண்டின் ஆதார அம்சங்களையும் அவை தொடர்பான பிழையான புரிதல்களையும் கொஞ்சம் விரிவாகப் பார்ப்போம்.

முதலில் பழங்கால இந்து வாழ்க்கை முறை:

இந்து மதம் என்று தனியாக எதையும் குறிப்பிட்டுச் சொல்லமுடியாதென்பது உண்மைதான்.

'கடவுளோ ஆன்மாவோ இல்லை' என்று கூறும் சார்வாக நாத்திகம், 'இகலோகத் தேவைகள், ஆசைகளே பிரதானம்' என்று கூறும் லோகாயதம், 'ஆன்மா உண்டு ஆண்டவன் இல்லை' என்று கூறும் சமணம், 'ஆண்டவனுடைய இருப்பு பற்றி' கனத்த மௌனத்தைக் கைக்கொண்டு வாழ்க்கைக்கான விதிகளைப் போதிக்கும்' பௌத்தம், 'ஆன்மாவை ஏற்றுக்கொண்டு ஆண்டவனை மறுக்கும்' சாங்கியம், 'அணுக்களின் சேர்க்கைதான் உலகம்' என்று கூறும் வைசேஷிகம், 'காரண - காரிய வாதங்களை அலசி ஆராயும்' நியாயம், 'உடல்-மனக் கட்டுப்பாடுகள், பயிற்சிகள் மூலம் உண்மையை அறிய முயலும்' யோக சாஸ்திரம், 'வேள்விகள் உள்ளிட்ட கடமைகளை வலியுறுத்தும்' மீமாம்சை, 'தத்துவ விசாரணையையும் கடவுளையும் வலியுறுத்தும்' வேதாந்தம், அதன் உட்பிரிவுகளான அத்வைதம், விசிஷ்டாத்வைதம், துவைதம், துவைதாத்வைதம், அபேத பேதவாதம், சிவமே பரம் என்று கூறும் சித்தாந்த சைவம், பாசுபதம்,

காளாமுகம், காபாலிகம்; மந்திர-தந்திர-யந்திர வழிபாட்டை முன்னிறுத்தும் தாந்திரீகம், சைவம், வைணவம், சாக்தம், கௌமாரம், காணாபத்யம், சௌரம், நவீன காலத்தில் தோன்றிய சீக்கியம், பிரம்ம சமாஜம், ஆரிய சமாஜம், ராமகிருஷ்ண இயக்கம், வள்ளலாரின் சமரச சுத்த சன்மார்க்கம், சாய் பாபா வழிபாடு என இந்து மதம் என்று சொல்லப்படுவதனுள் இவை அனைத்துமே அடக்கம். (நூல்: தத்துவ தரிசனம் - பத்மன்)

இவை அனைத்தையுமே இந்து மதம் என்று எப்படிச் சொல்லமுடியுமென்றால் முதலாவதாக இவை அனைத்துமே பாரதத்தில் உருவானவை. இரண்டாவதாக, இவை அனைத்துமே ஆன்மா, இறைவன், முற்பிறப்பு, கர்மவினை போன்ற சில அடிப்படை அம்சங்களை ஏற்றும் மறுத்தும் உருவானவை. இவை நீங்கலாக, இஸ்லாமியர்களும் கிறிஸ்தவர்களும் கம்யூனிஸ்ட்களும் நாத்திகர்களும் இந்த அனைத்தையுமே இந்து மதம் என்று சொல்லி எதிர்க்கிறார்கள் என்பதால் அவை இந்து மதமாகத்தான் அடையாளப்படுத்தப்பட்டாக வேண்டும் என்ற ஓர் அரசியல் தேவையும் நியாயமும்கூட அதில் இருக்கிறது.

பொதுவாக, உலகம் முழுவதும் பழங்குடி - நாட்டார் - சிறு தெய்வ வழிபாட்டு மரபுகளின் அடுத்தகட்ட நகர்வாகத்தான் பெரு மதங்கள் தோன்றியிருக்கின்றன. ஆனால், உலகம் பழங்குடியாக இருந்த அந்தக் காலத்திலேயே, செம்மைப்படுத்தப்பட்ட மொழி, அபாரமான இலக்கியங்கள், உயரிய தத்துவ விசாரங்கள், விரிவான சடங்குகள், லட்சிய சமுதாயம் என வேத காலம் எட்டியிருக்கும் விஷயங்கள் நம்ப முடியாத அதிசயமாகவே இருக்கின்றன.

அதற்கு முந்தைய பழங்குடி சமூகங்களில் இருந்துதான் அந்த வேத கால சமூகம் தோன்றியது என்பது உண்மைதான் என்றாலும் பாரதத்தில் மட்டும் ஆன்மிகத்தின் உயர் தட்டிலிருந்து (வேத மதத்திலிருந்து) பழங்குடி மதங்களை (ஜாதிகளை) நோக்கிய மறு நகர்வு இருந்திருக்கிறது. இந்து தர்ம சாஸ்திரத்தின் ஆதாரவிதிகளில் ஒன்றான எதுவும் புதிதாக இங்கு உருவாவதில்லை என்ற விதிக்கான சரியான உதாரணமாகப் பழங்குடி வாழ்க்கையில் இருந்து வர்ணம்... வர்ண சமூகத்திலிருந்து மீண்டும் பழங்குடி ஜாதி சமூகம் என பாரதத்தில் இருந்திருக்கிறதுபோல.

உலகில் இன்றும் அதிக செல்வாக்குடன் இருக்கும் பெரு மதங்களாக கிறிஸ்தவம், இஸ்லாம், பௌத்தம், இந்து மதம் ஆகியவற்றைச் சொல்லலாம். கிறிஸ்தவம், இஸ்லாம், பௌத்தம் ஆகிய மூன்றுமே அவை உருவான இடத்தில் இருந்த பழங்குடி மரபுகளை ஒரேயடியாக அழித்து ஒழித்துப் பெரு மதங்களாகியிருக்கின்றன.

அந்தந்த இடங்களில் தோன்றிய மத எதிர்ப்புக் கருத்தாக்கமான நாத்திகமும், நாட்டார் வழிபாட்டு மரபுகளை மூட நம்பிக்கைகள் என்று நிராகரிக்கவே செய்கின்றன. பாட்டாளிகளுக்கான அரசியல் இயக்க மாக மேற்குலகில் ஆரம்பிக்கப்பட்ட கம்யூனிசமும் நாத்திகத்தின் (கிறிஸ்தவத்தின்!?) கிளையாக நாட்டார் மரபுகளை ஓரங்கட்டவே செய்கின்றன. உண்மையில் இவை அந்தந்த இடத்து ஆதிக்க சக்திகளான பெரு மதங்களை எதிர்க்கும் போரில் நாட்டார் மரபுகளை நேச சக்தியாக இனம்கண்டு தங்கள் போராட்டத்தை முன்னெடுத்திருக்கவேண்டும். ஆனால், நாத்திகமும் கம்யூனிஸமும் பெரு மதங்களை எதிர்க்கும் முயற்சியில் நாட்டார் மரபுகளையும் சேர்த்தே நிராகரிக்கின்றன.

இந்து மதம் மட்டுமே காரிருள் சூழ்ந்த கடல்வெளியில் ஒற்றைக் கலங்கரை விளக்காக அதன் வேர் மதமான நாட்டார் மதச் சடங்கு ஆசாரங்களுடன் இணக்கமான உறவுகொண்டிருக்கிறது. இந்து மதத்தின் ஞான மார்க்க தத்துவங்கள் நாட்டார் - பழங்குடி மரபுகளை ஏற்கவில்லைதான். ஆனால், பக்தி மார்க்க, கர்ம மார்க்க தத்துவங்கள் நாட்டார் மரபுகளின் இருப்பை முழுவதுமாக அங்கீகரித்து அனுசரித்துத்தான் நடந்துகொண்டிருக்கின்றன. இந்தியாவில் தோன்றிய மதங்கள், அந்நிய மதங்கள், நாத்திக, கம்யூனிஸ தாக்குதல்கள் இவற்றையெல்லாம் தாக்குப்பிடித்தபடி இந்து மதம் இன்றும் வலுவாக நிலைபெற்றிருக்க நாட்டார் மரபுகளுடன் அது கொண்டிருக்கும் நல்லுறவே காரணம்.

முதலில் இந்தியாவுக்குள் எழுந்த எதிர்நிலைகளை நாட்டார் மத வழி நின்று இந்து மதம் எதிர்கொண்டவிதத்தைப் பார்ப்போம்.

இந்தியாவில் நான்கு வகையான பெரு மதங்கள் தோன்றியிருக் கின்றன. இந்து மதம், புத்த மதம், சமண மதம் மற்றும் வெகு இளைய மதமான சீக்கியம். இந்து மதம் என்று நாம் சொல்வது அடிப்படையில் சைவம், வைணவம், சாக்தம், கணாபத்யம், கௌமாரம், சௌரம் எனப் பல பிரிவுகளைக்கொண்டது என்றாலும் அதை ஓரளவுக்கு உருவ வழிபாடு, பிராமணிய புரோகித மதிப்பீடுகள் கொண்ட ஒரு மதம் என்று வசதிக்காக வரையறுக்கலாம்.

பௌத்தம், சமணம், சீக்கியம் எல்லாம் தனி நபர்களால் தோற்று விக்கப்பட்டவை. இந்து மதம் தனி நபரால் நிறுவப்படாத மதம். ஒரு மதம் மக்கள் மத்தியில் விரைவாக, இயல்பாக வளரத் தடையாக இருப்பது அதன் வரலாற்று அம்சங்களே. மத, இறை நம்பிக்கை என்பது விஞ்ஞான ஆராய்ச்சிகளுக்கு அப்பாற்பட்ட ஓர் உணர்வு. பூமியில் மனிதரோடு மனிதராக வாழ்ந்த ஒருவருக்கு காலத்தைத்

தாண்டி ஆதரவும் பக்தியும் இயல்பாகக் கிடைக்க வாய்ப்பு மிகவும் குறைவு. இறைவன் சர்வ வல்லமை படைத்தவர்... எங்கும் நிறைந்திருப்பவர்... நம் எல்லாத் தேவைகளையும் பூர்த்தி செய்து தரக்கூடியவர்... ஆரம்பமோ முடிவோ இல்லாதவர் என்ற குணங் களுக்கு பூமியில் வாழ்ந்த மனிதர் ஒருநாளும் பொருத்தமாக இருக்க முடியாது. பூமியில் வாழும் உன்னதமான மனிதர் என்பவர் அவர்களில் மிகவும் சிறந்தவராக மட்டுமே இருக்கமுடியும்; இறைவனாக முடியாது.

இந்தப் பெரு மதங்களுக்கு முன்பாக இந்தியாவில் பழங்குடிகளின் மதமே இருந்திருக்கிறது. அந்தப் பழங்குடி மரபு இறைவனை ஒரு மனிதராக நினைத்து வணங்கியிருக்கவில்லை. இயற்கை வழிபாடே அவர்களிடம் பிரதானமாக இருந்தது. வேத மதம் அந்த இயற்கை சக்திகளுக்கு இந்திரன், வருணன், வாயு பகவான் என மனித உருவம் தந்தது. அதன் நீட்சியாகவே இந்து மதத்தின் சிவன், விஷ்ணு போன்றவர்கள் பிறப்பும் இறப்பும் இல்லாதவர்களாக, இயற்கை சக்திகளைக் கட்டுப்படுத்தும் சக்தி படைத்தவர்களாக, பழங்குடி தெய்வங்களின் அடுத்தகட்ட வடிவங்களாக உருவாகியிருக் கிறார்கள். பௌத்தம், சமணம், சீக்கிய மதங்கள் தனி நபர்களால் உருவாக்கப்பட்டதால் எளிய மக்களின் மனநிலைக்கு உகந்த அற்புதங்களுக்கும் புராணங்களுக்கும் அதிக இடம் தர வழியில்லை. அதிலும் சீக்கியம் கிட்டத்தட்ட நவீன கால மதம் என்பதால் அதில் இவை இடம்பெறும் வாய்ப்பு இயல்பாகவே மிகவும் குறைவு.

பௌத்த சமண, சீக்கிய மத வழிகாட்டிகள் சிற்சில 'அற்புதங்களை' நிகழ்த்தியிருக்கும்போதிலும் வரலாற்று மனிதர்கள் என்பதால் ஓரளவுக்கு மேல் அவர்கள் மேல் புனைவுகளைச் சுமத்த முடியாது. எனவே, நாட்டார் மனங்கள் அவர்களை சக்தி குறைந்தவர்களாகவே எப்போதும் நினைக்கும். இந்த இடத்தில்தான் நிறுவனர் இல்லாத இந்து மதம் முன்னிலை பெறுகிறது. அதிலும் இந்து மத மறு மலர்ச்சி காலமான பக்தி இயக்க காலகட்டம் இப்படியான அற்புதங்களை அதிகம் நிகழ்த்தியதன் மூலமே பௌத்த, சமண எதிர்ப்புகளில் இருந்து தன்னை மீட்டெடுத்துக் கொண்டிருக்கிறது.

அதேநேரம் பழங்குடி மரபில் அகால மரணமடைந்தவர்கள், போரில் கொல்லப்பட்டவர்கள், பிற குழுக்களால் கொல்லப்பட்டவர்கள், குல மூப்பர்கள் ஆகியோர் காலப்போக்கில் தெய்வமாக ஆக்கப்பட்டதும் உண்டு. இந்த அம்சமும் இந்து மதத்தில் அப்படியே ஏற்றுக்கொள்ளப்பட்டிருக்கிறது. நாட்டார் - சிறு தெய்வ வழிபாடு என்பது இந்து மதத்தின் ஆதார அம்சமாகவே நீடித்துவருகிறது. இசக்கியையும் சொடலை மாடனையும் வழிபடும் நாட்டார்

மக்களை சிவனையும் விஷ்ணுவையும் மட்டுமே வழிபடுபவர்களாக மாற்றிவிடவில்லை. பெருந்தெய்வங்களையும் சிறு தெய்வங்களையும் சேர்த்தே வணங்க அனுமதித்திருக்கிறது.

பௌத்தமும் சமணமும் இசக்கி, சொடலை மாடன் போன்றோரைத் தக்கவைக்க அனுமதிக்கவில்லை. அப்படியாகப் பழங்குடி வழிபாட்டில் இருக்கும் அனாதியான இறைவன் கதைகளுக்கும் பூமியில் வாழ்ந்து தெய்வமாக்கப்பட்டவர்களுக்கும் இந்து மதத்தில் இடம் தரப்பட்டுள்ளன. பௌத்தத்திலும் சமணத்திலும் இந்த சுதந்தரம் தரப்படவில்லை.

●

2

இந்து மதத்தின் அடித்தளம்

பௌளத்தமும் சமணமும் பெரிதும் அரசர்கள், செல்வந்தர்களின் பேராதரவு பெற்ற மதமாகவே இருந்திருக்கின்றன. இந்து மதமும் அப்படியான அரச, செல்வந்த ஆதரவு உடையதுதான் என்றாலும் பௌத்தத்தையும் சமணத்தையும் போலல்லாமல் அதில் நாட்டார் மக்களுடைய மத உணர்வுகளுக்கு கூடுதல் இடம் தரப்பட்டிருக்கிறது. பௌத்த மத நிறுவனத்தின் அதிகார மையம் என்பது பௌத்த மடாலயமே. அங்கு கடுமையான துறவு விதிக்கப்பட்டிருக்கிறது. மனித நடமாட்டமே இல்லாத இடங்களில்கூட பௌத்த மடாலயங்கள் கட்டப்பட்டு அந்த துறவிகள் கறாரான பௌத்த சடங்காசாரங்களை மிகுந்த நம்பிக்கையோடு பின்பற்றிவருவதை இப்போதும் காண முடியும்.

பெருந்திரளான மக்கள் மத்தியில் அமைந்திருக்கும் பௌத்த மடாலயமும் தன்னைச் சுற்றி இப்படியான ஒரு சுவரை எழுப்பிக் கொண்டுதான் இருக்கிறது. அந்தவகையில் அது எளிய மக்களின் வாழ்க்கை மதிப்பீடுகளில் இருந்து வெகு தொலைவில் தன்னைத் தகவமைத்துக்கொண்ட மதமே. சமணமும் இதைப்போன்ற இன்னொரு கறாரான மதமே. புலால் உண்ணாமை, மது அருந்தாமை, துறவு என அதன் மத அதிகாரச் செல்வாக்கென்பது சமண முனிவர்கள் வசமே தரப்பட்டிருக்கிறது.

இந்து மதத்தின் சிருங்கேரி, காஞ்சி போன்ற சைவ மடாலயங்கள், அகோபில வைணவ மடங்கள் அனைத்துமே பௌத்த, சமண மதங்களைப்போலவே மேலடுக்கில் துறவையும் லௌகீக ஒறுப்பையுமே லட்சியமாக முன்வைத்திருக்கின்றன. ஆனால், இந்து மதத்தில் இரண்டாவது அடுக்காக ஒன்று வலுவாக உருவாக்கப் பட்டிருக்கிறது. எளிய புரிதலுக்காக அவர்களை புரோகித வர்க்கம் என்று சொல்லலாம். துறவியர் கூட்டம் ஞான மார்க்க, தத்துவ விசாரங்களில் தங்களை ஈடுபடுத்திக்கொண்ட அதேவேளையில் இந்த புரோகித வர்க்கம் எளிய மக்களின் மத, இறை நம்பிக்கைகளுக்கு உகந்த உருவ வழிபாடு சார்ந்த பக்தி மார்க்கத்தை முன்னெடுத்திருக்கின்றன.

இந்தியப் பெரு மதங்களில் இந்து மதத்தில் மட்டுமே இந்த பூசாரி - குருக்கள் எனப்படும் புரோகித வர்க்கம் வலுவாக இருக்கிறது. பௌத்தர்களின் கோயில்களை எல்லாம் ஒரு பௌத்த துறவியே நிர்வகிப்பார். கிறிஸ்தவம், இஸ்லாத்திலும்கூட வழிபாட்டு மையத்தை பாதிரியார், இமாம் என லௌகீக வாழ்க்கையில் இருந்து விலகி நிற்கும் துறவியரே நிர்வகிப்பர்.

ஆனால், இந்து கோயில்களை லௌகீக வாழ்க்கையில் ஈடுபடும் ஒரு பூசாரி அல்லது புரோகிதரே நிர்வகிப்பார். எளிய மனிதர்களின் பிறப்பில் ஆரம்பித்து இறப்பு வரையிலான வாழ்க்கைச் சடங்குகள் அனைத்தையும் அந்த புரோகிதரே முன்னின்று நடத்திக்கொடுப்பார். இலங்கையில் சிங்களர்கள் கூட தனது லௌகீகத் தேவைகளுக்கு இந்து தெய்வங்களை வந்து வழிபட்டுச் செல்வர்களாம். இந்த நெகிழ்வுதான் இந்து மதத்தை இன்றுவரையிலும் காப்பாற்றி வருகிறது.

பௌத்தமும் சமணமும் அரச, நிலப்பிரபுத்துவ ஆதரவு மறைந்ததும் அதாவது இஸ்லாமிய படையெடுப்பினால் பௌத்த, சமண சாம்ராஜ்ஜியங்கள் வீழ்த்தப்பட்டதும் வெகுவாகக் குறைந்து போனது. இந்து அரசர்களும் இஸ்லாமிய படையெடுப்பாளர்களால் ஓரங்கட்டப் பட்டிருக்கிறார்கள். ஆனால், இந்து மதம் இந்தியாவில் இருந்து அழிந்திருக்கவில்லை. ஏனென்றால் அது அரச ஆதரவை அல்ல; எளிய மக்களின் ஆதரவையே தன் அடித்தளமாகக் கொண்டிருந்தது.

இஸ்லாமியர்கள் சுமார் ஐநூறு ஆண்டுகளுக்கு மேலாக ஒரு இடத்தில் காலூன்றிய பிறகும் அந்தப் பகுதி முழுவதுமாக இஸ்லாமிய மயமாகாமல் இருந்திருக்கிறது என்றால் உலகில் இதற்கு எங்குமே ஒரு முன்னுதாரணத்தைக் காட்டமுடியாது. இஸ்லாம் எங்கெல்லாம்

சென்று எங்கெல்லாம் ஆட்சி அதிகாரத்தைக் கைப்பற்றியிருக்கிறதோ அங்கெல்லாம் கண்ணிமைக்கும் நேரத்தில் இஸ்லாமிய தேசம் உருவாக்கப்பட்டு விட்டிருக்கிறது. ஆட்சி அதிகாரம்கூடத் தேவையில்லை... பெரும்பான்மையாக வளரவேண்டும் என்ற அவசியம்கூட இல்லை... சிறுபான்மைகளிலேயே பெரும்பான்மை யாக வந்தாலே போதும். அந்தப் பகுதியை அவர்கள் கபளீகரம் செய்துவிடுவார்கள். பாகிஸ்தான், பங்களாதேஷ் எனக் கண் முன்னாலேயே உதாரணங்கள் இருக்கின்றன. அல்கொய்தா, தாலிபன், ஐ.எஸ்.ஐ.எஸ். என அவர்களுடைய வழிமுறைகளுக்கான நவீன கால உதாரணங்களும் கண்முன்னே இருக்கின்றன.

ஆனால், இந்தியாவில் பத்தாம் நூற்றாண்டில் ஆரம்பித்துக் கிட்டத் தட்ட 17-ம் நூற்றாண்டுவரை மெள்ள மெள்ளப் பூதாகரமாக உருவெடுத்த பிறகும் பௌத்தத்தையும் சமணத்தையும் ஓரங்கட்டியதுபோல் இந்து மதத்தை ஓரங்கட்ட முடியவில்லை. கிறிஸ்தவர்களும் இதே சாதனை வரலாற்றை உடையவர்களே. அவர்களுடைய நேரடியான மற்றும் மறைமுகமான கொடுங்கோல் ஆட்சி இந்தியாவில் சுமார் 200 ஆண்டுகள் நீடித்த பிறகும் இந்தியாவை கிறிஸ்தவ மயமாக்கியிருக்க முடியவில்லை.

பௌத்தம், சமணம் என்கிற இந்திய மதங்களும் சரி... இஸ்லாம், கிறிஸ்தவம் போன்ற அந்நிய மதங்களும் சரி இந்து மக்களிடையே செல்வாக்கு பெற முடியாமல் போனதற்கு முக்கிய காரணம் நாட்டார் வழிபாட்டு அம்சங்களை அந்த மதங்கள் ஒரேயடியாக அழிக்க விரும்பியதுதான். அவையெல்லாம் அவர்களை நாட்டார் மரபில் இருந்து முற்றாகத் துண்டித்துக்கொண்டு தங்கள் மதத்துக்கு வந்துவிட வேண்டும் என்று கட்டாயப்படுத்தின. எளிய மக்கள் அதை விரும்பியிருக்கவில்லை. அம்பேத்கர் போன்ற தலைவர் மீது மரியாதை வைத்திருந்த அவருடைய ஜாதியினர்கூட பௌத்தத்துக்கு மாறுவதை ஒரு தற்காலிக அரசியல் நடவடிக்கையாக மட்டுமே பார்த்தார்கள். அவருடைய காலகட்டத்திலேயே தமது பாரம்பரிய இந்து வழிபாடுகளுக்குத் திரும்பியும்விட்டார்கள்.

●

நாட்டார் மதம் அடிப்படையில் அதற்கு முந்தைய பழங்குடி மதத்தில் இருந்து இயல்பாகக் கிளைத்திருந்தது. எனவே, அப்படியான இணக்கமான, இயல்பான நகர்வை முன்வைக்கும் மதத்தையே அவர்கள் விரும்பினார்கள். எளிய மக்களின் மதத்தில் உருவ வழிபாட்டுக்கு முக்கிய இடம் உண்டு. அந்நிய மதங்களான கிறிஸ்தவம், இஸ்லாத்தில் அதற்கான இடம் மிக மிகக் குறைவு.

சீக்கிய மதத்திலும் உருவ வழிபாடு கிடையாது. பௌத்தம், சமணத்தில் உருவ வழிபாடென்பது வெகு பிந்தைய காலத்தில்தான் உருவானது. ஆரம்பத்தில் அவை உருவ/இறை வழிபாட்டை எதிர்க்கவே செய்தன. எனவே, மக்கள் மத்தியில் அவற்றுக்கு எந்தச் செல்வாக்கும் இல்லை. இந்து மதம் பக்தி மார்க்கத்தில் ஈடுபட்டு மக்கள் மத்தியில் மறு மலர்ச்சி பெற்றதைத் தொடர்ந்தே பௌத்த, சமணங்கள் உருவ வழிபாட்டுக்கு வந்தன. ஆனால், அதற்குள் இந்து மதம் வெகு ஆழமாக வேரூன்றி விட்டது.

அடுத்ததாகப் பழங்குடி மரபில் அசைவப் படையல், போதைப் பொருள்கள் ஆகியவற்றுக்கு இடம் உண்டு. இவையெல்லாம் பழங்குடி மதத்தின் ஆதாரமான அம்சங்கள். பழங்குடிகளில் இருந்து ஒருவர் சாமியாடியாக, குறி சொல்லியாக, அருள்வாக்கு சொல் பவராக ஆகிறார் என்றால் அவர் அதன் பிறகு பிற பழங்குடிகளைப் போல் உடல் உழைப்பில் ஈடுபட முடியாது. 100 பழங்குடிகளில் ஒரே ஒருவர் மூலமாக மட்டுமே இறைவன் பேசுகிறார் என்றால் அந்த ஒருவர் நிச்சயம் அவர்களுக்கு முக்கியமானவர்தான். பிற பழங்குடிகளில் இருந்து ஒரு படி மேலே சென்றுவிடும் அவருக்கு, மெள்ள மெள்ளச் சலுகைகள் தரப்படுகின்றன. அவர் உடல் உழைப்பில் இருந்து விடுவிக்கப்படுகிறார். ஆனால், அவருக்கான லௌகீகத் தேவை களுக்கு எங்கு போவார்? இந்த இடத்தில்தான் பிற பழங்குடியினர் அவர் செய்யும் இறைச் சேவைக்காக அவருக்குக் காணிக்கை கொடுக்க ஆரம்பிக்கிறார்கள்.

நல்ல விளைச்சல் கிடைக்கச் செய்தல், பயிர்களை விலங்குகளிட மிருந்து பாதுகாத்தல், வறட்சி வெள்ளத்தில் இருந்து பாதுகாத்தல், வேட்டைகளில் வெற்றி கிடக்கச் செய்தல், மனிதர்களை நோய் நொடிகளில் இருந்து காப்பாற்றுதல், மனித மனம் அடையும் சோர்வு, பதற்றம், பயம் இவற்றில் இருந்து பாதுகாத்தல், பில்லி சூனியம், பேய் பிசாசு போன்றவற்றில் இருந்து பாதுகாத்தல் என அவருடைய சேவைகள் காலப்போக்கில் அதிகரிக்க அதிகரிக்கப் பழங்குடி பூசாரிக்கான சலுகைகளும் முன்னுரிமைகளும் அதிகரிக் கின்றன. அவர் ஆன்மிக, தத்துவார்த்த விஷயங்களில் அதிகம் பயணிக்க விரும்பாததால் அரிசி, பருப்பு, மாமிசம், சுருட்டு, சாராயம் எனத் தனது லௌகிகத் தேவைகளையே காணிக்கையாகப் பெறுகிறார்.

மெள்ள அவர் அதன் பிறகு புற்றுக் கோயில், அரச மரம், திரிசூலம் என ஏதேனும் ஒன்றை மையமாக வைத்து வழிபாட்டு மையம் ஒன்றை உருவாக்குகிறார். அதன் பிறகு ஒவ்வொரு ஜாதியின் வீர புருஷர்கள், பெண்கள், தியாகிகள் ஆகியோரை மையமாக வைத்து தன் வழிபாட்டு மையத்தை வளர்த்தெடுக்கிறார். இந்தக்

காலகட்டங்களிலும் அவர் லௌகிகத் தேவைகளில் இருந்து தன்னைத் துண்டித்துக் கொள்வதில்லை. நாட்டார் மக்களின் பூசாரி நாட்டார் மக்களில் ஒருவராகவே கடைசிவரை இருக்கிறார். அவர் தனது இறைச் சேவைக்காகத் தன்னை ரொம்பவும் வருத்திக்கொள் வதில்லை. அதையே வேறு வார்த்தைகளில் சொல்வதென்றால் அவர் தனது அதிகார எல்லையை விரிவுபடுத்திக்கொள்ளத் தன்னை வருத்திக் கொண்டு பல தியாகம் செய்பவராக முன்னெடுக்கத் தயாராக இல்லை. லௌகிகத் தேவைகளை விட்டுக் கொடுக்காமல் இருப்பதால் வந்து சேரும் அதிகாரமே போதும் என்று திருப்திப் பட்டுக்கொள்கிறார்.

இந்த நாட்டார் மதத்தில் இருந்து கிளைத்ததுதான் இந்து மதம். சுடலை மாடன், இசக்கி, முனீஸ்வரர் போன்ற தெய்வங்கள் சிவ கணங்களாக மேல்நிலையாக்கம் பெறுகின்றன. நாட்டார் வழிபாட்டின் தாய் தெய்வ வழிபாடு அம்மன் வழிபாடாக மேல் நிலையாக்கம் பெற்றிருக்கின்றன. எந்தவொரு செயலைத் தொடங்கு வதற்கும் எந்தவொரு செயலில் வரும் விக்கினங்களைத் (இடையூறு களைத்) தடுக்கவும் விக்னேஸ்வர வழிபாடு ஆரம்பிக்கப்படுகிறது.

ஒரு குறிப்பிட்ட ஜாதி மக்களின் குல தெய்வக் கோயிலானது அந்த கிராமத்தில் இருக்கும் பிற ஜாதியினரும் வந்து கும்பிடும் கோயிலாக வளர்ச்சி பெறும்போது அது பிராமண பூசாரிகளின் மூலமே அந்த ஒருங்கிணைப்பை நடைமுறைப்படுத்துகிறது. தேவர் பூசாரி இருக்கும் வரை அது தேவர் கோயிலாக மட்டுமே இருக்கிறது. பள்ளர் பூசாரி இருக்கும்வரை அது பள்ளர் கோயிலாக மட்டுமே இருக்கிறது. எப்போது அந்தக் கோயில் அனைத்து ஜாதியினருக்குமான கோயிலாக மாறுகிறதோ அப்போது அங்கு அந்த இரு ஜாதிகளும் மதிக்கும் நபரான பிராமண பூசாரி அந்தக் கோயிலுக்கு நியமிக்கப்படுகிறார். அவர் எந்த அளவுக்கு அந்தக் கோயிலைப் பிரபலப்படுத்துகிறாரோ அந்த அளவுக்கு அவருடைய மதிப்பீடுகள் அந்தக் கோயிலில் இடம் பெறுகின்றன. பிராமண பூசாரி வந்தபிறகு ஒரே ஒரு கிராமத்துக்கு மட்டுமேயாக இருந்த ஒரு கோயில் அந்த மாவட்டத்துக்கே உரிய கோயிலாக வளர்ச்சி பெற்று அந்தக் கோயில் நாட்டார் வழிபாடுகளும் பிராமண வழிபாடுகளும் கலந்த வழிபாடாக மாறத்தொடங்கும்.

திறந்த வெளியில் இருக்கும் நாட்டார் தெய்வத்துக்குக் கூரை வேயப்படும். பிள்ளையார், நவக்கிரகங்கள் என பிராமணக் கோயில் சன்னதிகள் அங்கு உருவாகும். பிரதான நாட்டார் தெய்வமானது சிவனுடைய அம்சத்தில் பிறந்த தெய்வம் என்று ஸ்தல புராணம் எழுதப்பட்டு சிவன் சன்னதி கட்டப்படும். தாய் தெய்வ வழிபாட்டுக் கோயில் என்றால் அங்கு அருள் பாலித்துவந்த மாரியாத்தா

மாரியம்மனாக, காமாட்சியாக மேல்நிலையாக்கம் பெறுவார். கோயில் பெரிதாகப் பெரிதாக அசைவப் படையல் நிறுத்திக் கொள்ளப்படும். சமஸ்கிருத மந்திரங்கள் ஏற்றுக்கொள்ளப்படும். அபிஷேகங்கள், ஆராதனைகள் நடக்கத் தொடங்கும். இப்படியாக ஒரு குறிப்பிட்ட ஜாதியினருக்கானதாக இருக்கும் கோயில் அனைவரையும் உள்ளடக்கியதாக வளரும்போது பிராமணிய மதிப்பீடுகளுடன் இந்து மைய நீரோட்டத்தில் கலந்துகொள்ளும். இதுவே இன்றைய இந்து மதம்.

இந்த நகர்வு நாட்டார் மக்களின் சம்மதத்துடன் அவர்களுடைய முன்னெடுப்பின் மூலம் நடந்தேறுகிறது. கிறிஸ்தவம்போல் போப்பாண்டவன் சொல்லிப் படிப்படியாக கீழிறங்கி வந்து சேரும் உத்தரவின் மூலம் அல்ல; எனவேதான் நாட்டார் மக்கள் இந்து மதத்தை தமது வழிபாடுகளின் செழுமைப்படுத்தப்பட்ட வடிவமாக மதித்துப் போற்றுகிறார்கள்.

இந்து மதம் பௌத்த, சமண மதங்களை எதிர்கொள்ளவே துறவுப் பாரம்பரியத்தையும் மடாலயப் பாரம்பரியத்தையும் உருவாக்கிக் கொண்டது. அதே கையோடு அம்மன் வழிபாடு, விநாயக வழிபாடு ஆகியவற்றின் மூலம் நாட்டார் பாரம்பரியத்தின் தொடர்ச்சியையும் தக்கவைத்துக்கொண்டிருக்கிறது. உலகில் தோன்றிய எந்தப் பெருமதமும் இதைச் செய்திருக்கவில்லை. அவை ஒன்றை வேறொன்றாக மாற்றின. இந்து மதம் மட்டுமே ஒரு செடியின் ஆரம்ப இலைகள் உதிர்ந்த பிறகு முளைக்கும் கிளையும் தண்டும் பூவும் காயும் அதன் இயல்பான வளர்ச்சி அம்சங்களாக இருப்பதுபோல் ஆரம்ப கட்ட நாட்டார் இலைகள் உதிர்ந்து இந்துப் பெருமத கிளையும் பிஞ்சும் பூவும் காயும் கனியுமாகப் பரிணாமம் பெற்றிருக்கின்றன.

அசைவப் படையல்கள் அதிகக் கண்டிப்பும் கட்டுப்பாடும் இல்லாமலே சைவப் படையலாக மாறிவந்திருக்கிறது. அதே நேரம் அசைவப் படையல் தொடரவும் அனுமதிக்கப்பட்டிருக்கிறது. எளிய மக்களின் வழிபாட்டில் சைவப் படையலுக்கு ஆரம்பத்தில் இருந்தே இடம் இருந்திருக்கிறது. செவ்வாய், வெள்ளி, சனி போன்ற நாட்களில் அவர்கள் சைவ உணவை மட்டுமே உண்பது வழக்கம். ஐப்பசி கார்த்திகை மாதங்களில் அசைவ உணவை விலக்கி வைப்பதும் இருந்திருக்கிறது. மீன்களில் ஆரம்பித்து அனைத்துவகை விலங்குகளின் இனப்பெருக்க காலகட்டம் என்பதால் அப்படிச் செய்யப்பட்ட ஒரு பழக்கம் காலப்போக்கில் மத நம்பிக்கையாகவே மாறிவிட்டிருந்தது. அறுவடைத் திருநாள் என்பது விளைபயிர்களை இறைவனுக்குப் படைத்தல் என்பதாகவே இருந்து வந்திருக்கிறது.

தமிழர்களின் மிக முக்கிய திருநாளான பொங்கல் சைவப் படையலை அடிப்படையாகக் கொண்ட விழாதான். இந்தியா முழுவதும் கொண்டாடப்படும் அறுவடைத் திருநாள்கள் எல்லாமே சைவப் படையலைக் கொண்டவையே.

அதோடு எந்த இடை, கடை நிலை ஜாதி மனிதரும் தன் வீட்டில் சாமி கும்பிடும்போது அசைவப் படையலைப் படைத்து வழிபடுவ தில்லை. கூட்டமாகக் குல தெய்வக் கோயிலில் கும்பிடும்போது மட்டுமே அசைவப் படையலைச் சமர்ப்பிக்கிறார். வீட்டில் அசைவம் சமைப்பது உண்டென்றாலும் வீட்டுச் சாமிகளுக்கு அசைவப் படையல் கிடையாது. எனவே, குல தெய்வ, நாட்டார் வழிபாட்டில் அசைவப் படையல் மெள்ளக் குறைவதென்பது எந்தவிதத் திணிப்பும் கட்டுப்பாடும் இல்லாமல் எளிய மக்கள் இயல்பாக முன்னெடுக்கும் மாற்றம் மட்டுமே.

சபரி மலை ஐயப்பனுக்கு 40 நாள் விரதம் இருக்கவேண்டும் என்ற கறாரான விதிமுறை இருக்கும் அதேநேரத்தில் அந்த எளிய மக்களின் கலைவடிவமான திரையிசைப்பாடல்களின் குத்தாட்ட மெட்டுகளை இறை வழிபாட்டுக்கானதாக மாற்றிக்கொள்ளும் அளவுக்கு நெகிழ்ச்சியுடன் இருக்கிறது. ஆகமக் கோயில்களில் கருவறைக்குள் சமஸ்கிருத மந்திரங்கள் மட்டுமே முழங்கவேண்டும் என்று கறாராகச் சொல்லும் அதே இந்து மதம்தான், நவீனக் குத்துப்பாட்டுகளை தெய்வ வழிபாட்டுக்கு அனுமதிப்பதாகவும் இருக்கிறது. அதுபோல் ஞான - துறவு மார்க்கத்துக்கு வரவிரும்பினால் அதற்கான வாசல்களும் திறந்தே இருக்கின்றன.

சூத்திர, தலித் துறவிகளின் எண்ணிக்கை, மேல் ஜாதி துறவிகளின் எண்ணிக்கைக்கு சற்றும் குறையாதது. பகலின் வெளிச்சத்தையும் இரவின் இருளையும் ஒருங்கே கொண்டதுதான் ஒரு நாள் என்பது போல் இரு எதிர் முனைகளையும் தன்னகத்தே கொண்டதுதான் இந்து மதமும். பிற மதங்களில் இந்த நெகிழ்ச்சி கிடையாது என்பதால் அவை இந்துக்களிடையே எதிர்பார்த்த அளவுக்கு ஊடுருவ முடிந்திருக்கவில்லை.

●

3

ஜனநாயகம், சுதந்தரம், அரவணைப்பு

இறை வழிபாட்டு வரலாற்றில் ஞான மார்க்கம், கர்ம மார்க்கம், பக்தி மார்க்கம் என்ற மூன்று வகைகள் உருவாகியிருக்கின்றன. வேத மதங்கள், பௌத்த, சமண மதங்கள் ஆகியவை எல்லாம் ஞான மார்க்கத்துக்கே அதிக முக்கியத்துவம் தந்துள்ளன. எளிய மனிதர்களுக்கு ஞான மார்க்கம் சிரமமானது. ஞான மார்க்கம் முன்வைக்கும் துறவு வாழ்க்கை மட்டுமல்ல அதன் தத்துவார்த்த தர்க்க சிந்தனை வழிமுறையே எளிய மனிதர்களுக்கு அந்நியமானதுதான். அது ஒருவகையில் தேவையற்றது என்றுகூடச் சொல்லலாம். ஒரு எளிய மனிதர் தனது வாழ்க்கையில் லௌகிகத் தேவைகளுக்குத்தான் இறைவனைத் தொழவே செய்கிறார். எனவே, அவருடைய தெய்வம் அதையெல்லாம் செய்துகொடுப்பதாக இருக்கவேண்டும். அந்த வகையில் உலகிலேயே எளிய மக்களின் இந்த ஆன்மிகத் தேவையை மதித்து நடக்கும் ஒரே மதம் இந்து மதம் மட்டுமே.

தேர்வில் பாஸ் ஆகவேண்டுமா... இறைவனின் சன்னதியில் அவர் கண்ணுக்கு நேராக உங்கள் தேர்வு எண்ணை எழுதிவைத்தால் போதும்; குழந்தை பிறக்கவேண்டுமா... இறைவன் குடியிருக்கும் மரத்தில் தொட்டில் கட்டிவிட்டால் போதும்; ஊரில் வெள்ளம் வந்து அழிந்துவிடப்போகிறதா... கோயிலில் இருக்கும் சிலையை ஒரு அண்டாவில் கழுத்தளவு நீருக்குள் போட்டால் போதும். இறைவன் உடனே வெள்ளம் மேலேறி மூச்சு முட்டிவிடுமென்று பயந்து மழையை நிறுத்திக் காப்பாற்றிவிடுவார். குழந்தை பிறக்க, குழந்தை பேச, குழந்தை ஓடி விளையாட, குழந்தை நன்கு படிக்க, குழந்தைக்கு

நல்ல வேலை கிடைக்க, குழந்தைக்குத் திருமணம் நடக்க, அந்தக் குழந்தைக்குக் குழந்தை பிறக்க, அந்தக் குழந்தை பேச... என ஒரு மனிதருடைய வாழ்வின் அனைத்துத் தேவைகளுக்கும் ஒவ்வொரு கடவுள்கள் என எளிய மக்களின் இறை நம்பிக்கைக்கு இசைவான மதம் இந்த உலகில் இந்து மதம் மட்டுமே. அதனால்தான் இஸ்லாமியப் படையெடுப்பைத் தொடர்ந்து பௌத்தமும் சமணமும் ஓரங் கட்டப்பட்ட பிறகும் இந்து மதம் வெள்ளத்தில் வளைந்து மூழ்கி அது போனதும் நிமிர்ந்து நிற்கும் நாணல்போல் நிலைத்து நின்று வருகிறது.

கடன் வாங்கிக் கொடுப்பதில் ஆரம்பித்து வியாதிகளை சொஸ்தப் படுத்துவதுவரை அனைத்தையும் செய்வதால்தான் கிறிஸ்தவம் இந்து மதத்துக்கு சரியான போட்டியாக மாறி வருகிறது. இன்னும் அவர்கள் நிஜ எழுப்புதல் கூட்டம் மட்டுமே நடத்தவில்லை; மற்றபடி முடவர்களை நடக்க வைக்கிறேன்... குருடர்களைப் பார்க்க வைக்கிறேன் என்பதில் ஆரம்பித்து இந்து காவி உடை, கொடிமரம், தேர்த்திருவிழா, முடி காணிக்கை என்று இந்து வழிபாட்டு மரபுகளை அப்படியே நகலெடுக்கவே செய்கிறார்கள். இது தொடர்ந்தால் காலப்போக்கில் அது இந்து மதத்தின் இன்னொரு கிளையாக ஆகும் என்பது வேறு விஷயம். ஆனால், இதிலிருந்து ஓர் உண்மை மெள்ள வெளிப்படுகிறது: இந்தியாவில் நிலைத்து நிற்க வேண்டுமென்றால் நாட்டார் மக்களுக்கு இசைவாக நடந்துகொண்டுதான் ஆகவேண்டும். அதாவது, இந்துமயமாகித்தான் ஆகவேண்டும்.

கிறிஸ்தவமும் இஸ்லாமும்கூட பௌத்த சமண மதங்கள்போல் ஒரு தனி நபரால் உருவாக்கப்பட்டவையே. ஆனால், கிறிஸ்தவமும் இஸ்லாமும் ஞான மார்க்கத்துக்கு எந்த முக்கியத்துவமும் தரவில்லை. அவை உண்மையில் ஞானம், கர்மம் (சேவை), பக்தி என்ற மூன்றை விட அரசியல் லட்சியங்களையே பெரிதாக மதிக்கின்றன. தனது அரசியல் இலக்குகளைப் பூர்த்தி செய்ய உதவும் நோக்கிலேயே சேவை மார்க்கத்தையும் பக்தி மார்க்கத்தையும் பயன்படுத்துகின்றன. அந்த வழிகாட்டிகளும் அவர்களைப் பின்தொடர்ந்து வந்தவர்களும் தத்துவார்த்த தளத்தில் பெரிதாக எதுவும் செய்யவில்லையென்பதால் அந்த மதங்களின் வாடிக்கையாளர்கள் ஞான மார்க்கத்தைப் பற்றி அதிகம் அக்கறை கொள்ளவில்லை.

ஞான மார்க்கத்தின் முதல் படியில் காலடி எடுத்து வைப்பவர் களுக்குக்கூட ஒற்றை இறை தத்துவம் பிழையானது என்று புரிந்து விடும். ஆனால், கிறிஸ்தவ இஸ்லாமிய மதங்களின் அரசியல் நோக்கங்களுக்கு அது தடையாக இருக்கும் என்பதால் அவர்கள் அந்தப் பக்கம் போவதே இல்லை. முழுக்க முழுக்க சேவை

மார்க்கத்தையே அதையும் மார்க்கெட்டிங் நிபுணத்துவத்துடன் முன்னெடுக்கிறார்கள். இஸ்லாமியர்களுக்கு ஞானம் மட்டுமல்ல சேவை மார்க்கமும் தேவையே இல்லை. முழுக்க முழுக்க ராணுவ, அரசியல் அணுகுமுறை மூலமே தங்கள் மதத்தைப் பரப்பியும் பாதுகாத்தும் வருகிறார்கள்.

இந்து மதம் இந்த இடத்தில் இன்னொரு சீர்திருத்தத்தையும் மேற்கொண்டிருக்கிறது. எப்படி நாட்டார் - பழங்குடி இறை வழிபாட்டு அம்சங்களை ஏற்றுக்கொண்டதோ அதுபோலவே கிறிஸ்தவ மதத்தின் தாக்குதல் நடைபெறத் தொடங்கியதும் அதன் சாதக அம்சமான சேவை மார்க்கத்தை இந்து மதம் தனதாக்கிக் கொண்டிருக்கிறது. பாரம்பரிய இந்து மதத்தின் கர்ம மார்க்கத்தில் கோயில் உழவாரப் பணிகளில் ஆரம்பித்துக் குளங்கள் வெட்டுதல், அன்னதானம் வழங்குதல், பஞ்ச காலங்களில் கஞ்சித் தொட்டிகள் அமைத்தல், அனைத்துக் கோயில்களிலும் அன்றாட வழிபாட்டின் ஓர் அங்கமாகப் பிரசாத உணவு வழங்குதல் என சேவை மார்க்கம் வலுவாக இருந்திருக்கிறது என்றாலும் கல்வி, மருத்துவம் என அது பெரிதாக விரிவடைந்திருக்கவில்லை.

ஒரு மருத்துவர் காசுக்காக மட்டுமே மருத்துவம் செய்யவில்லை, ஒரு ஆசிரியர் காசுக்காக மட்டுமே கல்வி கற்றுத் தரவில்லை என்ற தர்மம் அங்கு செயல்பட்டிருந்த நிலையிலும் அது இன்றைய நவீன கிறிஸ்தவ சேவையைப்போல் நிச்சயம் பரந்த அளவில் இருந்திருக்க வில்லை. நவீனக் கல்வி, நவீன மருத்துவம் என்பது வளர்ந்த பிறகுதான் இவை சாத்தியமாகியிருக்கும் என்றாலும் அந்த விஷயங் களை முன்னெடுத்தவர்கள் கிறிஸ்தவர்களே என்ற அளவில் அதற்கான பாராட்டு நிச்சயம் அவர்களுக்குத்தான் தரப்படவேண்டும்.

ஆனால், மத மாற்ற அரசியல் நோக்கமே அந்தச் சேவைகளுக்கு பின்னால் இருப்பதால் இந்து சமூகம் அந்தச் சேவைகளை அப்படியான குறுகிய அரசியல் நோக்கங்கள் இல்லாமல் தானும் செய்ய முன்வந்திருக்கும் நிலையில் இந்து சமூகத்தின் சேவை மார்க்க வளர்ச்சியையும் நிச்சயம் பாராட்டத்தான்வேண்டும். இன்னும் சொல்லப்போனால், நாட்டார் வழிபாட்டு அம்சங்களைச் செழுமைப் படுத்தி மேல்நிலையாக்கம் அடையச் செய்திருப்பதுபோல் கிறிஸ்தவ சேவை நடவடிக்கைகளை இந்து மதம் செழுமைப்படுத்தியிருக்கிறது என்றுதான் சொல்லவேண்டும்.

•

இந்து மதம் வகிக்கும் இன்னொரு முக்கிய பாத்திரம், அது சமூகத்தின் பொருளாதார நடவடிக்கைகளைத் தீர்மானிக்கும்

சக்தியாகவும் இருக்கிறது. இந்து சமயத் திருவிழாக்கள் என்பவை ஒவ்வொரு கிராமத்துத் தொழில்கள் மற்றும் உற்பத்திப் பொருள் களுக்கான சந்தையை உருவாக்கித் தருவதாக இருக்கிறது. உருவ வழிபாட்டுச் சடங்குகள், படையல்கள் என்ற பிற மதங்களில் இல்லாத ஓர் அம்சம் எளிய இந்துக்களின் உற்பத்திப் பொருள்களுக்கு வலுவான அடிப்படையான நுகர்வு வாய்ப்பை உருவாக்கித் தருகிறது. பூக்கள், பழங்கள், தேங்காய், மஞ்சள், கரும்பு, வெற்றிலை, பாக்கு, வெல்லம் போன்றவற்றில் ஆரம்பித்து குங்குமம், சந்தனம், விபூதி, கற்பூரம், ஊதுபத்தி, பட்டுப் புடவைகள், இன்ன பிற துணி வகைகள் என பெரும்பாலானவற்றுக்கு இந்து திருவிழாக்கள் வணிக வாய்ப்புகளை உருவாக்கித் தருகின்றன. கொலுபொம்மைகள், விநாயகர் சிலைகள், அகல் விளக்குகள் என குயவர் தொழில் களுக்கான வலுவான சந்தையை உருவாக்கித் தந்திருக்கிறது.

மேல் ஜாதியினர் மட்டுமே கொண்டாடும் விழாவாக இருந்தாலும் அதுவும்கூட கடைநிலை இந்துக்களின் உற்பத்திப் பொருள்களுக்கும் சேவைக்கும் உதவி செய்வதாக அவர்களின் வாழ்வாதாரத்துக்கு உதவுபவையாகவே இருக்கின்றன.

உருவ வழிபாட்டை எதிர்க்கும் கிறிஸ்தவ, இஸ்லாமிய, பௌத்த, சமண மதங்கள் எளிய மக்களுக்கு இந்த வகையிலும் அந்நியமாகவே இருக்கின்றன. கிறிஸ்தவ திருவிழாக்களும் இஸ்லாமியத் திருவிழாக்களும் அவை உருவான நாட்டு உற்பத்திப் பொருள் களுக்கும் அவர்களுடைய தொழில்களுக்கும் உதவுவதாகவே இருக்கும் என்பதில் சந்தேகமில்லை. மதங்கள் நிலைபெற்று வளர இது மிகவும் அவசியமானதுதான். ஆனால், அதே மதங்கள் வேறொரு நாட்டுக்குச் செல்லும்போது அந்த நாட்டு மக்களுக்கு இணக்கமாகத் தன் வழிமுறையை மாற்றிக்கொண்டாகவேண்டும்.

அகல் விளக்குகள் ஏற்றி வணங்கும் கலாசாரம் நடைமுறையில் இருக்கும் ஒரு நாட்டுக்கு வரும்போது அதை மதிக்கும் குறைந்தபட்ச ஆன்மிக அறிவு இல்லாவிட்டால்கூடப் பரவாயில்லை... அந்த மக்களின் பொருளாதாரத்துக்கு உதவும்வகையிலாவது அதை உங்கள் மதத்துக்குள் இணைத்துக்கொள்ளவேண்டும். கிறிஸ்தவம் ஓரளவுக்கு இதை மெழுகுவர்த்தி அலங்காரமாக ஏற்றுக்கொண்டிருக்கிறது (அதிலும் மெழுகுவர்த்தியை ஊதி அணைப்பதையே கொண்டாட்டமாக முன்வைக்கிறது. நுட்பமான இந்து மனதுக்கு அது ஓர் அமங்கலச் செயலே). ஆனால், இஸ்லாமோ விளக்கைக் கண்டாலே அஞ்சி ஓடுகிறது.

அதுபோல் இந்து வழிபாட்டில் எந்தவித இறுக்கமான சட்ட திட்டங்களும் கிடையாது. குளித்துவிட்டு கோயிலுக்கு வரவேண்டும். உண்பதற்கு முன் சாமி கும்பிடவேண்டும் என்ற அடிப்படையான

விதிகள் மட்டுமே உண்டு. அதாவது ஒரு நாளில் எழுந்ததும் முதன் முதலில் செய்யும் முக்கியமான வேலையாக இறை வணக்கம் இருக்கவேண்டும் என்ற நோக்கில் எதுவும் சாப்பிடாமல் வணங்க வேண்டும் என்று சொல்லப்பட்டிருக்கிறது.

இஸ்லாத்தில் தினமும் ஐந்து நேரம் தொழுதாகவேண்டும் என்ற கட்டுப்பாடு இருக்கிறது. கிறிஸ்தவத்தில் ஞாயிறு தோறும் கட்டாயம் தேவாலயத்துக்கு வந்தாகவேண்டும் என்ற கட்டுப்பாடு இருக்கிறது. இந்து மதத்தில் ஒவ்வொருவரும் தமக்கான நாளைத் தேர்ந்தெடுத்துக் கொள்ள உரிமை உண்டு. செவ்வாய் வெள்ளியில் கும்பிட்டுக் கொள்ளலாம். மாதம் தோறும் பிரதோஷ நாளின்போது கும்பிட்டுக் கொள்ளலாம். தெருவுக்குத் தெரு மூலைக்கு மூலை இருக்கும் விநாயகரை ஒரு நொடி நின்று கும்பிடலாம்.... வாகனத்தில் போய் கொண்டே கும்பிடலாம். திருப்பதி போன்ற பெருந்தெய்வக் கோயிலில் நாலைந்து நாட்கள் காத்திருந்து கும்பிடலாம். தேர்ந் தெடுக்கும் உரிமை பக்தரிடமே விடப்பட்டிருக்கிறது.

அதுபோல் வழிபாட்டு முறைகளிலும் ஏராளமான வழிகள் இருக்கின்றன. மொட்டை அடித்தல், காவடி எடுத்தல், பால் குடம் தூக்குதல், முளைப்பாரி வளர்த்தல், யாகங்கள் செய்தல், பலி கொடுத்தல், புனித யாத்திரை மேற்கொள்ளுதல், புனித நதிகளில் நீராடுதல், ஈரப்புடவையுடன் வலம் வருதல், அடிப் பிரதட்சணம், அங்கப் பிரதட்சணம், விரதம் இருத்தல், சிறு சிறு தானங்கள் செய்தல், தேங்காய் உடைத்தல், குணமாக வேண்டிய உடல் உறுப்புகளை மரத்தில் செய்து காணிக்கையாகத் தருதல், குழந்தை வரம் வேண்டி தொட்டில் கட்டுதல் என ஏராளமான வழிமுறைகள் இருக்கின்றன. இவையெல்லாம் எந்தவொரு மத பீடாதிபதியோ அரசியல் தலைவரோ திட்டமிடாமல் ஒவ்வொரு பகுதி மக்களின் நம்பிக்கை சார்ந்து உருவான வழிபாட்டு முறைகள். கிறிஸ்தவத்திலோ, இஸ்லாத்திலோ, பௌத்தத்திலோ, சமணத்திலோ இப்படியான வழிமுறைகளுக்கு இடம் கிடையாது. அங்கு மதத்தலைமை என்னென்ன செய்யவேண்டும்... எப்படிச் செய்ய வேண்டும்... எந்தெந்த நாளில் செய்ய வேண்டும் என்று இறுக்கமாக வரையறுத்து வைத்திருக்கும். அதை அப்படியே பின்பற்றியாகவேண்டும். இந்து மக்களிடையே பிற மதங்கள் செல்வாக்கு பெறாமல் இருப்பதன் முக்கிய காரணம் நாட்டார் மரபுகளின் இந்த சுதந்தரத்தை அவை மறுப்பதுதான். இதன் மறுவாக்கியமாக இந்து மதம் அந்த சுதந்தரத்தைத் தருவதால் அது அவர்களுடைய மதமாக நீடித்துவருகிறது.

●

4

சுய ஜாதிப் பற்று... பிற ஜாதி நட்பு

இந்து மதம் நாத்திகத்தையும் கம்யூனிஸத்தையும் எதிர்கொண்டு வரும் விதம் பிற மதங்களை அது எதிர்கொள்வதைப்போலவே ஆரோக்கியமானதாகவே இருக்கிறது. இஸ்லாம் நாத்திகத்தையும் கம்யூனிஸத்தையும் மிகக் கடுமையாக ஒடுக்குகிறது. கிறிஸ்தவம் ஒப்பீட்டளவில் மிகுந்த ஜனநாயகத்தன்மையோடும் அதே நேரம் தந்திரத்தோடும் எதிர்கொண்டுவருகிறது. ஆனால் இந்து மதமோ நாத்திகத்தை ஒரு தத்துவ தரிசனமாக, வாழ்க்கை முறையாகவே அனுமதிக்கிறது.

அடிப்படையில் நாத்திகமும் கம்யூனிஸமும் ஒருவகையில் மேல்மட்டக் கலக உணர்வுகள் மட்டுமே. ஒரு எளிய மனிதர் தனக்கு நேரும் துன்பத்துக்கு ஆறுதலாகச் சில வார்த்தைகளை எதிர்பார்க்கிறார். நாத்திகத்திடம் ஆறுதல் வார்த்தைகள் கிடையாது. அன்புக்குரியவர் இறந்துவிட்டால் நாத்திகம் என்ன சொல்லும்? 'மனிதர் என்றால் இறக்கத்தான் செய்வார்' என்று சொல்லும்.

'ஒரு மிகப் பெரிய பணியைத் தொடங்கப் போகிறேன்... அது நல்ல படியாக முடியுமா?' என்று பதறியபடியே ஒருவர் கேட்கும்போது 'நடந்தாலும் நடக்கலாம்... நடக்காமலும் போகலாம்!' என்று யதார்த்தமாக, விட்டேத்தியாக ஒரு பதிலையே நாத்திகம் சொல்லும்.

சுருக்கமாகச் சொல்வதென்றால், உலக நிகழ்வுகளை அதன் அளவில் அப்படியே ஏற்றுக்கொள்ளவே சொல்லும். எளிய மக்களுக்கு அந்த

பலம் கிடையாது. அவர்களுக்கு ஆறுதல் வார்த்தைகள் தேவை. இந்து மதம் அதைச் சொல்கிறது.

இறந்தவர் இந்த உலகில் பைசாசமாக அலைந்துகொண்டிருப்பார். அவருடைய ஆன்மா சாந்தியடைய அவருக்கு திதி செய்யவேண்டும் என்று சொல்லும். அது மரணத்துக்கும் இழப்புக்கும் ஓர் எளிய ஆறுதலாகத் திகழ்கிறது. இறந்து போகிறவர்களுடன் தொடர்பு முழுவதுமாக அறுந்துவிடவில்லை என்ற நம்பிக்கையை அது தருகிறது. இறந்துபோனவர்களுக்கு நாம் சில உதவிகள் செய்தாக வேண்டும் என்று பொறுப்பை உருவாக்குகிறது. அது இறந்தவர் களுடன் ஒரு நெருக்கத்தை உருவாக்குகிறது. இறந்து போனவர்கள், இறைவனின் உலகில் சந்தோஷமாக இருக்கிறார்கள் என்ற ஆறுதல் வார்த்தைகளைச் சொல்கிறது. பேய் பயத்தில் இருந்து விடுதலை பெற இந்து மதம் ஆற்றிய பங்களிப்பை இன்றைய விஞ்ஞான மனதுக்குப் புரிந்துகொள்வது சிரமமாகத்தான் இருக்கும்.

பெரிய வேலையை ஒரு பூஜை செய்து தொடங்கினால் வெற்றி கிடைக்கும் என்று இந்து மதம் சொல்கிறது. பல வருடங்கள் மிகவும் கஷ்டப்பட்டு காசு சம்பாதித்து கார் வாங்கும் ஒருவர் விபத்துகள் எதுவும் இல்லாமல் நல்லவிதமாக அதை ஓட்டி மகிழ்ச்சியாக வாழ வேண்டும் என்று விரும்புகிறார். நாத்திகமோ நன்கு கார் ஓட்டப் பயிற்சி பெற்றுக்கொள். ஆனால், அதையும் மீறி விபத்து நடக்கத்தான் செய்யும் என்று சொல்லும். இந்து மதமோ நன்கு கார் ஓட்டக் கற்றுக்கொள். கூடவே காரில் இஷ்ட தெய்வத்தின் படத்தை மாட்டி வைத்துக்கொள். அவர் உன்னை விபத்துகளில் இருந்து காப்பார் என்று சொல்கிறது. மனிதர்களுக்கு இந்த ஆறுதலும் தன்னம்பிக்கை யூட்டலும் தேவையாக இருக்கிறது. நாத்திகம் தோற்கும் இடம் இதுவே. பிற மதங்களிலும் சமணமும் பௌத்தமும் இஸ்லாமும் கிறிஸ்தவமும்கூட இதுபோன்ற விஷயங்களில் பெரிதாக ஆறுதல் எதையும் சொல்வதில்லை. இந்து மதம்தான் இறை நம்பிக்கை, ஜோதிடம் என எளிய மனங்களின் நம்பிக்கைக்காகச் சில வார்த்தை களைச் சொல்கிறது.

விரும்பும் விஷயம் நடக்கவேண்டுமென்றால் ஆடு, கோழி, பன்றி என எதையாவது தேவதைகளுக்குப் பலி கொடுக்கவேண்டும் என்பது பழங்குடி நம்பிக்கை. அதை இந்து மதம் அப்படியே உள்வாங்கிக் கொண்டிருக்கிறது. உயர் அடுக்கில் உயிர் பலிக்கு பதிலாக எலுமிச்சம் பழம், பூசணிக்காய் போன்றவற்றில் ரத்த நிறத்தில் குங்குமத்தைத் தடவி ‘பலி’ கொடுத்து வேலைகளைத் தொடங்கச் சொல்கிறது. கீழ் அடுக்கில் அந்த விலங்குகளை அப்படியே பலியிடவும் சொல்கிறது.

கம்யூனிஸம் இந்த ஆறுதல் வார்த்தைகளை புரட்சியைத் தள்ளிப்போடும் அல்லது முடக்கும் தந்திரமாகப் பார்க்கிறது. ஆதிக்க சக்திகளை எதிர்க்கவேண்டிய எளிய மக்கள் எல்லாம் இறைவன் செயல் என்று சொல்லி முடங்கிப்போகிறார்கள் என்று சொல்கிறது. ஆனால், உண்மையில் இவை ஆதிக்க சக்திகளின் தந்திரம் அல்ல. எளிய மக்களின் இயல்பான நம்பிக்கை.

எளிய மக்களுக்கு இறை நம்பிக்கையும் செல்வச் செழிப்பின் மீதான கனவுகளும் ஆதிக்க விசுவாசமும் இயல்பாகவே உண்டு. அடிப்படையில் எளிய மக்கள் வலியவர் சொல்வதைச் செய்பவர்களாக, அவர்களைச் சார்ந்து நிற்பவர்களாக, சமூகக் கட்டுமானத்தைத் தாங்கி நிற்பவர்களாக இருப்பவர்களே. அவர்களுக்கு நாத்திகமும் ஆதிக்க எதிர்ப்பும் முதல் தேர்வு அல்ல.

இந்து மத - கம்யூனிஸ மோதல் என்பது 100 வருடங்கள்கூட ஆகியிருக்கவில்லை. அதிலும் கம்யூனிஸம் இந்தியாவில் பாதி பலத்துடன்தான் நுழைய முடிந்திருக்கிறது. ஊடகங்களில் இடம் பிடித்தும் கல்விப்புலங்கள் முதலான அரசு அதிகார மையங்களில் இடம்பிடித்தும் தமது இருப்பை மிகைப்படுத்திக் காட்டும் நிலையில் தான் இருந்துவருகிறார்கள். ஆனால், நாத்திகத்தைவிட கம்யூனிஸம் மதங்களை எதிர்ப்பதில் அமைப்புரீதியில் மிகவும் வலுவானது. உயர்வானது. நாத்திகத்தின் அரசியல் அடித்தளம் மிகவும் பலவீனமானது. அது முழுக்க முழுக்க மேட்டிமைத்தனம் மிகுந்தது. கம்யூனிஸத்துக்கோ மிகப் பெரிய எளிய பாட்டாளி மக்களின் பெருந்திரள் கூட்டம் ஆதரவாக இருக்கமுடியும்.

கம்யூனிஸத்தின் வன்முறை வழிமுறைதான் எளிய மக்களுக்கு அந்நியமானதே தவிர அவர்கள் சொல்லும் பாட்டாளி நலன் என்பது அவர்களுக்கு உவப்பானதே. ஆனால், இந்த இடத்தில்தான் சேவைப் பணிகளை முன்னெடுக்கும் இந்து முதலாளி என்பவர் உரிமைக்குப் போராடச் சொல்லும் கம்யூனிஸ்டைவிட எளிய மக்களுக்கு நெருக்கமானவராகிவிடுகிறார். அவர் தனது ஆதிக்கத்தைத் தக்கவைத்துக் கொள்ளும் நோக்கிலும் அந்த சேவைகளைச் செய்யக்கூடும் என்றாலும் அடிப்படையில் எளிய மக்களின் இறை நம்பிக்கையை மதிப்பவராகவும் எளிய மக்களின் பொருளாதார நலனில் அக்கறை கொண்டவராகவும் இருக்கிறார். எளிய மக்களுக்குப் பொருளாதார நலனும் வேண்டும்; ஆன்மிக மகிழ்ச்சியும் வேண்டும். கம்யூனிஸம் பொருளாதார நலனை மட்டுமே அதையும் மிகப் பெரிய வன்முறைக்கும் இழப்புக்கு பிறகே கொண்டுவந்து தரும். அல்லது தராமலும் போகக்கூடும். இதனால்தான் எளிய மக்கள் கம்யூனிஸத்தைவிட இந்து ஆதிக்க சக்திகளையே தமது நேச சக்திகளாகப் பார்க்கிறார்கள்.

•

இந்து மதம் தொடர்பான நல்ல விஷயங்கள் இத்தனை இருந்தநிலையிலும் அதை ஒட்டு மொத்த உலகமும் விமர்சிக்க ஒரே ஒரு காரணமே இருக்கிறது. அதுதான் ஜாதி. ஜாதிக் கொடுமை களுக்கும் ஒடுக்குமுறைகளுக்கும் இந்து மதம் மட்டுமே அங்கீகாரம் தந்திருக்கிறது. பிற மதங்கள் தரவில்லை. எனவேதான் இந்து மதம் நிலைத்திருக்கிறது. பிற மதங்கள் வேரூன்ற முடியவில்லை. அப்படியாக ஆதிக்க ஜாதி மக்களின் கொடுங்கோல் மனோபாவத்துக்கு ஆதரவாக இருந்து இந்து மதம் தன்னைக் காப்பாற்றிக் கொண்டிருப்பதை ஆரோக்கியமான விஷயமாகச் சொல்லமுடியாது என்று சிலர் சொல்கிறார்கள்.

உண்மையில் இந்து மதம் ஜாதி ஒடுக்குமுறைக்கு ஆதரவு தரவில்லை. ஜாதிய வாழ்க்கை முறைக்கு ஆதரவு தந்திருக்கிறது என்பதுதான் உண்மை. ரோஜாவுக்குத்தான் நீர் ஊற்றியிருக்கிறார்கள்; அதன் முட்களுக்கு அல்ல. ஒருவகையில் பார்த்தால் இப்படி ஜாதி உணர்வை இந்து மதம் தக்கவைக்க அனுமதித்ததால்தான் மையத்தில் அதிகாரக் குவிப்பு உருவாகி, இஸ்லாம், கிறிஸ்தவம்போல் உலகை ரத்த ஆற்றில் நனைக்க இந்துக்களில் இருந்து யாரும் புறப்பட முடிந்திருக்க வில்லை. மனித இனம் கண்டுபிடித்த இரண்டு வழிமுறைகளான ஜாதி, மதம் ஆகியவற்றில் அதிகாரக் குவிப்புக்கு எதிரான மனநிலை ஜாதி அமைப்பில்தான் இருக்கிறது. எனவே, அது வரமான சாபமே.

மத நம்பிக்கை சரி... மத வெறி தவறு... மொழிப் பற்று சரி... மொழி வெறி தவறு... தேசப் பற்று சரி... தேச வெறி தவறு... இனப்பற்று சரி... இன வெறி தவறு; நிறப் பற்று சரி... நிற வெறி தவறு என்று எல்லா அடையாளங்களையும் பிரித்துப் பார்க்கும் மனிதர்கள் ஜாதி விஷயத்தில் மட்டும் ஜாதி உணர்வும் தவறு; ஜாதி வெறியும் தவறு என்று சொல்கிறார்கள். இஸ்லாமிய கிறிஸ்தவ செல்வாக்குக்கு ஆட்பட்ட ஒருவர் அப்படித்தானே சொல்லவும் முடியும். இதில் வேடிக்கையான விநோதம் என்னவென்றால் இந்துத்துவர்களும் அதையே சொல்கிறார் கள். இன்னும் சொல்லப் போனால் கிறிஸ்தவ, இஸ்லாமியர்களை விட இந்துத்துவர்கள்தான் ஜாதியை ஒழிக்க படு தீவிரமாக இருக்கிறார் கள். இது முழுக்க முழுக்க அரசியல் நிலைப்பாடு மட்டுமே.

தேவரும் பள்ளரும் தேவராகவும் பள்ளராகவும் இருந்துகொண்டே இஸ்லாமிய அடிப்படைவாதத்தையும் கிறிஸ்தவ அடிப்படை வாதத்தையும் எதிர்க்க முடியும். நமக்குத் தேவை தேவரிய வல்லாதிக்கம் மறையவேண்டும், அவ்வளவுதான். இந்து உணர்வு வளரவேண்டும் தான். ஆனால், அது நல்ல தேவராகவும் நல்ல பள்ளராகவும் இருந்துகொண்டே சாத்தியம். சுய ஜாதிப் பற்று... பிற ஜாதி நட்பு இதுவே சரியான இலக்காக முடியும்.

உண்மையில் ஜாதி அமைப்பின் தவறு என்று சொல்லப்படுவது என்ன? ஒன்று: அது பிறப்பின் அடிப்படையில் வேலைகளைத் தீர்மானித்துவிட்டது. அதனால் கீழே இருப்பவர்கள் கீழேயே இருக்க நேர்ந்துவிட்டது. இரண்டு: அது ஜாதிய விதிகளை மீற முற்பட்டவர்கள் மீது கொடூரமான வன்முறையைப் பிரயோகித்தது.

முதல் குற்றச்சாட்டைப் பார்ப்போம். இந்து மதம் பிறப்பின் அடிப் படையில் வேலைகளைத் தீர்மானிக்கவில்லை. பெரும்பான்மை யான இந்துப் புனித நூல்களில் ஜாதி பற்றி எதுவுமே சொல்லப் பட்டிருக்கவில்லை. இருந்தும் ஜாதிய வாழ்க்கைக்கு இந்து மதமே காரணம் என்று சொல்லப்படுகிறது. இதற்கு முக்கிய ஆதாரமாக மனு ஸ்மிருதி எடுத்துக்காட்டப்படுகிறது. ஆனால், மனு ஸ்மிருதி உண்மையிலேயே இந்துக்களின் வழிகாட்டி நூலா? இல்லை யென்றால் எப்படி இந்துக்களின் வழி காட்டி நூலாக ஆனது?

கொஞ்சம் பின்னோக்கிச் செல்வோம்.

1857-ல் சிப்பாய் புரட்சி நடந்தது. அதற்கு முன்புவரை கிழக்கிந்திய கம்பெனி அதிகாரிகளாக இருந்தவர்களுக்குக் கூடுதல் சுதந்தரம் கொடுத்து மறைமுகமாக ஆண்டுவந்த பிரிட்டிஷ் மகாராணி 1857 புரட்சிக்குப் பிறகு நேரடியாக பிரிட்டிஷ் நாடாளுமன்றம் மூலம் ஆள முடிவெடுத்தார். நாயைக் கொல்ல விரும்பினால் முதலில் அதற்கு பைத்தியம் பிடித்துவிட்டது என்று முத்திரை குத்தி அதன் பிறகு சட்டப்படி அதைக் கொல்லும் நியாயவான்கள் என்பதால் இந்தியர் களை இந்திய சட்டங்களைக் கொண்டே அடக்கியாளத் திட்டமிட்டனர்.

இஸ்லாமியர்களுக்கு என்று ஒற்றை வழிகாட்டி நூலும் ஷரியத் சட்ட வழிமுறைகளும் இருந்தன. எனவே, அவர்கள் விஷயத்தில் அது எளிதாகிவிட்டது. ஆனால், பல்வேறு ஜாதிகள், பல்வேறு மொழிகள், பல்வேறு சடங்காசாரங்கள் கொண்ட இந்துக்கள் விஷயத்தில் ஒற்றை வழிகாட்டி நூலோ சட்ட புத்தகமோ இருந்திருக்கவில்லை. ஆனால், அப்படியான ஒன்று பிரிட்டிஷாருக்கு உடனடியாகத் தேவையாக இருந்தது. எனவே, மனு ஸ்மிருதி கண்டடையப்பட்டது.

ஆனால், மனு ஸ்மிருதி இந்துக்களின் வாழ்வியலைத் தீர்மானித்த புத்தகமாக என்றுமே இருந்ததில்லை. முதலாவதாக, இந்து மதம் என்ற தொகுப்புக்குள் ஓராயிரம் வாழ்க்கைப் பார்வைகள், தத்துவப் பிரிவுகள், விதிமுறைகள், சடங்காசாரங்கள், ஜாதிகள் என இருந்து வந்திருக்கின்றன. ஒவ்வொரு ஜாதியும் தனக்கென தனியான பஞ்சாயத்தைக் கொண்டவையாகவே இருந்திருக்கின்றன. அல்லது குறைந்தபட்சம் மன்னர்கள், சக்கரவர்த்திகளின் சபைகள் நீங்கலாக பெரும்பாலான கிராமப்புறங்களில் சூத்திர-தலித் பஞ்சாயத்து

தலைவர்களே நீதி அரசர்களாக இருந்திருக்கிறார்கள். இந்த கிராமப் பஞ்சாயத்துகள் அனைத்துக்கும் ஒரே வழிகாட்டி நூல் எந்தக் காலத்திலும் இருந்ததில்லை. மன்னர்கள் அவையிலும் பெரும் பான்மை ஜாதியைப் பகைத்துக்கொள்ளும் தைரியமெல்லாம் இருந்திருக்க வாய்ப்புமில்லை.

இந்திய ஜாதிகளில் மனு ஸ்மிருதி என்ற புத்தகம் இன்றும்கூட ஐந்து சதவிகித இந்துக்களின் வீட்டில்கூட இருக்காது. மனு ஸ்மிருதி சமஸ்கிருதத்தில் எழுதப்பட்ட தொகை நூல். சமஸ்கிருதம் இந்துக்களின் பேச்சு மொழியாக என்றுமே இருந்திருக்கவில்லை என்றே தோன்றுகிறது. எனவே சமஸ்கிருதப் புத்தகத்தில் எழுதப் பட்டிருந்ததுதான் கிராமப் பஞ்சாயத்துகளுக்கும் வழிகாட்டியது என்று சொல்வதில் அர்த்தமில்லை. ஆனால், மனு ஸ்மிருதிதான் கிராம பஞ்சாயத்துகளுக்கும் ஆதார நூல் என்று சொல்லவேண்டு மென்றால் இரண்டு வழிகள் இருக்கின்றன.

ஒன்று ஒவ்வொரு ஜாதியிலும் ஒரு சிலர் சமஸ்கிருதத்தைப் படித்து மனுஸ்மிருதியையும் படித்து அதன்படி தீர்ப்பு வழங்கினார்கள். அதன்படி அவர்களுடைய ஜாதியை வழி நடத்தினார்கள் என்று சொல்லலாம். அப்படியென்றால் அனைத்து ஜாதியினருக்கும் சமஸ்கிருதக் கல்வி கிடைத்திருக்கிறது என்றாகிவிடும். ஆனால், கல்வி பற்றி பேசும்போது துவிஜர்களுக்கு (உயர் ஜாதியைச் சேர்ந்த இருபிறப்பாளர்கள் எனப்படும் பூணூல் அணிந்த பார்ப்பனர், சத்திரியர், வைசியர் போன்றோர்) மட்டுமே கல்வி கிடைத்ததாகச் சொல்வதுதான் ஜாதியப் போராளிக்கு அழகு. அப்படியானால், மனு ஸ்மிருதி அனைவருக்கும் தெரிந்திருக்க வாய்ப்பில்லை என்பதுதான் உண்மை என்றாகும். இது முன்னால் போனால் கடிக்கும் பின்னால் போனால் உதைக்கும் நிலை.

இரண்டாவது வழி என்னவென்றால் பிராமணர்களும் சத்ரியர்களும் வைசியர்களும் மனு ஸ்மிருதியைப் படித்திருந்தார்கள். அவர்கள் தமது வாழ்க்கையையும் நீதிமன்றத்தையும் அதன்படி நடத்தினார்கள். கிராமப்புற சூத்திர, தலித்களும் அவர்களைப் பார்த்து அதன்படி தமது பஞ்சாயத்துகளையும் நடத்தினார்கள் என்று சொல்லலாம். இது ஓரளவுக்கு நம்பும்படியாக இருக்கிறது. ஜாதியப் போராளிகளுக்கு உகந்த வாதமும்கூட.

5

ஜாதியும் குலத் தொழிலும்...

சூத்திரர் செய்யும் எல்லாத் தவறுகளுக்கும் பிராமண புத்தகங்கள்தான் காரணம் என்று சொல்வது எவ்வளவு வசதியான வாதம்... இல்லையா..? ஆனால், இந்த இடத்தில் ஒரு முக்கிய கேள்வி வருகிறது. பிராமணர்கள் ஒரு குறிப்பிட்ட காலகட்டத்துக்குப் பிறகு மாமிசம் உண்பதைத் தவறென்று சொல்லியிருக்கிறார்கள். மது அருந்துவதைத் தவறென்று சொல்லியிருக்கிறார்கள். வாழ்க்கையைக் கொண்டாட்ட வெளியாகக் கருதவில்லை. எளிமை, தியாகம், பொறுப்பு, தொலை நோக்குப் பார்வை (குழந்தைகளின் எதிர்கால நலனுக்காகப் பெற்றோர் தமது நிகழ் கால சந்தோஷங்களைத் தள்ளிப் போடுதல்), சுத்தம், அதீத இறை நம்பிக்கை, அதிகப்படியான இறை வழிபாட்டுச் சடங்குகள், பாவ புண்ணியங்களுக்கு பயப்படுதல் என பல நற்குணங்கள் பிராமணர்களிடம் இருந்திருக்கின்றன. இவற்றில் எந்தவொன்றையும் சூத்திர, தலித்கள் கற்றுக்கொள்ளவில்லை. ஆனால், பிராமணர்களிடமிருந்து ஜாதி உணர்வை மட்டும் கற்றுக் கொண்டார்கள் என்று சொன்னால் தவறு யார் மீது? சேகுவேராவைப் பார்த்து சுருட்டு பிடிக்க மட்டுமே ஒருவர் கற்றுக் கொள்வாரென்றால் ஈ.வெ.ரா.வைப் பார்த்து குளிக்காமல் இருக்க மட்டுமே ஒருவர் கற்றுக்கொள்வாரென்றால் அதற்கு அவர்களா பொறுப்பு.

இன்னும் சொல்லப்போனால் பிராமணர்கள் தமது ஜாதி உணர்வை தந்திரமாக, சாத்விகமாகவே வெளிப்படுத்தினார்கள். தமது குலப் பெண்களை 'தாழ்ந்த' குலத்தைச் சேர்ந்த ஒருவரைத் திருமணம்

செய்யாதவகையில் 'புத்திமதி' சொல்லி வளர்ப்பார்கள். அதையும் மீறி அப்படி ஒரு திருமணம் நடந்துவிட்டால் 'தலை முழுகிவிடுவார் கள்'. அருவாளை எடுத்துக் கொண்டுபோய் வெட்டமாட்டார்கள். சேரியைக் கொளுத்தமாட்டார்கள். எனவே, சூத்திர ஜாதியினரும் தலித் ஜாதியினரும் பிராமணர்களிடமிருந்துதான் ஜாதி வெறியைக் கற்றுக்கொண்டார்கள் என்று சொல்வதில் எந்த நியாயமும் இல்லை.

உண்மை என்னவென்றால், பிராமணர்கள் சமூகத்தின் தலைமையைத் தக்கவைக்க சூத்திர, தலித்களிடம் இருந்த பழங்குடி ஜாதி உணர்வைப் பயன்படுத்திக்கொண்டிருக்கிறார்கள். இது நிச்சயம் தவறுதான். அறிவார்ந்த சமூகம் தனது குலத்தின் நலம் சார்ந்து மட்டுமே சிந்திக்காமல் ஒட்டு மொத்த சமூகம் சார்ந்தும் சிந்தித்திருக்க வேண்டும் தான். ஆனால், அதைக் காரணமாகச் சொல்லி சூத்திர, தலித்களின் ஜாதி உணர்வையும் வெறியையும் நியாயப்படுத்தவும் முடியாது. பிராமண நூலான மனு ஸ்மிருதிதான் அதற்கு மூல காரணம் என்று சொல்லவும் முடியாது.

இந்து சமூகத்தில் ஜாதி உணர்வும் ஆணாதிக்க உணர்வும் மிகுதியாக இருக்கிறது. மனு ஸ்மிருதியில் அப்படியான வரிகளும் இருக்கின்றன. எனவே இந்து சமூக நடைமுறைகளுக்கு மனு ஸ்மிருதியே காரணம் என்று காகம் உட்கார்ந்ததால்தான் பனம் பழம் விழுந்தது என்று தர்க்க, விஞ்ஞான, வரலாற்று, மதவாத நோக்கில் அழுத்தமாகச் சொல்கிறார்கள். இந்த வாதம் பலரால் ஏற்கப்பட்டதற்கு முக்கிய காரணம், இது மேற்கத்தியர்களால் முதலில் சொல்லப்பட்டது. அவர்களுடைய நிற வெறிக்கும் இன வெறிக்கும் சாம்ராஜ்ஜிய வெறிக்கும் சமூக சேவை மனப்பான்மைக்கும் சகோதரத்துக்கும் அடிப்படையாக இருப்பது கிறிஸ்தவ இறையியலின் ஒற்றை இறை சார்ந்த ஒற்றைப் புனித நூல் சார்ந்த ஒற்றை அதிகார மனநிலையே காரணம். இஸ்லாமும் இதே மாதிரியான ஒற்றை அதிகாரப் பார்வையையே கொண்டது. ஒன்று அதீதப் பனிப் பிரதேசக் குளிரினால் உருவாக்கப் பட்ட மனோபாவம். இன்னொன்று அதீத பாலைவனச் சூட்டினால் உருவாக்கப்பட்ட மனோபாவம். கண்ணுக்கெட்டிய தூரம் வரையும் அங்கு ஒன்று பனி மூடிய பூமி அல்லது பாலை மணல் வெளி.

இந்திய நிலப்பரப்பு அப்படியானதல்ல. இங்கு வயல்வெளி, காடுகள், பாலை, பனிப் பிரதேசம், சதுப்பு நிலம், மலைகள் என அனைத்துவகை தட்பவெப்பமும் அனைத்துவகை பூகோள அமைப்புகளும் உண்டு. எனவே பாரத வாழ்க்கைமுறையில் அதன் தட்ப வெப்பம் போலவே அதன் பூகோள பரப்பைப் போலவே பன்முகத் தன்மையும் பல்வேறு சிறு அதிகார மையங்களும் வாழ்க்கைப் பார்வைகளும் இயல்பாக ஆதார அம்சமாக இருக்கின்றன. இங்கு

ஒற்றை மொழி கிடையாது. எனவே இங்கு ஒற்றைப் புனித நூல் என்று ஒன்றும் என்றுமே இருந்திருக்கவில்லை.

காடென்றாலும் மலையென்றாலும் பாலை என்றாலும் வயல் என்றாலும் பனி மூடிய மலை என்றாலும் எல்லாவற்றின் ஆதாரமாக பூமா தேவியே இருப்பதுபோல் பாரதத்தின் அனைத்து வேறுபட்ட அம்சங்களையும் இணைக்கும் ஓர் சரடாக இந்து மதமும் கலாசாரமும் இருந்திருக்கிறது. எல்லாமே மண்தான். ஆனால், எல்லா மண்ணும் ஒன்றல்ல... ஒவ்வொன்றும் வேறுபட்டவை. அதே நேரம் ஒவ்வொன்றும் ஒன்றுடன் ஒன்று பிணைந்தவையும்கூட. எனவே இந்தியா முழுவதும் ஜாதி உணர்வும் ஆணாதிக்க உணர்வும் உண்டு என்றாலும் அது ஓர் அதிகார மையம் ஓரிடத்தில் கூடி ஒரு விதியாக உருவாக்கி, நிலை நிறுத்தப்படுத்தியதல்ல.

ஒரு பேச்சுக்கு மனு ஸ்மிருதியே இந்து வாழ்வியலைத் தீர்மானித்ததாக வைத்துக்கொண்டாலும் மனு ஸ்மிருதியில் பெண்களை ஒடுக்கும் வாசகங்களுக்கு இணையாக பெண்களின் முக்கியத்துவத்தைப் போற்றும் வரிகளும் ஏராளம் உண்டு. பிராமணர்களுக்கு சலுகை தரும் வரிகளைப்போலவே பிராமணர்களுக்குக் கூடுதல் தண்டனையைத் தரும் விதிகளும் உண்டு. சூத்திரர்களை ஒடுக்கும் வரிகளைப் போலவே சூத்திரர்களுக்கு சாதகமான வரிகளும் உண்டு. மேலும் இந்து மதத்துக்கு ஒற்றைக் கடவுள் கிடையாதென்பதால், மீற முடியாத இறுதிக் கட்டளையாக மனு ஸ்மிருதியைச் சொல்லவே முடியாது. பிறப்பின் அடிப்படையில் மனு ஸ்மிருதி வேலைகளைத் தீர்மானித்த காலகட்டத்தில் இன்றைய காலத்தைப் போல் மலம் அள்ளும் வேலை, சாக்கடை அள்ளும் வேலையெல்லாம் கிடையாது. இவற்றைக் கணக்கில் கொண்டு பார்த்தால், இந்து சமூக நடைமுறை களுக்கும் மனு ஸ்மிருதிக்கும் இடையிலான தொடர்பு மிக மிக மெல்லியது என்பது புரியவரும். ஐரோப்பிய வருகைக்குப் பின்னரே ‘ஆரிய வருகை’ இந்திய மனங்களில் நிகழ்ந்ததுபோலவே பிரிட்டிஷாருக்குப் பிறகே மனு ஸ்மிருதி இந்துக்களின் ஒற்றை புனித நூலாக ஆகியிருக்கிறது. இன்றும் அப்படியான சொல்லாடல்களுக்கே ஊடக, அறிவுப்புல, அதிகாரவர்க்க சலுகைகள் கிடைக்கும் என்பதால் அது அவ்விதமே தொடர்ந்து முன்னிலை பெற்றும் வருகிறது.

சரி... இந்திய ஜாதிய வாழ்க்கை அமைப்புக்கு மனு ஸ்மிருதி காரணமில்லை என்று சொன்னாலும் சமூக அளவில் அதை மாற்ற இந்து மதம் எந்த முயற்சியும் எடுக்கவில்லை என்ற வகையில் அது விமர்சிக்கப்பட வேண்டியதுதான். ஆனால், ஒரு விஷயம் மேலிருந்து திணிக்கப்பட்டதா... கீழே இருந்த ஒன்று தக்கவைத்துக் கொள்ளப் பட்டிருக்கிறதா என்று பார்க்கவேண்டும்.

அன்றைய காலகட்டத்தில் குலத் தொழிலை மாற்றிக்கொள்வ தென்பது தனி நபர் விருப்பம் சார்ந்து நடக்க முடிந்த விஷயமாக இருந்திருக்கவில்லை. அனைத்து தொழில் சார்ந்த புத்தகங்கள் அச்சிடும் வசதி வாய்ப்புகள் உருவாகியிராத நிலையில் அனைத்து தொழில்களும் பள்ளி போன்ற ஓரிடத்தில் கற்றுத் தர முடிந்திராத நிலையில் ஒவ்வொரு தொழிலும் அந்தந்தக் குல முன்னோர்களிட மிருந்துதான் கற்றுக்கொள்ளப்பட்டிருக்கின்றன. அவர்கள் யாருமே தமது குலத்தைச் சேராத ஒருவருக்கு அந்தத் தொழிலைக் கற்றுத் தர விரும்பியிருக்கவில்லை.

மேல் ஜாதியினர் தமது தொழிலைப் பிறருக்குக் கற்றுத் தராததை நாம் புரிந்துகொள்ளமுடியும். ஆனால், கடைநிலை ஜாதியினர்கூடத் தமது தொழில்களை மாற்றிக்கொள்ள முயன்றிருக்கவில்லை. ஒரு வண்ணார் தன் தொழிலை வெட்டியாருக்குக் கற்றுத் தரவில்லை. ஒரு கல் தச்சர் தன் தொழிலை மரத் தச்சருக்குக் கற்றுத் தந்திருக்கவில்லை. இதற்கு என்ன காரணம்? பிறப்பு சாராமல் தொழில்களைக் கற்றுக் கொள்ள அனுமதித்தால் உயர் ஜாதித் தொழில்களிலும் அப்படியான கலப்பு, ஊடுருவல் நடந்துவிடும் என்று பயந்து மேல் ஜாதியினர் இடை, கடைநிலைத் தொழில்களையும் குலத் தொழிலாகவே நிலை நிறுத்தியிருக்கிறார்களா... அல்லது ஒவ்வொரு குலத்தினரும் தமது தொழிலை எல்லாத் தொழிலையும்போல் இதுவும் ஒரு தொழில் என்று நினைத்துச் செய்துவந்திருக்கிறார்களா?

இந்த இடத்தில் கிறிஸ்தவ இஸ்லாமிய சமூகத்தில் எப்படியான தொழில் சமூக அமைப்பு இருந்தது என்ற கேள்விக்கான பதிலையும் சேர்த்தே பார்க்கவேண்டும். விஷயம் என்னவென்றால், உலகம் முழுவதுமே குலத்தொழிலே 18-19-ம் நூற்றாண்டுவரை பிரதானமாக இருந்திருக்கிறது. அங்கும் ராஜாவின் மகனே ராஜாவானார். நிலப்பிரபுவின் மகனே நிலப்பிரபு ஆனார். அற்ப விதி விலக்குகள் நீங்கலாக தச்சன் மகன் தச்சு வேலையே செய்தார். தோட்டியின் மகன் தோட்டி வேலையே அங்கும் செய்தார்.

தொழில் புரட்சி ஏற்பட்டு, நவீனக் கல்வி முறை உருவாகி, தொழில் வாய்ப்புகளும் தொலை தூரப் பயணங்களும் சாத்தியமாகத் தொடங்கிய பிறகே எல்லாரும் எல்லா வேலைகளைச் செய்ய ஆரம்பித்திருக்கிறார்கள். அதுவரை அங்கும் குலத் தொழில்தான் இருந்துவந்திருக்கிறது. அந்த இடங்களில் குலத் தொழில் இருந்து வந்ததற்கு அந்தப் பகுதி மத அதிகார மையங்கள்தான் காரணம் என்று சொல்கிறோமா என்ன..? அப்படியானால் அதே வாழ்க்கைமுறை நிலவிய இந்தியாவில் மட்டும் குலத் தொழில் நீடித்து வந்ததற்கு

இந்து மதத்தையும் புரோகித வர்க்கத்தையும் எப்படிக் காரணமாகச் சொல்லமுடியும்?

புரோகித வர்க்கம் விரும்பியிருந்தாலும் மன்னருடைய வாளையும் செல்வந்தரின் அதிகாரத்தையும் மீறி எதுவும் செய்திருக்கமுடியாது. ஒரு புரோகிதரால் அதிகபட்சமாக அந்தக் குலத் தொழில்களை தர்மத்துடன் பிணைக்க மட்டுமே முடியும். இந்து புரோகித ஜாதி அதையே செய்திருக்கிறது. இஸ்லாமிய, கிறிஸ்தவ சாம்ராஜ்ஜிய விஸ்தரிப்புக்கு அந்நாட்டு புரோகித வர்க்கம் வழியமைத்துக் கொடுத்தது. இந்து மன்னர்களையும் செல்வந்தர்களையும் தர்மத்தின் வழி நின்று பிராமண வர்க்கம் ஒழுங்குபடுத்தி வந்ததால்தான் அல்லது இந்து தர்மம் ஒழுங்குபடுத்தி வந்ததால்தான் நாடு பிடித்து அழிக்கும் ஆசையோ உலகைச் சுரண்டிக் கொழுக்கும் ஆசையோ அவர்களுக்கு இல்லாமல் போயிருக்கிறது. உலகில் எப்போது மன்னராட்சி முடிவுக்கு வந்ததோ அதைத் தொடர்ந்துதான் யார் வேண்டுமானாலும் எந்த வேலையையும் செய்யலாம் என்ற நிலை உருவானது. அதில் இருந்து குலத் தொழிலின் வேர் எங்கிருந்தது என்பதை ஒருவர் புரிந்து கொள்ளமுடியும்.

இதில் இன்னொரு வேடிக்கை என்னவென்றால் குல வழித் தொழிலையே முன்னெடுத்துவந்திருந்த மேற்கத்திய சமூகம் தொழில்மயமானதைத் தொடர்ந்தே அனைத்துப் பிரிவினருக்கும் கல்வி, வேலை வாய்ப்புகளைத் தர முன்வந்தது. ஆனால், இந்தியா போன்ற காலனிய நாடுகளுக்கு வந்துபோக வாய்ப்புகள் பெருகியதும் ஏதோ மேற்கத்திய சமூகத்தில் எல்லாரும் மன்னராகவும் நிலப்பிரபு வாகவும் முடிந்திருந்ததுபோலவும் எல்லா வேலைகளையும் எல்லாரும் செய்ய முடிந்திருந்ததுபோலவும் போலி முற்போக்கு பாவனை செய்துகொண்டு குல வழித் தொழிலை முன் வைத்த இந்து ஜாதி அமைப்பை உலகின் பெரும் தீங்காகச் சொல்ல ஆரம்பித்தார்கள்.

நமது இந்திய அறிவுஜீவிகளும் 'சிவப்பா இருக்கறவன் பொய் சொல்லமாட்டான்' என்ற உயரிய புரிதலுடன் அதை மனனம் செய்து ஒப்பிக்க ஆரம்பித்தார்கள். முதல் கோணல் முற்றும் கோணலாகிப் போனது.

எல்லா இடங்களிலுமே குலத்தொழிலே நீடித்து வந்ததற்கு ஒட்டு மொத்த உலகமுமே அப்போது விஞ்ஞானத்திலும் தொழில் வளர்ச்சியிலும் பின்தங்கியிருந்ததுதான் முக்கிய காரணம். வேலை வாய்ப்புகள் மட்டுமல்ல வேலைத் தேவைகளும் குறைவாகவே இருந்திருக்கின்றன. மேற்குலகில் நடந்த தொழில் புரட்சியினால் அதுவரை வெறும் வர்த்தகம் மற்றும் மத மாற்றம் மட்டுமே செய்து

வந்த கிறிஸ்தவ சக்திகள் தாம் கால் பதித்த நாடுகளை அரசியல் ரீதியாகவும் அடிமைப்படுத்தின. அப்படியாக முழு அதிகாரமும் கைக்குக் கிடைத்ததும் அந்த காலனி நாடுகளுக்கான தமது வரலாற்று கதைகளை உருவாக்கித் தந்தனர். ஆரிய திராவிட புரட்டுக் கோட்பாட்டில் ஆரம்பித்து ஜாதிய வாழ்க்கை குறித்த புனைவுகள் வரை ஏராளம் உருவாக்கியிருக்கிறார்கள். ஆரிய திராவிடப் புரட்டு இன்று அம்பலமாகிவிட்டிருக்கிறது. ஜாதி சார்ந்த கட்டுக்கதைகள் இன்னும் வலுவிழக்கவில்லை. அதற்கான முக்கிய காரணம் அது இந்தியாவில் சிலருக்குக் கூடுதல் நன்மையைத் தந்துவருகிறது.

●

6

குலத்தொழில் நன்மையா... தீமையா?

பழங்குடி சமூகம், அடிப்படையில் இரண்டு அம்சங்களைக் கொண்டது. ஒன்று குல தெய்வம்... இரண்டாவது குலத் தொழில். கிறிஸ்தவம், இஸ்லாம் போன்றவை பழங்குடி குலத் தெய்வங்களை யும் கலாசார மரபுகளையும் அழித்தன. கர்த்தரையும் அல்லாவையும் அந்த இடத்தில் வலுக்கட்டாயமாக அமர்த்தின. ஆனால், 20-ம் நூற்றாண்டுவரையில் குலத் தொழில்களைப் பிறப்பின் அடிப்படையில் இருந்து விடுவித்திருக்கவில்லை.

மாறாக, இந்து மதம் அதன் ஆன்மிக உயர் சிந்தையினால் பழங்குடி களின் குல தெய்வத்தை மாற்ற முயன்றிருக்கவே இல்லை. எல்லா ஆறுகளும் ஒரே கடலை நோக்கியே என்று அது மனப்பூர்வமாக நம்பியது. அதுபோலவே எல்லாத் தொழில்களுமே அதனளவில் உயர்வானவையே என்றும் அது கருதியதால் குலத் தொழிலையும் மாற்ற விரும்பியிருக்கவில்லை. மேலும் குல தெய்வங்கள் மாற்றப் பட்ட கிறிஸ்தவ இஸ்லாமிய சமூகத்திலேயே குலத் தொழிலை மாற்ற முடிந்திருக்கவில்லை என்றபோது இந்து சமூகத்தில் மட்டும் அதைக் குறை சொல்வதில் என்ன நியாயம் இருக்கமுடியும்?

உண்மையில் லட்சிய சமுதாயமென்றால் குலத் தொழிலையும் மாற்ற அனுமதிக்கவேண்டும். குல தெய்வத்தையும் மாற்ற அனுமதிக்க வேண்டும். ஆனால், தொழிலை மாற்ற அனுமதிக்க வில்லையென்றால் தெய்வத்தை மட்டும் மாற்றிக்கொள்வதால் எந்தப் பலனும் இல்லை. சரியாகச் சொல்வதென்றால் தெய்வத்தை

மட்டும் மாற்றிக்கொள்ளச் சொல்வதென்பது தெய்வத்தையும் தொழிலையும் மாற்ற அனுமதிக்காத சமூகத்தைவிட அபாயகரமானதே. இந்த வார்த்தைகளைக் கூர்ந்து கவனித்தால் வேறொரு எளிய உண்மை நமக்குப் புலப்படும்.

எப்போது தெய்வமும் தொழிலும் தனி நபர் சார்ந்த விஷயமாக ஆனதோ அதைத் தொடர்ந்தே மத, ஜாதிகளின் இறுக்கம் குறைய ஆரம்பித்திருக்கிறது. மனித இனம் தன்னைக் குல வழியில் கூட்டு சமூகத்தின் ஓர் அங்கமாக நினைத்து வாழ்ந்த காலகட்டத்தில் தனி நபர் விருப்பு வெறுப்புகளுக்கு அதிக முக்கியத்துவமும் சுதந்தரமும் இருந்திருக்கவில்லை. ஏதேனும் மாற்றம் ஏற்படவேண்டுமென்றால் ஒரு குலம், ஒட்டு மொத்தமாக ஒன்றைக் கோரியிருக்கவேண்டும். வலையில் சிக்கிய பறவைகள் தப்ப வேண்டுமென்றால் ஒன்றாகச் சிறகடித்தால்தானே முடியும்.

அப்படியாக எந்தெந்த குலத்தினர் தமது நலன்களைப் பாதுகாத்துக் கொள்ளவும் வளர்த்தெடுக்கவும் புத்திசாலித்தனமாக ஒற்றுமையாகச் செயல்பட்டிருக்கிறார்களோ அந்தந்தக் குலத்தின் சமூக அந்தஸ்து உயர்ந்திருக்கிறது. இதற்கான நவீன கால உதாரணம் சான்றோர் (நாடார்) குல மக்களின் மேல்நிலையாக்கம். இப்படியான சமூக நகர்வில் தலித் என்று சொல்லப்படும் மக்களின் தாழ்வான நிலைக்கு அவர்களுடைய ஒற்றுமையின்மையும் புத்தி சாதுரியமின்மை யும் முக்கிய காரணம். முதலாவதாக அவர்கள் தலித் என்று இன்று சொல்லும் பெரும் அடையாளமாக ஒருபோதும் தம்மை அடையாளம் கண்டுகொண்டதே இல்லை. திருநெல்வேலி தலித்துக்கும் சங்கரன் கோயில் தலித்துக்கும் இடையிலேயேகூட கொடுக்கல் வாங்கல் கிடையாது. இவ்வளவு ஏன்... ஒரே கிராமத்தில் வசிக்கும் பள்ளருக்கும் பறையருக்கும் வண்ணாருக்கும் புரத வண்ணாருக்கும் கூட ஒட்டுறவு கிடையாது.

இதற்கான காரணம் இந்து மதத்தில் இல்லை. பழங்குடி மரபில் இருக்கிறது. இந்து மதம் அந்தப் பழங்குடி உணர்வை அங்கீகரித்தது. உண்மையில் எல்லா ஆறுகளும் கடலை நோக்கியே என்ற அதன் வாழ்க்கைப் பார்வையானது ஆன்மிக, சடங்கு சம்பிரதாயங்களை மட்டுமல்ல... தொழில்களையுமே அப்படியே பார்த்தது. கோயிலில் மணியடித்துச் செய்யும் பூசை மட்டுமல்ல. கசாப்பு கடையில் கறியை வெட்டுவதும் முக்கியமானதுதான். என்ன வேலை செய்கிறோம் என்பது முக்கியமல்ல. என்னவித அர்ப்பண உணர்வுடன் அதைச் செய்கிறோம் என்பதுதான் முக்கியம் என்று அது சொன்னது.

தெரு கூட்டுபவர் மைக்கேல் ஏஞ்செலோ ஓவியம் வரைவதுபோல் பீத்தாவன் இசைக்குறிப்பு எழுதுவதுபோல் தன் வேலையை

ஆத்மார்த்தமாக அர்ப்பண உணர்வுடன் செய்யவேண்டும். வானில் செல்லும் தேவதைகள் அந்தத் தெருவின் மேலே நின்று இதோ ஓர் உன்னதமான சுகாதாரப் பணியாளர் மிக அருமையாகத் தன் தெருவைச் சுத்தம் செய்திருக்கிறார் என்று சொல்லவேண்டும் என்று மார்டின் லூதர் கிங் சொன்னதுபோல், செய்வனத் திருந்தச் செய்... செய்யும் தொழிலே தெய்வம் என்பதுதான் பழங்கால இந்து சமூகத்தின் வாழ்க்கைப் பார்வை. எனவே, இதில் மேல் கீழ் என்றெல்லாம் எதையும் அவர்கள் நினைத்திருக்கவில்லை.

மலம் அள்ளுதல், சாக்கடையைச் சுத்தம் செய்தல் எல்லாம் மனுவின் காலத்தில் கிடையாது. நவீன காலத்தில் உருவானவையே. அப்படியாக ஜாதிகளும் குலத் தொழில்களும் மேலானதாக இருந்த காலகட்டத்தில் இந்து மதமும் பிற மதங்களைப்போல் அதை அப்படியே தொடர அனுமதித்திருக்கிறது. எனவே, அதில் எந்தத் தவறும் இல்லை.

குலத் தொழில் பழங்கால இந்து மதத்தில் இருந்தபோது உலக அளவில் பாரதம் அடைந்திருந்த நிலையைக் கொஞ்சம் விரிவாகப் பார்ப்போம். குலத்தொழில் தவறு என்று சொல்பவர்கள், கடைநிலைப் பணிகளில் ஈடுபட்டுவந்தவர்களுக்கு வேறு வேலைகளைத் தேடிக் கொள்ளும் வாய்ப்பை அது மூர்க்கத்தனமாக மறுத்துவிட்டிருக்கிறது; அடுத்ததாக, ஒரு மனிதரை அவருடைய திறமை மற்றும் விருப்பத்துக்கு ஏற்ப தொழிலைத் தேர்ந்தெடுக்க அனுமதிக்க வில்லை. எனவே, ஒரு நபர் சமூகத்துக்கு அதிகபட்சமாகச் செய்ய முடிந்த நன்மையைச் செய்ய முடியாமல் போய்விட்டிருக்கிறது என்று இரண்டு காரணங்களைச் சொல்லி விமர்சிப்பார்கள். இதில் முதலாவதைத்தான் முக்கியமான குற்றச்சாட்டாகச் சொல்வதுண்டு.

ஆனால், ஒரு தலித்தின் கண்ணீரைச் சொல்லிக்காட்டி இந்து சமூகத்தையும் குலத்தொழிலையும் நிராகரிக்கும் ஒருவர் அதே அமைப்புதான் தலித் சமூகத்தை ஆயுதங்களில் இருந்தும் போர் சார்ந்த இழப்புகளில் இருந்தும் பாதுகாத்திருக்கிறது என்பதை யோசித்துப் பார்ப்பதே இல்லை. அதிலும் குறு நில, பெரு நில மன்னர்களின் தொடர் சண்டைகளால் நிறைந்த காலகட்டத்தில் போரில் இருந்து கிடைத்த விலக்கு பெரிய வரமே. அம்பேத்கரோ, 'தலித்கள் ஆயுதங்களில் இருந்து விலக்கப்பட்டதால்தான் அவர்களால் கலகம் செய்து ஆண்டையரின் கதையை முடிக்க முடியாமல் போய்விட்டது' என்று சொல்கிறார்.

உண்மையில், *18-19*-ம் நூற்றாண்டுகளில் சமத்துவ அரசியல் முன்னெடுப்புகள் அதிரடியாக ஆரம்பிக்கப்படுவதற்கு முன்பான

ஜாதி சமூகத்தில் கடைநிலை ஜாதிகளின் நிலைமை அப்படியொன்றும் கழுத்தை நெரிப்பதாக இருந்திருக்கவில்லை. அதனால்தான் அந்தப் பிரிவினர் ஆயுதத்தில் இருந்து விலக்கிவைக்கப்பட்டதை இயல்பாக எடுத்துக்கொண்டிருந்திருக்கிறார்கள். ஒடுக்குமுறை தாங்க முடியாததாக இருந்திருந்தால் நிச்சயம் ஆயுதத்தைக் கைகளில் ஏந்தியிருப்பார்கள். உலகில் எந்த இடத்திலும் ஆதிக்க சக்திகள் அடக்கப்பட்ட சக்திகளுக்கு ஆயுதத்தை எடுத்துக்கொடுத்து, 'அடிக்க வா' என்று சொல்லியிருக்கவில்லை. தேவையிருந்திருந்தால் தேடிக் கண்டடையப்பட்டிருக்கும்.

அதோடு இஸ்லாம் இந்தியாவில் பல நூற்றாண்டுகளாகச் செல்வாக்குடன் இருந்திருக்கிறது. அவர்கள் அல்லாவைவிட ஆயுதத்தையே அதிகம் தொழுபவர்கள். இந்து சமூகம் தலித்களுக்கு ஆயுதத்தைத் தரவில்லை என்று சொல்பவர்கள் இஸ்லாமிடமிருந்து தலித்கள் ஆயுதத்தைப் பெற்றுக்கொள்ளவில்லை என்பதில் இருந்து தலித்களுக்கு ஆயுதத்தின் தேவை இருந்திருக்கவில்லை என்ற உண்மையைப் புரிந்துகொள்ளவேண்டும். எனவே, குறிப்பிட்ட ஜாதிகள் மட்டுமே ஆயுதங்களை ஏந்தவேண்டும் என்று சொன்ன குலத்தொழிலானது தலித் சமூகம் முழுவதையும் போர் சார்ந்த இழப்புகளில் இருந்து முற்றாகப் பாதுகாக்கவே செய்திருக்கிறது. ஒரு வரத்தை சாபம் என்று சொல்லித் தூற்றிவந்திருக்கிறோம்!

குலத்தொழில் மீண்டும் கொண்டுவரப்படவேண்டும் என்று நான் சொல்லவில்லை. நேற்றைய சமூகம் ஏன் அப்படி இருந்தது... அதில் என்னென்ன நன்மைகள் இருந்தன என்பதையெல்லாம் நேர்மையுடன் அலசிப்பார்க்கவேண்டும். அப்போதுதான் நம் முன்னோர் பற்றிய சரியான மதிப்பீட்டை நாம் அடைய முடியும். கடந்த காலத்தைச் சரியாகப் புரிந்துகொண்டால்தானே எதிர்காலத்தைச் சரியாக அமைக்க முடியும்.

குலத் தொழில் காலத்தில் ஒவ்வொரு ஜாதியும் தனக்கென ஒரு தனி புரோகிதர், மருத்துவர், ஜோதிடர், தலைவர் என தேவையான பலரையும் கொண்டிருந்தன. ஒரு தலித்துக்கு பிராமண பூசாரியின் சேவை கிடைக்காமல் போயிருக்கலாம். ஆனால், ஒரு தலித் சமூகத்துக்கு தலித் பூசாரி இருக்கத்தான் செய்தார். ஒரு பிராமண ஜோதிடரின் சேவை சூத்திரருக்குக் கிடைக்காமல் போயிருக்கலாம். ஆனால், கை ரேகை, கிளி ஜோசியம், குறி சொல்லி, சாமியாடி என பலர் மூலமாக சூத்திரர்களின் ஜோதிடத் தேவைகள் பூர்த்தியாகவே செய்திருக்கின்றன.

அதோடு ஒரு பிராமண ஜோதிடர் தனக்கான தட்சணை பெற்றுக் கொண்டுதான் அந்த சேவையைச் செய்கிறார் என்றாலும் அவர் சொல்லும் பரிகாரம் என்பது பிராமண நலனை மட்டுமே கணக்கில்

கொண்டு சொல்லப்படுவதில்லை. உதாரணமாக ஒரு தோஷத்துக் கான பரிகாரமாக குக்கிராமத்தில் இருக்கும் கோவிலுக்குச் சென்று வரச் சொல்கிறார் என்றால் அந்த குக்கிராமத்தில் கோவிலின் பூசகராக இருக்கும் பிராமணருக்கு மட்டுமல்லாமல் அந்த ஊரில் ஆட்டோ ஓட்டுபவரில் ஆரம்பித்து பூ கட்டி விற்பவர், வெற்றிலை பாக்கு விற்பவர், சிறு கடைகள் போட்டிருப்பவர், பரிகாரப் பொருளை உற்பத்தி செய்பவர் என பிற பிராமணரல்லாத அனைவருடைய வாழ்வாதாரத்துக்கும் வழியமைத்துத் தரத்தான் செய்கிறார்.

ஒரு பிராமண ஜோதிடர் பிராமணருக்கு மட்டுமே பரிகாரம் சொல் பவராக இருந்த காலத்தில்கூட மறைமுகமாக பிற ஜாதியினருக்கும் சமூகத்தின் பொருளாதாரச் சக்கரத்தின் சுழற்சிக்கும் சமூகத்தின் வேலைகளின் மேம்பாட்டுக்கும் உதவுபவராகவே இருந்திருக்கிறார். எல்லா வேலையையும் சேவையையும் எல்லாரும் செய்யவும் பெறவும் முடிந்திருக்கவேண்டும் என்பது உண்மைதான். அதே நேரம், அவரவருக்குத் தேவையானது அவரவர் ஜாதி மூலமே கிடைத்திருக்கிறது; ஒரு பிராமணரின் வழிகாட்டுதல் பிற ஜாதியினரின் நலனையும் கருத்தில் கொண்டதாகவே இருந்திருக் கிறது என்னும் நிலையில் அந்த சமூகத்தைக் கொஞ்சம் நிதானமாகப் பரிசீலித்துப் பார்க்கலாம். கோயிலில் நுழையவே விடவில்லை என்பதற்கும் மேல்ஜாதியினரின் கோயில்களில் நுழையவிடவில்லை என்பதற்கும் இடையில் நிறைய வித்தியாசம் இருக்கிறது.

அடுத்ததாக, குலத்தொழில் என்பது 'ஸ்பெஷலைசேஷன்' என்ற நிபுணத்துவத்தையே சாத்தியப்படுத்தியிருக்கிறது. இந்து சமூகம் அந்தக் காலகட்டத்தில் உலகின் பிற சமூகங்களைவிட பல தளங்களில் முன்னேறி இருந்ததை வைத்துப் பார்க்கும்போது குலத்தொழில் இந்து சமூகத்துக்கு நன்மையையே தந்திருக்கிறது என்ற முடிவுக்கே ஒருவர் வர முடியும். கால காலமாக, தலைமுறை தலைமுறையாக ஒரே தொழிலைச் செய்ததால் அந்தத் தொழிலில் செய்நேர்த்தி கூடி அது ஒரு பெரும் கலையாகவே பரிணமித்திருக்கிறது.

ஒரு குலத்துக்குள்ளாக இருந்த கர்நாடக இசையின் மென்மையையும் மேன்மையையும் வைத்துப் பார்க்கும்போது அந்தக் குலத்தொழிலை நாம் கைகூப்பி வணங்கத்தான்வேண்டும். பிற எந்தவொரு இசைப் பாரம்பரியமும் அந்தந்த நபர்களுக்குத் தரும் பேருவகையைவிட கர்நாடக சங்கீதம் பிராமணர்களுக்குத் தரும் ஆனந்தம் அலாதியானது. பிராமணனின் கொடுமை தெரியவேண்டுமென்றால் பறையனாக இருந்து பார் என்று சொல்வார்கள். பிராமணனின் அருமை தெரிய வேண்டுமென்றால் கர்நாடக சங்கீதத்தை (ரசிக்கக் கற்றுக்கொண்டு) கேட்டுப்பார் என்றுதான் சொல்லவேண்டியிருக்கும். இசைப்பது மட்டுமல்ல இசையை ரசிப்பதும் ஒரு கலையே. கர்நாடக இசையை

ரசிக்க வேண்டுமென்றால் பிராமணரின் காதுகள் வேண்டியிருக்கும். அதுபோல், பறை இசை அதன் உச்சத்தை அடைந்ததற்கும் அந்தக் குல வழிக் கை மாறலே காரணமாக இருந்திருக்கிறது.

மேலும் கர்நாடக இசைக் கலை பிற ஜாதி இசை மரபுகளுடன் இணைந்தும் விலகியும் பெற்றும் கொடுத்தும்தான் செழுமையடைந் திருக்கிறது. ஆனால், அந்த மாற்றங்கள், சேர்க்கைகள் எல்லாம் இயல்பாக அந்தக் குழுவினரால் காலப்போக்கில் எடுக்கப்பட்டவை. வயலின் என்ற மேற்கத்திய இசைக்கருவியைச் சேர்த்துக்கொண்டதில் ஆகட்டும், தோல் வாத்தியக் கருவிகளை உரிய மாற்றங்கள் செய்து உறுத்தாமல் இணைத்துக்கொண்டதிலாகட்டும் அவற்றுக்கெல்லாம் ஆதாரமாக இருந்தது மென்மையான பிராமண மனமே. நாகஸ்வரத்தைத் தவிர்த்துவிட்டு வயலினைச் சேர்த்துக்கொண்டதிலும் கொட்டு மேளம், பறைகளை விலக்கிவிட்டு மிருதங்கத்தைச் சேர்த்துக்கொண்டதிலும் எந்த அரசியலும் கிடையாது. அந்தந்த இசைக்கருவிகள் எழுப்பும் சத்தத்துக்கும் கர்நாடக இசையின் ஆன்மாவுக்கும் இடையிலான இணக்கமே காரணம். அது முழுக்க முழுக்க ரசனை மிகுந்த கலை மனத்தின் வெளிப்பாடுதான்.

பிராமணர்களின் இன்னொரு முக்கிய தொழிலான கோயில் சடங்குகள் அபாரமான கலை அழகுடன் முன்னெடுக்கப்பட்டிருக் கின்றன. அபிஷேகம் என்ற ஒன்றை எடுத்துப் பாருங்கள்... இருண்ட கருவறையில் அகல் விளக்கின் மங்கலான பொன்னிற ஒளியில் செய்யப்படும் பாலாபிஷேகம் இருக்கிறதே, வழிந்தோடும் திரவங்கள் வரையும் கல் ஓவியம். பூ ஒன்று மலர்வதுபோல், இருண்ட அறையில் மெள்ள மெள்ள உயிர் பெறும் தெய்வம். அகழ்வாராய்ச்சி யாளனின் தூரிகை காலத்தின் தூசிகளை துடைக்கத் துடைக்க ஆதி உயிரின் முழு உருவம் கண் முன் உருப்பெற்று வருவதுபோல் ஒரு பரவசம். உண்மையிலேயே அது ஒரு தெய்விக அனுபவமே.

அதிலும் அபிஷேகம் முடிந்த பிறகு அலங்காரத்துக்காக சன்னதி சில நிமிடங்கள் திரைபோட்டு மூடப்படும். பிறகு திடீரென்று பஞ்ச வாத்தியங்கள் முழங்க திரை விலக்கப்பட்டு கற்பூர விளக்கொளியில் பூரண அலங்காரத்துடன் தென்படும் சிலை அந்த நொடியில் தெய்வத்தின் சொரூபமாகவே உண்மையான பக்தருக்குக் காட்சியளிக்கும். பூக்களால் செய்யப்படும் அலங்காரங்கள், சந்தனக் காப்பு, வெண்ணைக்காப்பு, மாவுக் காப்பு, கரிய திருமேனியில் அணியப்படும் தங்க நகைகள் என இந்து தெய்வ அலங்கார, பக்திச் சடங்குகளுக்கு இணையாக இந்த உலகில் எங்குமே கிடையாது. பிராமணர்களின் குலத் தொழிலாக அது இருந்ததால்தான் பக்தி மார்க்கம் இப்படியான கலை உச்சத்தை எட்ட முடிந்தது.

இன்று பெருந்தெய்வக் கோயில்களில் கட்டண தரிசனம் இருப்பதையும் இன்ன பிற சடங்குச் சீர்கேடுகளையும் முற்போக்கு முகமூடி அணிந்துகொண்டு விமர்சிப்பதற்கு முன்னால், இன்றும் ஒவ்வொரு தெருமுனையிலும் இருக்கும் சிவாலயங்களிலும் பெருமாள் கோயில்களிலும் எளிய புரோகிதர்கள் தமது எளிய கோயிலில் தினம் தினம் செய்யும் பூஜை புனஸ்காரங்களை ஒரு நாள் நின்று பார்த்துவிட்டுச் சொல்லவேண்டும். இந்து பக்தி மரபின் உண்மையான ஆன்மா அந்த எளிய குலப் பாரம்பரியக் கோயில்களில் தான் இன்னமும் உயிர்வாழ்கிறது. யார் அபிஷேகம் செய்தாலும் இந்த பக்திப் பரவசம் கிடைக்கும் என்பதை மறுப்பதற் கில்லை. ஆனால், இன்றுவரை அதை குலத் தொழிலாக முன்னெடுத்து வந்தவர்களே இத்தகைய அற்புதத்தை நிகழ்த்திக் காட்டியிருப்பதால் அதற்கான மரியாதையாக அதை அப்படியே தொடரவிடலாம்.

மேலும் இன்றும் ஆயிரக்கணக்கான கோயில்களில் இதே அபிஷேகத்தை பக்தர்கள் எந்த ஜாதியைச் சேர்ந்தவர்களாக இருந்தாலும் செய்து வருவதையும் ஒருவர் பார்க்க முடியும். நாகராஜா கோயில்களில் பாலபிஷேகம் என்பது அனைத்து ஜாதி பக்தர்களாலும்தான் செய்யப் படுகிறது. வட இந்தியாவில் சிவனுக்கான வழிபாடுகள் கூட எல்லாராலும் செய்யப்படுகிறது. எனவே, சமத்துவ மறுப்பு என்ற அரசியல் முழக்கத்தை முன்னெடுப்பவர்கள் முதலில் நாகராஜாவுக்கு பாலபிஷேகம் செய்துவிட்டுவந்து பேசினால் குறைந்தபட்ச நியாயமாவது அதில் இருக்கும்.

இந்திய வான சாஸ்திரம் கிரஹணக் கணிப்பில் ஆரம்பித்து மழை, வெள்ளம், வறட்சி என தட்பவெப்பநிலைக் கணிப்புகள்வரை அன்றைய தொழில்நுட்ப சத்தியங்களை மீறிய சாதனையாகவே பலவற்றைச் செய்துகாட்டியிருக்கின்றன.

பூஜ்ஜியம், தசம எண் முறை என கணிதத்தின் அடிப்படைகளைக் கண்டுபிடித்தது நம் முன்னோர்கள்தான். உருக்கு (எஃகு), பட்டு, சர்க்கரை, பருத்தி, மிளகு, முத்து, வைரம் என குலத் தொழில் இந்திய உலகுக்குக் கொடுத்த பொருள்களின் எண்ணிக்கை ஏராளம்.

அதுபோல் தத்துவ விசாரங்கள், பிற சிந்தனைப் பள்ளிகளை மதிக்கும் பண்பு, ஒன்றிலிருந்து இன்னொன்று பெற்றுக்கொள்ளும் நல்லுறவு என ஞான மரபில் ஒரு செழுமையான பாரம்பரியம் இருந்திருக்கிறது. பல்வேறு வாழ்க்கைப் பார்வைக்கும், மதிப்பீடுகளுக்கும், வாழ்முறைகளுக்கும் இடமளிக்கும் இந்து ஆன்மிகம் இருக்கிறதே... ‘ஒற்றை இறை’வனைத் திணிக்கும் ஆப்ரஹாமிய மதங்கள் எத்தனை ஜென்மம் எடுத்தாலும் எட்ட முடியாத உச்சம் அது. இந்தியாவில்

தோன்றிய பௌத்தம் இந்த உலகில் பல நாடுகளுக்குப் பரவியிருக்கிறது. ஒரு நாட்டிலாவது ஒரு சொட்டு ரத்தமாவது சிந்த வைத்திருக்கிறதா? மத மாற்றம்கூட எப்படிச் செய்யவேண்டும் என்று காட்டிய மரபு நமக்கு மட்டுமே உண்டு. குலத் தொழில் காலகட்டம் தானே அதையும் நிகழ்த்திக் காட்டியிருக்கிறது.

கல் போன்ற கடினமான பொருள்களில் ஆரம்பித்து தங்கம் போன்ற மென்மையான பொருள்கள்வரை அனைத்திலும் இந்து ஆசாரிகள் செய்த சாதனைகள் அது அவர்களுடைய குலத் தொழிலாக இருந்ததால் தான் சாத்தியமாகியிருக்கிறது. தங்கத்திலும் கல்லிலும் இத்தனை நுணுக்கமான வேலைப்பாடுகளைச் செய்யக் காரணமான ஒரு வாழ்க்கை முறையை தவறானது என்று எப்படிச் சொல்ல முடியும்.

●

7

குலவழி அறிவின் சிறப்பு

நேற்றைய பாரதத்தின் உயர்வில் குலத்தொழிலுக்கும் நிச்சயமாக ஓர் பங்கிருக்கிறது!

குலத் தொழிலாக இருந்த கட்டடக்கலையில், கோயில் கலையில் சிற்பத்தில் நேற்றைய பாரதத்தில் நிகழ்த்தப்பட்ட சாதனையை இன்னும் இன்றைய நவீன எந்திரத் தொழில்நுட்ப உலகம் ஜாதித்திருக்கவில்லை.

மருத்துவத்திலும்கூட எலும்பு முறிவுக்கான மருந்துகளில் ஆரம்பித்து பாம்புக் கடி மருந்துவரை எத்தனையோ அபாரமான விஷயங்கள் குலத் தொழில் மருத்துவத்தில் கண்டடையப்பட்டிருக்கின்றன. நோயை எதிர்க்கும் வலுவை உடம்புக்குள்ளிருந்தே வரவைக்க வேண்டும்... நோய் வராமல் தடுப்பதே மருத்துவத்தின் முதல் இலக்கு... ஒரு நோய்க்குத் தரும் மருந்து வேறு நோய்களை உருவாக்கிவிடக் கூடாது... நோயாளி என்பவர் மருத்துவரின் லௌகீகத் தேவைகளைப் பூர்த்தி செய்யக் கிடைத்த பலிகடா அல்ல என்ற மதிப்பீடுகளை அடிப்படையாகக் கொண்டுதான் குல வழி மருத்துவம் இருந்து வந்திருக்கிறது. இன்று மருத்துவ அறிவியல் வளர்ந்திருக்கிறது. ஆனால், மருத்துவ அறவியல் என்ன ஆகியிருக்கிறது? நேற்றைய மருத்துவ அறவியலும் இன்றைய மருத்துவ அறிவியலும் சேர வேண்டும். அதற்கு குல வழியிலான நம் மருத்துவப் பாரம்பரியத்தைப் பழிப்பதை நிறுத்தவேண்டும்.

போக்குவரத்து வசதிகளும் இடப்பெயர்ச்சிகளும் அதிகமாக இருந்திராத காலகட்டத்தில் ஒரு ஊருக்கு ஒரு சில மருத்துவர் போதும் என்ற நிலையே இருந்தது. அப்போது ஒரு மருத்துவருக்கு தான் கற்ற வித்தையை அனைவருக்கும் கற்றுத் தருவதைவிட தனது குழந்தை களுக்கும் குலத்தினருக்கும் கற்றுத் தருவதிலேயே அதிக விருப்பம் இருந்திருக்கும். அப்படியே அவர் அனைவருக்கும் கற்றுத் தந்திருந்தாலும், ஆசிரியராக அவர் மாணவர்களுடன் இருக்கும் நேரத்தைவிட தந்தையாக தன் மகனுடனும் நண்பர்களாக தன் குலத்தினருடனும் இருக்கும் நேரமே அதிகமாக இருக்கும். எனவே அச்சுக் கலை கண்டுபிடிக்கப்பட்டிராத நிலையில் பிற ஜாதியினரை விட அந்தக் குலத்தினரே ஓர் ஆசிரியரிடமிருந்து அதிகம் கற்றுக் கொள்ள வாய்ப்பு பெற்றிருப்பார்கள். செய் நேர்த்திக்கு அதுவே வழிவகுத்திருக்கும். இந்தக் காரணங்களே குல வழித்தொழிலுக்கு அங்கீகாரத்தைத் தந்திருக்கும்.

குல வழி வைத்தியருடைய மருத்துவ அறிவு இன்றைய நவீன அறிவியல் அறிவைவிடக் குறைவாக இருந்திருக்கலாம். ஆனால், அவர்களின் நேர்மையும் நோயாளி மீதான கரிசனமும் இன்றைய மருத்துவர்களிடமும் இல்லை; மருந்து கண்டுபிடித்துத்தரும் விஞ்ஞானிகளிடமும் இல்லை. எந்த மருத்துவ விஞ்ஞானியாவது நான் கண்டுபிடித்துத் தரும் மருந்தை கொள்ளை லாபம் சம்பாதிக்கப் பயன்படுத்தக்கூடாது என்று சொல்லியிருக்கிறாரா? நவீன மருத்துவர்கள் தவறு செய்தால் அதற்கு நவீன மருத்துவ விஞ்ஞானம் என்ன செய்யும் என்ற பதிலை ஓர் எல்லைவரைதான் ஏற்க முடியும்.

இந்த இடத்தில்தான் குலத்தொழிலின் முக்கியத்துவம் வருகிறது. முன்பு எல்லாத் தொழிலும் குலவழியாகவே இருந்தபோது, அதாவது ஒவ்வொரு மனிதரும் தன்னை ஓர் குலத்தின் பிரதிநிதியாகக் கருதி வந்தபோது, தான் செய்யும் சிறு தவறு தனது குலத்துக்கே இழுக்கைத் தரும் என்ற பயம் இருந்தது. இன்று ஒவ்வொருவரும் தன்னைத் தனி நபராக உணர்வதால் அல்லது அப்படி உணர்வதாக வெளியே காட்டிக்கொள்வதால் அவர்களைக் கட்டுப்படுத்த வேறு எந்த அமைப்பும் இல்லை. ஒருவர் நல்லவராக இருப்பதும் தவறுகள் செய்வதும் அவருடைய தனிப்பட்ட ஆளுமையைப் பொறுத்ததாகி விட்டிருக்கிறது. அடிப்படையில் மனிதர்கள் சுய நலம் மிகுந்த விலங்கு மட்டுமே என்பதால் இன்றைய சமூகத்தில் கேடுகளே அதிகமும் விளைகின்றன.

அமெரிக்க ஐரோப்பிய கார்ப்பரேட்டிஸங்கள் குறைந்த செலவில் சிறந்த மருத்துவம் இந்தியாவில் கிடைக்கிறது என்றதும் அதை முடக்க ஒன்று இந்திய மருத்துவர்களை அதிக பணம் கொடுத்து தமது நாடுகளுக்கு அழைத்துச் சென்றுவிடுகிறார்கள். அல்லது இந்திய மருத்துவமனைகளை விலைக்கு வாங்கி அவற்றின் கட்டணத்தை எட்டாத உயரத்துக்குக் கொண்டுசென்றுவிடுகிறார்கள். இதுதான் தனி நபர் வாதத்தை முன்னெடுக்கும் மதமும் நாடும் சொல்லும் வழிமுறை.

அதற்கு எதிர் நிலையில்தான் குலத்தொழிலை முன்னெடுக்கும் இந்திய மரபு செயல்படுகிறது. அதுதான் சங்கர நேத்ராலயாக்களையும் அரவிந்த் கண் மருத்துவமனைகளையும் முன்வைக்கிறது. இந்த மருத்துவமனைகளில் எல்லா ஜாதியினரும் மருத்துவர்களாக இருக்கிறார்கள் என்பது உண்மைதான். ஆனால், முந்தைய குலத் தொழில் மருத்துவர்கள் முன்வைத்த நோயாளி மீதான கருணை என்ற மதிப்பீட்டின் அடிப்படையில் அது வடிவமைக்கப்பட்டிருக்கிறது. எனவே, பல ஜாதி மருத்துவர்கள் இருந்தாலும் அது நேற்றைய மருத்துவ குலத் தொழிலின் நீட்சியாகவே இருக்கிறது. ஒரு குலத்தொழிலை மாற்றுவதென்றால் இப்படித்தான் மாற்றவேண்டும்.

கடந்த காலக் குலத்தொழில் மருத்துவர்கள் பிற ஜாதியினருக்கு மருத்துவம் செய்யவில்லை என்று சொல்பவர்கள் ஒவ்வொரு ஜாதிக்கும் ஒவ்வொருவகை மருத்துவர்கள் இருந்திருக்கிறார்கள் என்பதையும் அவர்கள் தத்தமது ஜாதியினருக்கு மனிதாபிமானத் தோடு சிகிச்சை செய்திருக்கிறார்கள் என்பதையும் சேர்த்தே பார்க்க வேண்டும். பல மருத்துவ வழிமுறைகளிடையே கொடுக்கல் வாங்கல் இல்லாமல் போக குலவழி மருத்துவ முறை காரணமாக இருந்தது என்று சொல்பவர்கள் இன்றும் அப்படியான எந்தப் பரிமாற்றமும் இல்லை என்பதை யோசித்துப் பார்க்கவேண்டும். ஒரு அலோபதி மருத்துவர் சித்த மருத்துவத்தை ஒரு மருத்துவமாகவே மதிப்பதில்லையே. எனவே, குலத் தொழில் மருத்துவத்தைப் பெரிய குறையாகப் பார்ப்பதில் எந்த நியாயமும் இல்லை. பெரும்பாலான தொழில்களுக்கும் இந்த விஷயங்கள் அப்படியே பொருந்தும்.

பொருளாதாரத்தை எடுத்துக்கொண்டால் 15-16-ம் நூற்றாண்டுவரை இந்தியாவே உலகின் பொருளாதாரத்தில் வல்லரசாக இருந்திருக்கிறது.

உலகப் பொருளாதாரத்தில்
நாடுகளின் / பகுதிகளின் பங்களிப்பு

நாடுகள் / பகுதிகள்	சதவிகிதம்
மொத்த மேற்கு ஐரோப்பா	10.8
கிழக்கு ஐரோப்பா	1.9
முன்னாள் சோவியத் ரஷ்யா	1.5
மொத்த மேற்கத்திய கிளை நாடுகள்	0.5
மொத்த லத்தீன் அமெரிக்கா	2.2
ஜப்பான்	1.2
சீனா	26.2
இந்தியா	32.9
பிற ஆசிய நாடுகள்	16.1
(ஜப்பான் தவிர்த்த) மொத்த ஆசியா	75.1
ஆப்பிரிக்கா	6.8
உலகம்	100.0

ஆதாரம் : மாடிசன் (2003), பக். 263, பாரதப் பொருளாதாரம் - பேரா. கனகசபாபதி

விவசாயம் குலத் தொழிலாக இருந்த காலகட்டத்தில் இந்திய நிலங்களின் உற்பத்தித் திறன் பிற நாடுகளைவிட அதிகமாகவே இருந்திருக்கிறது. பிரிட்டிஷார் இந்தியாவுக்கு வந்தபோது எழுதியிருக்கும் குறிப்பில் இந்திய விவசாயிகளின் சம்பளம் பிரிட்டனில் மட்டுமல்ல ஐரோப்பாவிலேயே அப்போது தரப்பட்ட சம்பளத்தைவிட அதிகமாக இருந்ததாகப் பதிவு செய்திருக்கிறார்கள். இந்திய ஏர்-கலப்பையும், ஊடு பயிரேற்றமும், நீர்ப்பாசனங்களும் அந்தக் காலகட்டத்து தொழில் நுட்பத்தை ஒப்பிட்டுப் பார்க்கும் போது முன்னணியில் இருந்திருக்கின்றன.

வர்த்தகத் தொழிலில் இந்து பனியா/செட்டியார் ஜாதியினர் செய்த பிரமிக்கத் தகுந்த சாதனைகளுக்கு இணையாக வெகு சில குழுக் களையே சொல்ல முடியும். திரைகடலோடித் திரவியம் தேடியதா கட்டும்... ஆற்றில் போட்டாலும் அளந்து போடுவதிலாகட்டும்...

அன்னதானங்கள், சத்திரங்கள், குளங்கள் வெட்டுதல், கோயில்கள் கட்டுதல் எனச் செயல்பட்டதிலாகட்டும் வைசிய மரபு தன் ஜாதிக்கு மட்டுமல்ல ஒட்டு மொத்த ஜாதிகளுக்கும் ஆற்றிய நற்செயல்கள் கொஞ்ச நஞ்சமல்ல.

பிரமாண்ட உற்பத்தி, பிரமாண்ட சந்தை, இயற்கை வளச் சுரண்டல், கொள்ளை லாபம், ஒற்றைப்படை நோக்கு ஆகியவற்றைக் குறிக்கோளாகக் கொண்ட இன்றைய கார்ப்பரேட்டிஸத்துக்கு சிறிய அளவில், உள்ளூர் தேவைகள் - மூலப் பொருள்கள் சார்ந்த, இயற்கையோடு இணைந்த நேற்றைய நம் குல வணிகத்தைப்பற்றிப் பேச எந்த அருகதையும் கிடையாது. அதிலும் கடந்த காலத்தில் பெரும் சாம்ராஜ்ஜியங்கள் இருந்ததில்லை. குறுநில மன்னர்கள், வெவ்வேறு அதிகார மையங்கள் இருந்திருக்கின்றன. அப்படியான நிலையிலும் வர்த்தகம் எந்தத் தடையும் இன்றி சிறப்பாக நடந்துவந்ததற்கு அது குலத் தொழிலாக இருந்ததுதான் முக்கிய காரணம்.

சத்திரிய, ராஜ நிர்வாகத்தை எடுத்துக்கொண்டால் அர்த்த சாஸ்திரம் முன்வைத்தவற்றுக்கு இணையாக வேறொன்று இதுவரை இந்த உலகில் உருவாகியிருக்கவில்லை. செடியில் இருந்து மலரைக் கொய்வதுபோல், மரத்திலிருந்து கனியைப் பறிப்பதுபோல் வரியை வசூலிக்கவேண்டும் என்கிறார் சாணக்கியர். ஒரு நாட்டை வெல்ல வேண்டுமென்றால், அந் நாட்டின் முக்கிய பொறுப்பை எட்டும்படி நம் ஆள் ஒன்றை அனுப்பவேண்டும் என்ற சாணக்கிய தந்திரத்தை நாம் மறந்துவிட்டோம். நம் எதிரிகள் அதைப் படித்துவிட்டு நம்மிடமே அதைப் பிரயோகித்துவிட்டிருக்கிறார்கள்.

கடைநிலைப் பணிகளை எடுத்துக்கொண்டால் வண்ணார்கள் நூறு வீட்டில் இருந்து ஆயிரம் துணிகளை எடுத்துவந்தாலும் அவை அனைத்தையும் ஒன்றாகக் கலந்து துவைத்து வெள்ளாவியில் போட்டு எடுத்தாலும் ஒரு நாள்கூட ஒரு வீட்டுத் துணி இன்னொரு வீட்டுக்கு மாறிப்போனதாக சரித்திரம் இல்லை. துணியில் மறைவாக ஓர் இடத்தில் அவர்கள் போடும் குறியீடுகள் கணினியைவிடத் துல்லியமானவை. செய்த குலத் தொழிலை தெய்வமாக மதித்த தலைமுறையின் எடுத்துக்காட்டு அது. இன்று டப்பாவாலாக்கள் செய்துவரும் பிரமாண்ட சாதனைக்கு அந்தச் செய் நேர்த்தி வேறு வகைகளில் அவர்கள் உடம்பில் பரம்பரை பரம்பரையாக ஓடிவருவதே காரணம்.

●

8

பாரதத்தின் தொழில் நுட்ப மேன்மை

பிரிட்டிஷார் இந்தியாவில் கண்டு வியந்த பல அம்சங்களில் ஒன்று அதன் விஞ்ஞான, தொழில் நுட்ப மேன்மை. உலகின் பிற பகுதிகள் ஒவ்வொரு துறையிலும் எந்த அளவுக்கு பயணித்திருந்தனவோ அதைவிட இந்தியா மேலான நிலையில் இருந்ததை ஆரம்பகால ஐரோப்பியர்கள் பார்த்து வியந்திருக்கின்றனர். போர்ச்சுகீசியர்களும் டச்சுக்காரர்களும் இந்தியத் தாவரங்கள் பற்றிய, குறிப்பாக கேரள தாவரங்கள் பற்றிய, தகவல்களைத் தொகுத்து ஹோர்டஸ் மலபாரிகஸ் என்ற 12 வால்யூம்கள் கொண்ட மிகப் பெரிய தொகுப்பு ஒன்றை உருவாக்கினார்கள். இந்தியத் தாவரங்கள் பற்றிய அந்தத் தகவல் திரட்டை உருவாக்க நான்கு இந்தியர்கள் பெரிதும் உதவினார்கள். அதில் மூவர் பிராமணர். ஒருவர் சூத்திர (ஈழவ) பிரிவைச் சேர்ந்தவரும் ஆயுர்வேதத்தில் சிறந்தவருமான அச்சுதன் வைத்தியன்.

கோவாவில் இருந்து கன்னியாகுமரி வரையிலான பகுதியில் இருந்த சுமார் 750 வகைத் தாவரங்களைப் பற்றிய தகவல்கள் படங்களுடன் அதில் இடம்பெற்றிருந்தன. இந்தியத் தாவரங்களைப் பற்றிய தகவல் திரட்டுக்கு இந்தியர்கள் உதவி செய்ததில் பெருமைப்பட ஒன்றும் இல்லைதான். ஆனால், இந்தியாவில் அப்படியான பகுப்பு முறை முன்னரே இருந்ததால்தான் அந்தப் பணியை எளிதில் முடிக்க முடிந்தது. ஆயுர்வேதத்திலும் அதற்கு முன்பாகப் பின்பற்றப்பட்ட மருத்துவ முறையிலும் ஏராளமான மூலிகைகளைப் பற்றிய

குறிப்புகளும் அவற்றின் குணங்களும் மிகத் துல்லியமாக விவரிக்கப் பட்டிருந்தன.

அதுபோல், பிரிட்டிஷார் இந்தியாவுக்கு வந்தபோது இந்தியாவில் விவசாயத்தில் பயன்படுத்தப்பட்ட கருவிகள் அனைத்துமே மிக உயர்ந்த தொழில்நுட்பத்தைக் கொண்டவையாக இருந்திருக்கின்றன. குறிப்பாக கலப்பை. மண்ணைக் கிளறி விதைப்பது உலகில் எல்லா சமூகங்களிலும் நடைமுறையில் இருந்த ஒரு விஷயம்தான். ஆனால், இந்திய கலப்பை போன்ற செயல் திறம் மிகுந்த ஒரு கருவி உலகில் வேறு எங்கும் இருந்திருக்கவில்லை. இந்தியாவில் அம்மை நோய்க்கான தடுப்பு மருந்து அந்த காலகட்டத்தில் உலகின் பிற பகுதிகளில் இருந்த மருந்துகளைவிட செயல்திறம் மிகுந்ததாக இருந்திருக்கிறது. பிரிட்டிஷார் அறிமுகப்படுத்திய தடுப்பு மருந்தை விட இந்திய பாரம்பரியத் தடுப்பு மருந்து அதிக நோய்ப் பாதுகாப்பைத் தந்திருக்கிறது.

இந்தியாவில் தயாரிக்கப்பட்ட இரும்பு உயர் தரமானதாக இருந்திருக்கிறது. 18-ம் நூற்றாண்டு வாக்கில் இந்தியாவில் சுமார் 10,000 இரும்பு உலைகள் இருந்ததாகவும் ஒரு உலையில் வாரத்துக்கு அரை டன் இரும்பு உருக்கித் தயாரிக்கப்பட்டதாகவும் பிரிட்டிஷ் ஆவணங்கள் தெரிவிக்கின்றன. ஆண்டுக்கு 35-40 வாரங்கள் இயங்கியதாக வைத்துக்கொண்டால் ஆண்டொன்றுக்கு ஓர் உலை மூலம் சுமார் 20 டன் இரும்பு தயாரிக்கப்பட்டிருக்கும். உலகின் வேறு எந்தப் பகுதியை விடவும் இது அதிகமான அளவுதான். அதோடு அந்த இரும்பின் தரமானது ஸ்வீடனின் மிகச் சிறந்த இரும்பைவிடவும் சிறப்பாக இருந்ததாக அயர்ன் வொர்க்ஸ் இன் ராமநாயக்க(ன்) பேட்டை என்ற தலைப்பில் 1795-ல் எழுதிய கட்டுரையில் டாக்டர் பெஞ்சமின் ஹைன் குறிப்பிட்டிருக்கிறார்.

இவை எல்லாவற்றையும்விட மருத்துவத்தில் இந்தியா எட்டியிருந்த உயரம்தான் பிரிட்டிஷாரை மலைக்க வைத்தது.

பிளாஸ்டிக் சர்ஜரி இன்று உலகில் வெகுவாக முன்னேறி இருக்கும் மருத்துவப் பிரிவு. அதன் வேர்கள் இந்தியாவில்தான் இருந்திருக்கிறது என்பது அன்றைய பிரிட்டிஷாருக்கு மட்டுமல்ல இன்றைய இந்தியர்களுக்குக்கூட நம்பமுடியாத ஒன்றாகவே இருக்கும்.

மண் பானை, செங்கற்கள் செய்யும் குயவர்கள்தான் பிளாஸ்டிக் சர்ஜரியில் சிறந்து விளங்கியிருக்கிறார்கள். திப்பு சுல்தானுடனான போரில் பிரிட்டிஷாரின் படையில் இருந்த ஒருவருடைய மூக்கு அறுபட்டுவிட்டது. ராணுவத் தளவாடங்களைக் கொண்டு செல்லும்

காளை வண்டியின் ஓட்டுநராக இருந்த அவர் பல மாதங்கள் சிதைந்த மூக்குடனே இருந்துவந்திருக்கிறார். அவருக்கு மஹாராஷ்டிரத்தைச் சேர்ந்த குமார் என்ற ஒருவர் செயற்கை முறையில் மூக்கை ஒட்ட வைத்திருக்கிறார். அந்த அறுவை சிகிச்சையை அருகில் இருந்து பார்த்த பிரிட்டிஷ் மருத்துவர்கள் தாமஸ் க்ருஸ், ஜேம்ஸ் ஃபிண்ட்லே அதை விரிவாக பதிவு செய்திருக்கிறார்கள். உடைந்த சிலை அல்லது பானையின் பாகத்தை களி மண் பூசி ஒட்ட வைப்பதுபோல் வெகு அழகாக அவர்கள் ஒட்ட வைத்திருக்கிறார்கள். இந்தப் பாணியைப் பின்பற்றித்தான் நவீன அறுவை சிகிச்சையின் தந்தை என்று உலகம் இன்று கொண்டாடும் ஜே.சி.கார்ப்யூ (J.C. Carpue, FRS) தன் முதல் அறுவை சிகிச்சையை **1815**-ல் பிரிட்டனில் செய்திருக்கிறார்.

மூக்குக்குத் தேவையான தோல் மற்றும் சதைப்பகுதியை நெற்றியில் இருந்து குயவர்கள் எடுத்திருக்கிறார்கள். இது மிகப் பெரிய கண்டுபிடிப்பு என மருத்துவ உலகம் இன்றும் கொண்டாடுகிறது. பொதுவாக சதை அதிகமாக இருக்கும் கால் அல்லது பிற பகுதியில் இருந்து எடுப்பதுதான் எளிது என்று தோன்றும். அறுவை சிகிச்சையின் தந்தை என்று போற்றப்படும் சுஷ்ருதர் கூட கன்னத்தில் இருந்து தோலை எடுக்க வேண்டும் என்றுதான் எழுதியிருக்கிறார். ஆனால், மூக்குக்குத் தேவையான தோலை நெற்றிப் பகுதியில் இருந்து எடுப்பதில் நிறத்தில் ஆரம்பித்து பல ஆதாயங்கள் இருப்பதை இன்றைய மருத்துவ உலகம் பல்வேறு ஆராய்ச்சிகளின் அடிப்படையில் கண்டடைந்திருக்கிறது. அதுவோ இந்தியாவில் மிகவும் சர்வ சாதாரணமான பிரிவைச் சேர்ந்தவர்களால் எளிதில் கண்டடையப்பட்டிருக்கிறது.

'முதலில், அடிபட்ட மூக்கின் மேல் மெழுகால் ஆன மூக்கு ஒன்றை ஒட்ட வைத்திருக்கிறார்கள். அதன் பிறகு அதன் விளிம்புகளை நெற்றி வரை பூசி மொழுகியிருக்கிறார்கள். பிறகு நெற்றியில் இருந்து தோலைப் பிய்த்து எடுக்காமல் கீழே இழுத்துக் கொண்டுவந்து மூக்கின் நடுவே சுவாசத்துக்கு மட்டும் இடைவெளி இருக்கும் வகையில் மூக்கின் மேலே பொருத்தியிருக்கிறார்கள். புதிய தோலானது பழைய தோலுடன் நன்கு ஒட்டும் வகையில் ஐந்தாறு இடங்களில் டெரா ஜபானிகா எனப்படும் பிசின் மூலம் இணைக்கப் பட்டிருக்கிறது. வேறு எந்த மருந்துகளும் போடப்படவில்லை. நாலைந்து நாட்கள் கழித்து அந்த பசை நீக்கப்பட்டு நெய் தடவிய துணி போர்த்தப்பட்டது. சுமார் **25** நாட்கள் கழித்து நீட்டிக் கொண்டிருக்கும் தோல் பகுதிகள் சிறிய அறுவை சிகிச்சை மூலம் சரி செய்யப்பட்டது. முதல் கட்ட அறுவை சிகிச்சை முடிந்த ஐந்தாறு

நாட்கள் நோயாளி படுத்த படுக்கையாகவே வைக்கப்படுகிறார். அதன் பிறகு, மூக்கில் துவாரம் சரியாக இருப்பதற்காக துணிச் சுருள்கள் வைக்கப்படும். இந்த அறுவை சிகிச்சையின் வெற்றி வாய்ப்புகள் மிக அதிகம்; நெற்றியில் இருந்த தழும்பு காலப் போக்கில் மறைந்து போய்விடுகிறது' என ஜே.சி.கார்ப்யூ வியந்து பாராட்டியிருக்கிறார்.

இந்தியாவில் பிரிட்டிஷார் சற்றும் எதிர்பார்த்திராத இன்னொரு தொழில்நுட்பமும் இருந்தது. சுட்டெரிக்கும் வெய்யில் நிறைந்த நம் தேசத்தில் செயற்கை முறையில் ஐஸ் தயாரிக்கப்பட்டு வந்ததைப் பார்த்ததும் அவர்களால் முதலில் நம்பவே முடியவில்லை. அவர்கள் இமயமலை வழியாக இந்தியாவுக்கு வந்திருக்கவில்லை. எனவே, இந்தியாவில் பனிக்கட்டியை அவர்கள் எதிர்பார்க்கவில்லை. பனிக்கட்டி நிறைந்த பகுதியில் இருந்து வந்தவர்கள் என்பதால் ஐரோப்பியர்களுக்கு செயற்கையாக அதை உருவாக்க வேண்டிய அவசியம் இல்லை. ஆனால், இந்தியாவில் அப்போது பனிக்கட்டி உற்பத்தி செய்யப்பட்டிருக்கிறது. அது குறித்து சர் ராபர்ட் பார்க்கர் (எஃப்.ஆர்.எஸ்) (1775) மிக விரிவாக எழுதியிருக்கிறார்.

கட்டுரையை ஆரம்பிக்கும்போதே, அவர் ஆய்வு மேற்கொண்ட அலகாபாத், கல்கத்தா பகுதிகளில் எங்கும் தெருவிலோ சமவெளிகளிலோ பனிக்கட்டிகளே கிடையாது. வெப்பமானியும் உறை நிலை வெப்பத்தை ஒருபோதும் சுட்டிக்காட்டியதில்லை என்றுதான் ஆரம்பிக்கிறார். இந்தப் பகுதியில் செயற்கையாகவேதான் பனிக்கட்டி உருவாக்கப்பட்டிருக்கிறது என்பதை உறுதிப்படுத்தவே அப்படியான குறிப்புடன் கட்டுரையை ஆரம்பிக்கிறார். டிசம்பரில் இருந்து பிப்ரவரி வரையிலான காலகட்டத்தில் பெருமளவுக்கு ஐஸ்கட்டி உற்பத்தி செய்யப்பட்டதை நேரில் பார்த்து எழுதியிருக்கிறார். வேறு சிலரும் இது குறித்து எழுதியிருக்கிறார்கள். என்றாலும் இதுதொடர்பாக வெறும் மேலோட்டமான தகவல்களே எங்கும் அதிகம் இருப்பதால் விரிவாக எழுத முடிவெடுத்ததாகச் சொல்கிறார். அவர் சொல்வதன் சாராம்சம் இது.

மிகப் பெரிய திறந்த வெளியில் 30 அடி சதுரத்தில் இரண்டடி ஆழத்தில் ஒரு பாத்திபோல் மூன்று நான்கு குழிகள் வெட்டப்பட்டன. எட்டு அங்குல அளவுக்கு கரும்பு அல்லது மக்காச்சோளத் தட்டைகொண்டு நிரப்பப்பட்டன. இந்தப் படுகை மேலே உறைய வைக்க வேண்டிய நீரானது சிறு சிறு பானைகளில் ஊற்றப்பட்டு வரிசையாக வைக்கப் பட்டன. இந்த நீரானது கொதிக்க வைத்து ஆற வைக்கப்பட்டிருக்கும். இப்படி மாலை நேரத்தில் வைக்கப்படும் நீரானது சூரியன்

உதிப்பதற்கு முன்பாக சேகரிக்கப்படும். எந்த அளவுக்கு பனிக்கட்டி யாக ஆகியிருக்கிறதோ அது அப்படியே கூடைகளில் சேகரிக்கப் பட்டு வேறொரு இடத்துக்குக் கொண்டு செல்லப்படும். அங்கு 14-15 அடிக்குக் குழி தோண்டப்பட்டிருக்கும். அந்தக் குழியில் முதலில் வைக்கோல் போடப்பட்டிருக்கும். அதன் பிறகு கரடு முரடான போர்வை போன்ற ஒன்று போடப்படுகிறது. இந்தக் குழிக்குள் கூடை வைக்கப்பட்டு குழியின் மேல் பகுதி மீண்டும் காற்றுப் புகாதபடி வைக்கோல் போட்டு மூடப்படும். இந்தக் குழிகளுக்கு மேலே பந்தல்போல் கூரை வேயப்பட்டிருக்கும்.

கரும்பு அல்லது சோளத்தட்டைகளின் பஞ்சு போன்ற தன்மை பானை களுக்குக் கீழே குளிர்ந்த காற்று சென்று வர வழிசெய்கின்றன. பானை யில் இருக்கும் சிறு துவாரங்கள் குளிர்ந்த காற்று உள்ளே செல்ல வழி செய்து தருகின்றன. சம தளத்தில் இருந்து ஒரு அடி கீழே இவை வைக்கப்பட்டிருப்பதால் சம தளக் காற்றினால் எந்த அதிர்வுக்கும் ஆளாகாமல் இருக்க வழி செய்கிறது. இவை எல்லாமே தீவிர ஆராய்ச்சி யின் விளைவாக மட்டுமே கண்டடையப்பட்டிருக்க வேண்டும்.

இந்த ஐஸ் உற்பத்தியில் பின்பற்றப்பட்டிருக்கும் விஞ்ஞானம் மிகவும் எளியது. பிற பொருள்களில் இருந்து வெப்பம் வந்து சேர முடியாதபடி நீர், திறந்த வெளியில் வைக்கப்பட்டால் சுற்றுப்புற வெப்பநிலை பூஜ்ஜியத்துக்கு சில டிகிரிகள் அதிகமாக இருக்கும் போதே நீரானது பூஜ்ஜியத்தை எட்டிவிடும். இந்தப் பனிக்கட்டி யானது பெருமளவுக்குச் சேகரிக்கப்பட்டு முறையாக மூடிவைக்கப் பட்டால் உறை நிலையிலேயே தொடர்ந்து இருக்கும்.

சர்பத்கள் அல்லது உறைய வைக்கப்படவேண்டிய திரவங்களானது ஒரு வெள்ளிக் கிண்ணத்தில் ஊற்றப்பட்டு ஐஸ்கட்டிகள், வெடியுப்பு, சாதா உப்பு போன்றவை இருக்கும் பெரிய பாத்திரத்தினுள் வைக்கப் படும். கிண்ணத்துக்குள் வைக்கப்படும் திரவமானது ஐஸ்க்ரீம் போல வெகு அருமையாக உறைந்துவிடும். ஐரோப்பாவில் நாம் எந்த அளவுக்கு சிறப்பாகத் தயாரிக்கிறோமோ அதே அளவுக்கு இந்திய ஐஸ்க்ரீம்களும் இருக்கின்றன.

இந்த வழிமுறையானது இந்தியர்கள் தாமாகவே கண்டுபிடித்தது தான். பனை ஓலை விசிறியில் ஆரம்பித்து வெட்டி வேர் தட்டிகள் வரை வெப்பத்தில் இருந்து காத்துக்கொள்ள பல்வேறு பொருள்கள் பயன்படுத்தப்பட்டுள்ளன. இந்தியக் குடிசைகள் என்பவை வெய்யில் காலத்தில் குளிர்ச்சியாகவும். மழைக்காலத்தில் கதகதப்பாகவும் இருக்கும் சக்திகொண்டவை. இன்றைய கான்க்ரீட் வீடுகளோ

சுண்ணாம்புக் காளவாய்போல் தகித்துவருகின்றன. இந்த நவீன மனிதன்தான் நேற்றைய மனிதனைப் பார்த்து தொழில்நுட்பத்தில் நீ பின்தங்கியவன் என்று சொல்கிறான்.

இந்த சாதனைகள் அனைத்துமே குலத்தொழிலில் ஈடுபட்டு வந்தவர்கள் செய்தவை என்று சொல்வதைவிட குலத் தொழிலில் ஈடுபட்டதால் செய்ய முடிந்த சாதனைகள் என்று சொல்வதுதான் சரியாக இருக்கும்.

●

9

குலத் தொழில் சமூகமும் நவீன சமூகமும்

எல்லாரும் எல்லா வேலைகளையும் செய்யலாம் என்று சொன்னவர்கள் அதை நல்லெண்ணத்துடன்தான் சொல்லியிருக்கிறார்கள். ஆனால், எல்லா வேலைகளும் விஞ்ஞானமயமாகவும் லாபகரமானதாகவும் சமூக இழிவு குறைந்ததாகவும் ஆனதும் முன்னேறிய சமூகத்தினரே அந்த வேலைகளைச் செய்ய ஆரம்பித்து அதன் பலன்களை எடுத்துச் சென்றுவிட்டிருக்கிறார்கள்.

மாடு மேய்க்கும் தொழில் அமுல் இந்தியாவாக ஆனது; செருப்பு தைக்கும் தொழில் பேட்டா நிறுவனமாக உயர்ந்தது. மலம் அள்ளும் தொழில் பாத்ரூம் அக்சசரீஸ் நிறுவனமாக வளர்ந்தது. ஆனால், இந்த நவீன வளர்ச்சியானது இடையர், சக்கிலியர், தோட்டிகளின் வாழ்க்கையில் எந்தப் பெரிய மாற்றத்தையும் ஏற்படுத்தியிருக்கவில்லை. நவீன வேலைகளான கணினி, தொலை தொடர்பு, ஊடகம், ஏட்டுக் கல்வி, பொறியியல், மருத்துவம், நீதி, வணிகவியல், நிர்வாகவியல் போன்ற பலவற்றிலும் முன்னேறிய ஜாதியினரே பெருமளவுக்கான இடத்தைப் பிடித்திருக்கிறார்கள். ஆக குலத் தொழில் அமைப்பை உடைத்ததைத் தொடர்ந்து கடைநிலைச் ஜாதியினருக்கு கிடைத்த வசதி வாய்ப்புகளைவிட முன்னேறிய ஜாதியினருக்குக் கிடைத்த வாய்ப்புகளே அதிகம்.

நவீன வேலைகளில் கடைநிலை ஜாதியினர் ஓரங்கட்டப் பட்டதைக் கூடப் புரிந்துகொள்ளமுடியும். ஆனால், அவர்களுடைய குலத் தொழில்களிலும் அவர்கள் ஓரங்கட்டப்பட்டிருப்பது வருத்தத்துக்குரிய மாற்றமே. ஒரு வேலை இழிவானதாக, லாபமற்றதாக இருந்த வரையில் கடை, இடைநிலை ஜாதியினர் அதைச் செய்து வந்திருக் கிறார்கள். எப்போது அந்த வேலை எளிதாகவும் லாபகரமானதாகவும் ஆனதோ அப்போது அது மேல் ஜாதிகளின் கைக்குப் போய்விட்டது. அதாவது, ஒரு நிலம் தரிசாகக் கிடந்தவரை தலித்திடம் இருந்தது. தொடர் மழைகளால் அந்த நிலம் விவசாயத்துக்கு உகந்ததாக ஆனதும் மேல் ஜாதியின் கைக்குப் போய்விட்டது.

இந்த இடத்தில்தான் ஒவ்வொரு தொழிலிலும் ஏற்பட்ட நவீன விஞ்ஞான மாற்றத்தின் பலனை அந்தத் தொழிலைக் குலத் தொழிலாகச் செய்த ஜாதிகளே அனுபவிக்கும் வகையில் சமூக மாற்றத்தை முன்னெடுத்திருந்தால் அதுவே கூடுதல் பலனைத் தந்திருக்கும். அமுல் இந்தியா நிறுவனம் இடையர் வசம் இருந்திருக்க வேண்டும். பேட்டா நிறுவனம் சக்கிலியர் வசம் சென்றிருக்க வேண்டும். பாத்ரூம் அக்சசரீஸ் நிறுவனம் தோட்டி வசம் சென்றிருக்க வேண்டும். ஓட்டப் பந்தயத்தில் ஒவ்வொரு நபரும் அவரவருக்கான தட களத்தில் ஓடவேண்டும் என்று சொல்வதைப் போன்றது இது. அனைவரும் ஒரே தடத்தில் ஓடும்படிச் சொன்னால் ஏற்கெனவே முன்னேறி இருக்கும் நபர்களே மற்றவர்களை இடித்துத் தள்ளிவிட்டு முன்னேறிச் செல்வார்கள். அதுதான் நடந்திருக்கிறது. தலித் ஜாதிகளில் அம்பேத்கரில் ஆரம்பித்து சில நூறு மேதைகளையும் முன்னேறியவர் களையும் சுட்டிக்காட்ட முடியும். ஆனால், அது ஒட்டுமொத்தமாக தலித் சமூகத்துக்கு செய்த நன்மை மிகவும் குறைவுதான்.

பிராமணக் கோயில்களில் பிராமணரல்லாதார் நுழைய வேண்டும் என்று போராடியவர்கள் அதை சுயமரியாதைப் போராக, சமூக சமத்துவப் போராகவே பார்த்தார்கள். உண்மையில் அதனால் என்ன நடந்ததென்றால், இன்று பிராமணரல்லாதார் கோயில்களிலும் அவர்களுக்கான பிற சடங்குகளிலும் அந்தந்த ஜாதிப் பூசாரிகள் ஓரங்கட்டப்பட்டு பிராமண புரோகிதர்கள் நுழைந்துவிட்டிருக் கிறார்கள். நகரத்துடன் சாலை வசதி கேட்டுப் போராடியவர்கள் கிராமத்தினருக்கு நகரத்தின் வசதி வாய்ப்புகள் கிடைக்கவேண்டும் என்று நல்ல நோக்கத்தில்தான் அதைச் செய்தார்கள். ஆனால் என்ன ஆயிற்று? கிராமத்தின் வளங்கள் நகரத்தினரால் சூறையாடப் படுவதில்தான் அது போய்முடிந்திருக்கிறது.

உலகமயமாக்கம் என்பது இந்தியர்களுக்குச் செய்யும் நன்மையை விட உலக வல்லரசுகளுக்குச் செய்யும் நன்மையே அதிகம். ‘பின்

தங்கிய' வனவாசிகளை தொழில் மய 'நாகரிக சமூக'த்துடன் சேர்ப்பது அவர்களுக்கு நன்மையைவிட தீமையையே அதிகம் தருகிறது. இதைப் புரிந்துகொண்டவர்கள் பழங்குடிகளின் வளங்கள் பழங்குடிகளுக்கே என்று சொல்கிறார்கள். கிராமப்புற வளங்களின் அதிகாரம் கிராமத்தினருக்கே... இந்தியாவின் வளங்கள் இந்தியாவுக்கே, தமிழகத்தின் வளங்கள் தமிழர்களுக்கே என்று சொல்கிறார்கள். இவையெல்லாம் குலத்தொழில் உரிமைகளின் நவீன முழக்கமே.

கல்வி தொடர்பாக இன்று சொல்லப்படும் முக்கியமான விஷயம் என்னவென்றால், மேல் ஜாதியினருக்கு எளிதில் புரிந்துகொள்ள முடிந்த பாடங்களை அவர்களுக்கு உகந்த வழியில் கற்றுக்கொடுக் கிறார்கள். மனப்பாடம், ஏட்டுக் கல்வி என்பதெல்லாம் மேல் ஜாதியினருடைய குறிப்பாக பிராமணர்களுடைய கல்வி முறை. கைகளால் செய்து பார்த்துக் கற்கும் தொழில் கல்வி, அனுபவக் கல்வி என்பவையே பிற ஜாதியினருடைய வழிமுறை. பிராமணர்களுக்கு உகந்த வழியில் கல்வியை வடிவமைத்துவிட்டு அவர்கள் முன்னேறி விட்டார்களே என்று சொல்வதில் எந்த அர்த்தமும் இல்லை. ஏட்டுக் கல்வியிலும் மனப்பாடத் திறமையிலும் பிற ஜாதியினரும் வியத்தகு சாதனைகளைச் செய்திருக்கிறார்கள் என்பது உண்மைதான் என்றாலும் அந்த ஜாதிகளில் படிப்பைப் பாதியில் நிறுத்திவிட்டுப் போனவர்களின் எண்ணிக்கையே அதிகம். இன்று முறை சாரா தொழிலில் ஈடுபட்டிருப்பவர்கள் பெரிதும் இடை, கடைநிலை ஜாதியினரே. அவர்கள் அப்படிப் பின்தங்கிப் போக கல்வி அமைப்பில் இருந்த இந்த மேல் ஜாதி அம்சமே காரணம்.

ஒவ்வொரு ஜாதியினருக்கும் அவரவர் தொழிலில் அவரவருக்கு உகந்த முறையில் கல்வியைத் தந்திருந்தால் சமூக முன்னேற்றம் அதிக மோதலில்லாமலும் நடந்திருக்கும். ஒரு சக்கிலியர் செருப்புத் தொழிலில் முன்னேறுவதை வேறு யாரும் தமது வாய்ப்பைப் பறித்ததாக நினைத்து கோபப்பட்டிருக்கமாட்டார்கள். ஒரு பறையர் பறை இசை, விவசாயம் என முன்னேறுவதைப் பிறர் தடுத்திருக்க மாட்டார்கள். ஓரிரு தலைமுறையினர் இப்படியாக வளர்ந்த பிறகு அனைத்து வேலைகளிலும் அவர்கள் வர வழி செய்திருந்தால் இடைநிலை ஜாதியும் கடைநிலை ஜாதியும் எதிரிகளாக ஆகியிருக்க மாட்டார்கள்.

குலத் தொழில் சமூகம் நவீன சமூகமாக மாற முதலில் குலத் தொழில் நவீனமாகியிருக்கவேண்டும். நமது ஜாதியப் போராளிகளுக்கு இந்த நிதானமும் புரிதலும் இல்லாமல் போனதற்குக் காரணம் குலத் தொழில் வழிமுறை தவறானது... இழிவானது என்ற அதீத முன் முடிவுதான். மதம் தான் உயர்ந்தது... ஜாதி இழிவானது என்ற

மேற்கத்திய சிந்தனையால் தூண்டப்பட்டவர்களே ஜாதிய விடுதலையை முன்னெடுத்ததால் அது நமக்கு உண்மையான வளர்ச்சியைத் தந்திருக்கவில்லை.

கடைநிலைத் தொழிலாளர்கள் அதை விட்டு விலக குலத் தொழில் சமூகம் இடம் தரவில்லை என்று குறை சொல்பவர்கள் உண்மையில் ஒரு முக்கியமான விஷயத்தை மறந்துவிடுகிறார்கள். அல்லது மறைத்துவிடுகிறார்கள். வேலைகளை மாற்றிக்கொள்ளத்தான் அனுமதிக்கவில்லையே தவிர, வேலைகளை மேம்படுத்திக்கொள்ள எந்தத் தடையும் இருந்திருக்கவில்லையே. கால காலமாக குல வழியில் ஒரு தொழிலைச் செய்து வந்தவருக்கு அதை மேம்படுத்த எல்லா தேவைகளும் வாய்ப்புகளும் இருக்கத்தானே செய்தன. தென்னை மரம் ஏறும் ஒருவர் கையும் காலும் வலிக்காமல் ஒரு நூலேணி மூலமோ மர ஏணி மூலமோ ஏறிப் பறித்திருக்கலாம்... சிந்து சரஸ்வதி நாகரிக காலகட்டத்தில் இருந்ததுபோல் வீடுகளுக்குப் பின்னால் கால்வாய் வெட்டியிருந்தால் வீட்டுக் கழிவுகள் எல்லாம் அதன் வழியாக ஊருக்கு வெளியேபோய் விழுந்திருக்கும். தோட்டிகள் இதைச் செய்திருக்கவேண்டும்.

இறந்த மாடுகளைப் புதைக்கச் சொன்னபோது அந்த மாட்டை அறுத்து அதன் உடல் உறுப்புகள், எலும்புகள் அமைந்திருக்கும் விதத்தைப் படம் வரைந்து அல்லது இறந்த காரணத்தை உடல் கூறு ஆய்வு செய்து கண்டுபிடித்து அந்தத் தொழிலை மேம்படுத்தி யிருந்தால் மாடு வளர்த்தவர்களுக்கும் அது பலன் தந்திருக்கும். அவர்கள் மாடு புதைப்பவரை அடுத்த தடவை கொஞ்சம் கூடுதல் மரியாதையுடன் நடத்தியிருப்பார். லியோனார்டோ டாவின்ஸி மாடுகளின் உடல் கூறியலைப் படம் வரைந்து வைத்திருக்கிறார். எல்லாத் தொழிலுமே ஆரம்பத்தில் ஒரே மரியாதையுடன்தான் இருந்தன. எந்த ஜாதியினர் தமது தொழிலை மேம்படுத்திக் கொண்டார்களோ அந்த ஜாதியினருக்கு சமூகத்தில் அதிக மரியாதை கிடைத்தது.

சலுகைகள், இட ஒதுக்கீடு இவற்றின் மூலம் எளியவர்களை மேலே கொண்டுவர எடுத்த நல்லெண்ண முயற்சிகளும் போதிய பலனைத் தந்திருக்கவில்லை. இடை நிலை ஜாதியினர் தாம் ஏமாற்றப்பட்டதாகவே நினைத்து கோபப்பட்டிருக்கிறார்கள்/கோபப்படுகிறார்கள்.

மேலும் காவல்துறை, நீதித்துறை, அரசாங்கம், ஊடகம் என எல்லா வற்றையும் இடை நிலை ஜாதிகளின் கைகளில் கொடுத்து விட்டிருக்கிறோம். அதாவது, சமத்துவ உணர்வு வந்திருக்காத வரிடம் அதை அமல்படுத்தும் பொறுப்பைக் கொடுத்துவிட்டோம்.

கடைச் ஜாதி மக்களை சமத்துவம் கேட்டுப் போராடச் சொல்லித் தூண்டியும்விட்டோம். எதிரி கையில் ஆயுதத்தைக் கொடுத்துவிட்டு, எளிய மக்களைப் போய் போரிடு என்று சொன்னதுபோன்ற மடத்தனம் இது. இதனால்தான் சமத்துவத்தை முன்னெடுத்த கடந்த 200 ஆண்டு காலகட்டத்தில் முன்னெப்போதும் இல்லாத அளவுக்கான வன்முறை வெடித்திருக்கிறது. இந்திய வரலாற்றில் பிரிட்டிஷ் காலகட்டத்தில் ஆரம்பித்து இன்றைய காலம் வரையிலான ஜாதிக் கலவரங்களில் 95 சதவிகிதம் இடைநிலை ஜாதிக்கும் கடைநிலைச் ஜாதிக்கும் இடையில் நடந்தவையே. ஒவ்வொரு குலத்தினரையும் அவரவர் தொழிலில் மேல் நோக்கி நகர வழி செய்திருந்தால் இந்த இழப்பைத் தவிர்த்திருக்க முடியும்.

மனுவே எல்லாவற்றுக்கும் காரணம் என்ற நகைச்சுவைக் கருத்தாக்கத்தை நம்ப விரும்புபவர்கள் தொடர்ந்து நம்பிக் கொள்ளலாம். மற்றவர்கள் குலத் தொழில் குறித்த நம் தவறான பார்வையே காரணம் என்ற உண்மையைப் புரிந்துகொள்ளலாம்.

நோயைச் சரியாகப் புரிந்துகொள்ளாமல் சாப்பிட்ட மருந்தினால்தான் நம் நோய் முற்றியிருக்கிறது. நோயின் மீதோ நோயாளியின் மீதோ குறையில்லை. மருத்துவர்தான் தவறு செய்தவர் என்பதைப் புரிந்து கொண்டால்தான் சரியான மருந்தை (மருத்துவரை) தேடிச் செல்ல வழி பிறக்கும். நிச்சயமாக குலத் தொழிலுக்குத் திரும்புவது சாத்தியமே இல்லை. அது தேவையும் இல்லை. இப்போது செய்ய வேண்டியதெல்லாம், மேல் ஜாதியினர் கடைநிலைப் பணி செய்பவர் களைத் தம் குலமாக மதித்து அந்தத் தொழிலைத் தம் குலத்தொழிலாக மதித்து மேம்படுத்துவதும் குலத்தொழிலை முன்வைத்த மேல் ஜாதியினரை கடைநிலை ஜாதியினர் தமது நேச சக்திகளாகக் கருதி கூட்டுறவுடன் முன்னேற முயற்சி செய்வதுமே. அதற்கு இரு தரப்பினரும் குலத்தொழில் பற்றிய பிழையான முன் தீர்மானங்களை மாற்றிக்கொள்வது மிகமிக அவசியம்.

●

10

ஜாதியப் போராட்டத்தின் அடிப்படைக் குறைபாடுகள்

அடுத்ததாக ஜாதி சார்ந்த மீறல்களுக்குத் தரப்பட்ட தண்டனைகள் மிகவும் கொடூரமாக இருந்திருக்கிறது என்ற குற்றச்சாட்டு முன்வைக்கப்படுகிறது. இதைக் குற்றச்சாட்டைக் கொஞ்சம் நிதானமாகப் பார்க்கவேண்டும்.

முதலாவதாக ஜாதிய வாழ்க்கை இயல்பானதாக இருந்த காலகட்டத்தில் அதாவது சுமார் 18-ம் நூற்றாண்டுவரை மீறல்களுக்கான தேவையோ முயற்சியோ பெரிதாக இருந்திருக்கவில்லை. உயர் ஜாதிகளின் வேலை இலகுவாக இருந்தது என்பதும் உயர் ஜாதியினருக்கு பல சலுகைகள், வசதி வாய்ப்புகள் இருந்தன என்பது உண்மைதான். ஆனால், அது கடைநிலை ஜாதிகளின் கழுத்தை நெரிப்பதாக இருந்திருக்கவில்லை.

சமூக மரியாதை, சுய மரியாதை, பொருளாதார சுதந்தரம் என்பவை யெல்லாம் நவீன மனிதருக்கு எவ்வளவு முக்கியமோ அவ்வளவு முக்கியமானதாக பழங்கால மனிதருக்கு இருந்திருக்கவில்லை. எனவே, நவீன கால மனிதருடைய அளவுகோலின்படி பழங்கால வாழ்க்கையை அளவிடுவது மிகவும் தவறு.

இன்றைய பெண்ணியவாதியின் உரிமைகோரல்களை வைத்து நம் பாட்டிகளின் வாழ்க்கையை அளவிடக்கூடாது. ஒவ்வொரு

காலத்துக்கும் அதற்கான தனி அளவுகோல்கள் தேவை. இதை புரியவைக்க சமகால உதாரணத்தையே சொல்கிறேன்.

அமெரிக்காவில் குடும்ப உறவுகள் இந்தியாவைப்போல் உறுதியானவை அல்ல. 'என் குழந்தைகளும் உன் குழந்தைகளும் நம் குழந்தை களுடன் விளையாடிக் கொண்டிருக்கிறார்கள்' என்பது அங்கு மிகவும் இயல்பான விஷயம். நமக்கோ அது ஒழுக்கக்கேடு. பாரம்பரிய இந்து மற்றும் இஸ்லாமியப் பார்வையில் ஒட்டு மொத்த அமெரிக்காவும் ஒழுக்கமற்ற சமூகம். ஆனால், அமெரிக்கர்களின் பார்வையில் அவர்களுடைய வாழ்க்கையே மிகவும் உயர்வானது. அவர்கள் நம்மைப் பார்த்து ஏளனம் செய்வார்கள். 'ஒரே ஒரு வாழ்க்கைத் துணைதானா... குழந்தைகளைப் படிக்க வைத்து, கல்யாணம் செய்து கொடுத்து, வளைகாப்பு சீமந்தம் செய்து கொடுக்கவேண்டுமா..? பேரன் பேத்திகளையும் கவனித்துக்கொள்ளவேண்டுமா..? அவர்களுடைய கல்யாணத்தையும் நடத்திக் கொடுக்கவேண்டுமா..? அப்படியென்றால் ஒரு ஆணுக்கும் பெண்ணுக்கும் தனியாக அவர்களுக்கு என்று எதுவுமே செய்ய முடியாதா... அதற்கான நேரம் கிடைக்காதா... என்ன வாழ்க்கை இது. நரக வேதனை அல்லவா அது' என்று நம் வாழ்க்கையை விமர்சிப்பார்கள்.

இப்போது யார் சொல்வது சரி? நம் வாழ்க்கை மதிப்பீடுகளின் அடிப்படையில் பார்த்தால் நம் வாழ்க்கை சொர்க்கம். அவர்களுடைய வாழ்க்கை மதிப்பீடுகளின்படிப் பார்த்தால் அவர் களுடைய வாழ்க்கை சொர்க்கம். நம் மதிப்பீடுகளின்படி அவர் களுடைய வாழ்க்கையைப் பார்த்தால் அது நரகம். அவர்களுடைய வாழ்க்கை மதிப்பீடுகளின்படிப் பார்த்தால் நம் வாழ்க்கை நரகம். ஒருவர் நரகத்தில் வாழ்கிறாரா சொர்க்கத்தில் வாழ்கிறாரா என்பதை யார், எப்படி முடிவு செய்வது?

ஒரே காலகட்டத்திலேயே வெவ்வேறு இடங்களில் வெவ்வேறு வாழ்க்கைப் பார்வைகள் இருக்கின்றன. இந்த நிலையில் வெவ்வேறு காலகட்டத்தில் இருந்த மதிப்பீடுகளை ஒப்பிடும்போது எவ்வளவு திறந்த மனதுடன் அதை அணுகவேண்டும். ஆனால், நாம் அப்படிச் செய்வதில்லை. இன்றைய மதிப்பீடுகளை வைத்து நேற்றைய வாழ்க்கையை அளவிடுகிறோம். மிகப் பெரிய முட்டாள்தனம். கடந்தகாலப் பெண்களின் வாழ்க்கையையும் கடைநிலை ஜாதிகளின் வாழ்க்கையையும் மதிப்பிடுவதென்றால் கடந்தகால அளவுகோல் களை எடுத்துக்கொள்ளவேண்டும். அதன்படிப் பார்த்தால் கடந்த கால ஜாதிய வாழ்க்கை என்பது அனைத்து ஜாதிகளும் அவரவர் இடங்களைப் புரிந்துகொண்டு பரஸ்பர மரியாதையுடன் வாழ்ந்திருப்பது தெரியவரும்.

எப்போது எல்லாருக்கும் எல்லாமும் கிடைத்தாகவேண்டும் என்ற சமத்துவ மனோபாவம் முன்னெடுக்கப்பட்டதோ அப்போதுதான் சண்டைகள் எழுந்திருக்கின்றன. எனவே, ஜாதிய விதிகளை மீறியதென்பது கடந்த இரண்டு நூற்றாண்டுகளாக நடக்கும் ஒரு விஷயம் மட்டுமே. ஆரம்ப காலத்திலிருந்தே விதி விலக்குகள் இருந்திருக்கக்கூடும். ஆனால், பொது வாழ்க்கை முறையானது பரஸ்பர புரிதலுடன் இருந்துவந்திருக்கிறது. எந்தவொரு பள்ளரும் தேவர் கோயிலில் கும்பிட முடியவில்லையே என்று வருந்தியது கிடையாது. அவர் அவருடைய தெய்வத்தைத் தொழுதபடி மனநிறைவுடன் வாழ்ந்துவந்திருக்கிறார். தேவரின் கோயிலுக்குள் நுழைவேன் என்ற உரிமைக்குரல் எழுப்பப்பட்டபோதுதான் சண்டை ஆரம்பித்திருக் கிறது.

இந்தக் காலகட்டத்தில் நடந்த வன்முறைகள் நிச்சயம் வன்மையாகக் கண்டிக்கத்தக்கதுதான். ஆனால், இந்த சமத்துவ உரிமை முழக்கம் இன்னும் கொஞ்சம் நிதானமாக எழுப்பப்பட்டிருக்கலாம் என்பதே உண்மை. இந்து மதத்தை அழிக்கும் நோக்கில் செயல்பட்ட கிறிஸ்தவ பிரிட்டிஷ் ஆட்சியின் மற்றும் மேற்கத்திய சிந்தனையின் தூண்டுதலால்தான் ஜாதிப் போராட்டம் முன்னெடுக்கப்பட்டது. அதுதான் அந்தக் காலகட்டத்தில் வன்முறை அதிகமாக இருந்ததற்குக் முக்கிய காரணம். சமமாக நடத்துங்கள் என்ற கோரிக்கையை எடுத்த எடுப்பிலேயே சண்டை போடும் தொனியில் வைத்தார்கள். கோயிலுக்குள் நுழையக்கூடாது என்று சொல்கிறாயா... அப்படித்தான் நுழைவேன் என்பது சமத்துவ உரிமை கோரல் போல் தோன்றினாலும் உண்மையில் அது சண்டைக்கான அறைகூவலே.

இதற்கான காரணம் என்னவென்றால், இனவெறி, நிற வெறிப் பின்னணி கொண்ட மேற்கத்தியர்கள் ஓர் ஒடுக்குமுறையை எதிர்ப்ப தென்றால் அதிரடியாகத்தான் செய்யவேண்டும் என்று நம்பினார்கள். அதற்கு அவர்களைக் குறை சொல்ல முடியாது. அவர்களுடைய ஆதிக்க சக்திகள் அத்தனை கொடூரமானவை.

ஆனால், இந்திய ஜாதி வாழ்க்கையில் இருந்த முக்கியமான வித்தியாசம் என்னவென்றால், இங்கு ஏற்றத்தாழ்வு இருந்தது. ஆனால், மேற்குலகுபோல் மேலே இருந்தவர்களுக்கு எல்லாமுமே கிடைத்து கீழே இருந்தவர்களுக்கு எதுவுமே இல்லாத நிலை இருந்திருக்கவில்லை. மேலும் கறுப்பு வெள்ளை போல் ஆதிக்க சக்தி, அடிமைப்பட்ட சக்தி என்ற இரட்டை தரப்புகள் இருந்திருக்க வில்லை. அனைத்து ஜாதிகளுமே ஒரு கோணத்தில் ஆதிக்க சக்திகளே... இன்னொரு கோணத்தில் அடிமை சக்திகளே. இந்த வித்தியாசத்தை

அவர்கள் புரிந்துகொள்ளவில்லை. அவர்களால் தாக்கம் பெற்ற இந்திய ஜாதியப் போராளிகளும் இதைப் புரிந்துகொள்ளவில்லை.

இதில் இன்னொரு பிழை என்னவென்றால், கிறிஸ்தவம், இஸ்லாம் போன்றவற்றில்தான் மத அதிகாரம் என்பது மிகவும் வலுவாக இருந்தது. அந்த மதத்தினரின் ஒவ்வொரு செயலையும் அவர்களுடைய மதமே தீர்மானித்தது. அவர்களுடைய சாம்ராஜ்ஜிய விரிவாக்கத்துக்கும் பொருளாதார வல்லாதிக்கத்துக்கும் கலாசார மேலாதிக்கத்துக்கும் இன, நிற ஒடுக்குதலுக்கும் அடிப்படையாக அவர்களுடைய மதத்தின் ஒற்றைப்படையான அதிகாரக் குவிப்புப் பார்வையே அடிப்படைத் தூண்டுதலாக இருந்திருக்கிறது. இந்து மதம் அப்படியான செல்வாக்கைத் தன் உறுப்பினர்கள்மீது ஒருநாளும் செலுத்தியிருக்க வில்லை.

உண்மை இப்படியிருக்க, பிரிட்டிஷார், நாஜிகள், வெள்ளை நிற வெறியினர் தொடங்கி தாலிபன், ஐ.எஸ்.ஐ.எஸ் வரை என கிறிஸ்தவ இஸ்லாமிய மதத்தினர் செய்த/செய்யும் தவறுகளுக்கு அவர்களுடைய மதம் காரணமில்லையென்றும் இந்தியாவில் எந்த ஜாதியினர் செய்யும் தவறுக்கும் இந்து மதமே காரணம் என்றும் சொல்கிறார்கள். இது எப்படியென்றால் சில வழக்கறிஞர்கள் கத்தியால் குத்திக் கொன்ற ஒருவனை நிரபராதி என்று வாதாடி விடுதலை செய்து விடுகிறார்கள். இன்னொரு வழக்கில் அதே வழக்கறிஞர்கள், கத்தியால் குத்தியவனுக்குப் பக்கத்தில் இருந்து வேடிக்கை பார்த்தவனை அவன் சொல்லித்தான் இவன் செய்தான் என்று சொல்லி, தூக்கில் போடத் துடிக்கிறார்கள்.

அந்த வழக்கறிஞர்களின் கோணத்தில் அது மிகவும் சரியான செயல் தான். ஏனென்றால் முதல் வழக்கில் கொலை செய்தவன் அவர்களுடைய ஆள். எனவே அவனைக் காப்பாற்றுவது அவர்களுடைய கடமை. இரண்டாவது வழக்கில் கத்தியால் குத்தியதை வேடிக்கை பார்த்தவன் அவர்களுடைய எதிரி. எனவே அவனைக் குற்றவாளி என்று நிரூபிப்பதும் அவர்களுடைய கடமையாகிவிடுகிறது. இதில் இரண்டாவது வழக்கில் கத்தியால் குத்தியவனும் உற்சாகமாக தன் கையில் இருக்கும் ரத்தக் கறை படிந்த கத்தியை, வேடிக்கை பார்த்தவனின் சட்டையிலே துடைத்துவிட்டு அவனை தூக்கு மேடை நோக்கித் தள்ளுகிறான். இந்திய ஜாதியப் போராட்டத்தின் அடிப்படை நேர்மையின்மை இதில்தான் வேரூன்றியிருக்கிறது.

மேல் ஜாதியினரின் கோயிலுக்குள் நுழையவேண்டும் என்பது இலக்கு என்றால் என்ன செய்யவேண்டும். மேல் ஜாதியினரின் மனதில் முதலில் அந்த எண்ணத்தை வரவைக்கவேண்டும். அவரே கீழ்

ஜாதியினரை அங்கு அனுமதிக்கும்படிச் செய்யவேண்டும். மேல் ஜாதியினரும் கீழ் ஜாதியினரும் அருகருகே வசிப்பவர்கள் என்பதாலும் ஒரே சமூக, பொருளாதார அமைப்பின் அங்கமாக இருப்பதாலும் இரு தரப்புக்கும் இடையே இணக்கமான தீர்வு காண வேண்டும் என்ற நோக்கம் இருந்திருந்தால் ஜாதிப் போராட்டமானது வேறுவகையில் முன்னெடுக்கப்பட்டிருக்கும். ஆனால், இந்து சமூகம் உடைய வேண்டும். அவர்கள் கிறிஸ்தவ மதத்துக்கு வந்தாக வேண்டும் என்ற கெட்ட எண்ணமே அடிப்படையாக இருந்ததால் மோதல் போக்கு முன்னெடுக்கப்பட்டது.

அதோடு, சூத்திர, தலித் ஜாதிகளில் இருந்து சுய மரியாதை பேசியவர்கள் யாருமே தத்தமது ஜாதியினர் செய்யும் ஒடுக்குதல் களைப் பற்றி எதுவுமே யோசித்திருக்கவில்லை. அவையெல்லாம் இந்து பிராமணிய கண்டுபிடிப்புகள்; சூத்திர, தலித் ஜாதியினர் குற்றமற்றவர்கள்... ஜாதி அமைப்பால் பாதிக்கப்பட்டவர்கள் என்று மேற்கத்திய கிறிஸ்தவர்கள் சொன்னதை இந்திய ஜாதியப் போராளிகளும் அப்படியே பிடித்துக்கொண்டு முழு மூச்சுடன் பிராமண, இந்து வெறுப்பு வார்த்தைகளை முழங்க ஆரம்பித்தார்கள்.

தேவர் தெருவுக்குள் பள்ளர் செருப்பு போட்டு நடக்க முடிய வில்லையா... பிராமணர்தான் காரணம். தேவர் கடையில் பள்ளருக்கு தனிக் குவளை வைக்கப்பட்டிருக்கிறதா... பிராமணர்தான் காரணம். வன்னியர் பெண்ணை பறையர் திருமணம் செய்தால் தேடிப் பிடித்து வெட்டுகிறார்களா... பிராமணர்தான் காரணம். செட்டியார்கள் பிள்ளைமாரைத் திருமணம் செய்துகொள்வதில்லையா... பிராமணர் தான் காரணம். ஜாதி வெறிக்கு பிராமணரே காரணம். பிராமணர்களின் மதம்தான் இந்து மதம். எனவே, ஜாதி ஒழிய வேண்டுமானால் பிராமணர்கள் ஒழியவேண்டும்; இந்துமதம் ஒழிய வேண்டும் என்றுதான் ஜாதி எதிர்ப்புப் போராட்டம் இந்தியாவில் முன்னெடுக்கப்பட்டிருக்கிறது.

கிறிஸ்தவ மேற்கத்திய சுத்தியலைக்கொண்டு இந்திய பூட்டுகளை உடைக்க விரும்பினார்களே தவிர இந்திய சாவி கொண்டு அதைத் திறக்க முயற்சி செய்திருக்கவில்லை.

இந்தியாவில் தோன்றிய எத்தனையோ மகான்கள் ஜாதி சார்ந்த ஒடுக்குமுறையை எதிர்த்திருக்கிறார்கள். ஜாதி நல்லிணக்கத்தைக் கொண்டுவந்திருக்கிறார்கள். இந்தியாவில் பல்வேறு அடுக்குகளில் இருந்த ஜாதிகளிடையே மேல் கீழ் நகர்வுகள் இருந்திருக்கின்றன. கீழடுக்கில் இருந்த ஜாதிகள் பொருளாதார வெற்றிகளை ஈட்டியதன் மூலமும் அரசியல் செல்வாக்கை அதிகரித்துக்கொண்டதன் மூலமும் மேல் நோக்கி நகர்ந்திருக்கிறார்கள். சம கால உதாரணமாக நாடார் சமூகத்தின் சமூக அந்தஸ்து உயர்ந்திருப்பதைச் சொல்ல முடியும்.

அப்படியாக இந்து சமூகத்தில் மோதல் போக்கே தேவைப்படாமல் மேல் நோக்கிய நகர்வுக்கு நிச்சயம் இடம் இருக்கத்தான் செய்கிறது. உண்மையில் இந்து சமூகம் ஏணிப்படிபோல் கீழ் மேல் அடுக்குகளைக் கொண்டதாகச் சொல்லப்படுகிறது. உண்மையில் அது கிடைமட்ட சமூக அமைப்பு என்பதுதான் உண்மை. மஹாவிஷ்ணுவின் அனந்த சயன நிலை சமூகங்களின் கிடைமட்ட இருப்பை குறியீட்டுரீதியாகச் சுட்டும் ஒன்றுதான். நான்கு கரங்கள் என்பவை நான்கு வர்ணங்களின் குறியீட்டுச் சித்திரம் என்பதுபோல்.

அதிலும் கீழ் ஜாதி ஆண் ஒருவர், மேல் ஜாதிப் பெண்ணைத் திருமணம் செய்துகொள்ள முயற்சி செய்யும்போதுதான் கொடூரமான தாக்குதல்கள் நடப்பதைப் பார்க்கமுடியும். உண்மையில் மேல் ஜாதியினர் அப்போது நடந்துகொள்வது மிகவும் கொடூரமானதுதான். மன்னிக்க முடியாத குற்றம்தான். ஆனால், கீழ்ஜாதி ஆண் செய்வதிலும் கொஞ்சம் தவறு இருக்கத்தான் செய்கிறது. உண்மையில் அப்படி யான ஜாதி மீறல்களைச் செய்பவர்கள் வெகு குறைவே. அப்படியான மீறல்களை ஆதரிப்பவர்களில் 5 சதவிகிதம் பேர்கூட அதைச் செய்ய முன்வருவதே இல்லை.

உதாரணமாக, விடுதலைச் சிறுத்தைகள் கட்சியை எடுத்துக் கொள்வோம். வன்னியர் பெண்ணைத் திருமணம் செய்துகொண்ட ஒரு பறையர் இளைஞர் படுகொலை செய்யப்பட்டால் அந்தக் கட்சியைச் சேர்ந்த அனைவருமே எதிர்த்துக் குரல் கொடுப்பார்கள். ஆனால், அவர்களில் ஐந்து சதவிகிதத்தினர்கூட நான் வன்னிய ஜாதிப் பொண்ணைக் கல்யாணம் செய்து காட்டறேண்டா... யார் என்னைத் தடுக்கறாங்கன்னு பார்ப்போம் என்று சொல்வது இல்லை. இதை அவர்கள் சவாலாகவெல்லாம் செய்யவேண்டாம். இயல்பாகவே கூட அப்படி ஒருவர் மேல் காதல் கொள்வார்களா என்று பார்த்தால் நிச்சயம் அப்படிச் செய்வதில்லை. இது ஏதோ பின்விளைவுகள் மோசமாக இருக்கும் என்ற பயத்தினால் அல்ல. அதைச் சமாளிக்கும் அரசியல் செல்வாக்கு அவர்களுக்கு உண்டு என்றாலும் அப்படிச் செய்தாக வேண்டிய அளவுக்கு அது அடிப்படையான தேவை அல்ல என்பதால் அதைச் செய்வதில்லை. அப்படியிருக்க அதை அந்த இளைஞரும் செய்யாமல் இருந்திருக்கலாம் என்பதுதான் உண்மை.

அதோடு இன்று ஜாதி சார்ந்த ஏற்றத் தாழ்வுகள் பல தளங்களில் வெகுவாகக் குறைந்துவிட்டிருக்கிறது. கலப்புத் திருமணம் மட்டுமே சில நேரங்களில் மிகக் கடுமையாக எதிர்க்கப்படுகிறது. ஜாதிக் கலப்புத் திருமணம் என்பது அடிப்படை உரிமையாக, சுதந்தர வெளிப்பாடாக முன்வைக்கப்படுகிறது. ஆனால், உலகில் எங்குமே இப்படியான கலப்பு நடப்பதில்லை.

கிறிஸ்தவர்கள் உலகிலேயே அதி ஜனநாயகவாதிகளாக, சுதந்தர வேட்கைப் பிரியர்களாக, தனி நபர் உரிமைப் போராளிகளாகத் தம்மைச் சொல்லிக்கொள்வர்கள். ஆனால் அவர்களில்கூட இஸ்லாமியர்களைத் திருமணம் செய்துகொண்ட கிறிஸ்தவர்களின் எண்ணிக்கை இரண்டு அல்லது மூன்று சதவிகிதத்தைத் தாண்டாது. இப்படியான சுய ஒடுக்குமுறைதான் மிகவும் மோசமானது. இந்து மதத்திலாவது ஜாதிகள் சண்டைகள் போட்டாவது கலக்க முடிகிறது.

உண்மையில் இந்தியா மட்டும் பொருளாதாரத் தன்னிறைவு பெற்ற நாடாக மாறினால் அதன் சமூகத் தளத்தில் ஏற்படும் மாற்றங்களை நினைத்தே பார்க்க முடியாது. ஒரு பறையரிடம் ஐம்பது ஏக்கர் நிலம் இருக்குமென்றால் அவருக்கு கவுண்டரும் படையாச்சியும் வன்னியரும் வரிசையில் நின்று பெண் கொடுக்க உடனே தயாராகி விடமாட்டார்கள் என்றாலும் வரிசையில் நின்று அவரை வெட்டப் புறப்படமாட்டார்கள்.

இன்று மேற்கத்திய கிறிஸ்தவர்கள் அப்படி அதிசயமாக இஸ்லாமியரைத் திருமணம் செய்ய விரும்பும் தமது குழந்தைகளை அதிக எதிர்ப்பும் விருப்பும் இன்றி அனுப்பிவைப்பதுபோல் இந்து சமூகத்திலும் செய்வார்கள். பணக்கார மேல் ஜாதிப் பெண்ணை நல்லபடியாக வாழவைக்க முடியாத ஒரு கீழ்ஜாதிப் பையன் திருமணம் செய்துகொள்ளும்போதுதானே கோபம் பல மடங்கு அதிகரிக்கிறது. இங்கு ஜாதி மட்டுமல்ல வர்க்கமும் முக்கிய காரணமாக இருக்கிறது. எனவே, ஜாதிக் கலப்புத் திருமணம் சார்ந்த உரிமை முழக்கங்களை முழங்குபவர்கள் முதலில் ஒரே ஒரு மதக் கலப்புத் திருமணத்தை யாவது நடத்திவிட்டுப் பேசவேண்டும்.

அப்படியாக சமத்துவ போராட்டத்தில் இருக்கும் அதிரடியான போக்குகளே பிரச்னையைப் பெரிதாக்கியிருக்கின்றனவே தவிர இந்து மதத்திலும் ஜாதி உணர்விலும் அப்படியான பிழைகள் இல்லை. அதனால்தான் இந்து மதம் ஜாதிய வாழ்க்கையை அனுமதித்து வருகிறது. ஜாதி மோதல்கள் நடக்கும்போது சம்பந்தப்பட்ட இரண்டு தரப்புமே வேண்டப்பட்டவர்கள் என்பதால் தர்ம சங்கடத்தில் வேதனையுடன் கட்டப்பட்ட கைகளுடன் மௌனமாகத் தலைகுனிந்தும் நிற்கிறது. அதைத்தான் ஜாதி வெறிக்குத் தரும் ஆதரவாக அனைவரும் திரிக்கிறார்கள்.

பௌத்தம், சமணம், கிறிஸ்தவம், இஸ்லாம் போன்ற மதங்களில் எந்தவொரு மதமும் இந்தப் பிரச்னைக்குத் தீர்வு காண முடிந்திருக்க வில்லை. மத மாற்றம் மட்டுமே அவர்களுக்குத் தெரிந்த ஒரே தீர்வு. அப்படி மதம் மாறிவிட்டால் கலப்பு திருமணம் நடந்துவிடுமா

என்றால் அப்போதும் அது நடக்காது. அதிலும் இஸ்லாமில் ஷியா, சன்னி பிரச்னை தேவர் பள்ளர் மோதலைவிடக் கொடூரமானது. கத்தோலிக்கர்களுக்கும் ப்ராட்டஸ்டண்ட்களுக்கும் இடையிலான சண்டை அதற்கு இணையாக மோசமானது.

கடைநிலை ஜாதியினருக்கு மதம் மாறுவதில் விருப்பம் இல்லை. எனவேதான், பிரச்னை இருந்தபோதும் இந்து மதத்திலேயே நீடிக்கிறார்கள். இதிலிருந்து மேல் ஜாதியினரின் ஜாதி வெறிக்கும் அவர்களுடைய இந்து மத உணர்வுக்கும் எந்த சம்பந்தமில்லை என்று கீழ் ஜாதியினர் நினைப்பது புரியவருகிறது. தமிழ் பேசும் பள்ளராகிய என்னை தமிழ் பேசும் தேவர் அடிக்கிறார் என்பதற்காகத் தமிழை விட்டுக்கொடுக்க முடியுமா என்னால்? இந்து மதத்தில் இருக்கும் தேவர் அடிக்கிறார் என்பதற்காக இந்து மதத்தில் இருக்கும் பள்ளராகிய நான் எதற்காக இந்து மதத்தை விடவேண்டும் என்று அவர் கேட்பதில் நியாயம் இருக்கத்தானே செய்கிறது? விஷயம் என்னவென்றால், ஜாதிப் பிரிவினைகளை உருவாக்கி இந்து மதம் தன் அதிகாரத்தைத் தக்கவைக்கவில்லை. ஜாதிப் பிரிவுகளுக்கிடையே ஒருங்கிணைப்பை உருவாக்கியதன் மூலமே அது நிலைபெற்றிருக்கிறது.

அப்படியாக, இந்தியாவில் தோன்றிய மதங்கள், அந்நிய மதங்கள், நாத்திகம், கம்யூனிஸம் என பல் முனைத் தாக்குதல்களை எந்தவித கட்டுக்கோப்பும் இல்லாத இந்து மதம் எப்படிச் சமாளிக்கிறது என்ற கேள்விக்கு பதில் கேள்வியிலேயே பொதிந்து கிடக்கிறது. இப்போது இந்து மதமும் சில இறுக்கமான ஒற்றைப்படையான விதிமுறைகளை முன்வைக்க ஆரம்பித்திருக்கிறது. எனினும் அது தன் ஆதார அம்சமான பன்மைத்துவத்தை உயிர்ப்புடன் தக்கவைத்துக்கொண்டே அதைச் செய்கிறது.

ராமரையும் விநாயகரையும் ஒற்றைத் தெய்வமாக முன்வைத்து அனைத்து இந்துக்களை ஒன்று சேர்க்க முயற்சி செய்யும் அதேவேளையில் அது நாட்டார் மரபுகளைக் கைவிடச் சொல்லவே இல்லை. பிற மதங்களின் தாக்குதல்களை எதிர்கொள்ளும் நோக்கில் மட்டுமே அப்படியான ஒற்றைப்படைத்தன்மையை அவை முன்னெடுக்கின்றன. அதிலும் கூட ராமரையும் விநாயகரையும் ஆயிரக்கணக்கான வடிவங்களில் வடிவமைத்து அதிலும் பன்மைத்துவத்தை நிலைநாட்டியிருக்கிறது.

இதன் இணைகோடாக இந்திய கிறிஸ்தவம் இந்து மதத்தின் பன்மைத்துவக் கூறுகளை உள்வாங்க ஆரம்பித்திருக்கிறது. அப்படியாக இந்துமதம் தேவையான அளவுக்கு ஒற்றைபடைத்தன்மையை ஏற்றுக் கொண்டு எளிய மக்களின் மதங்களைக் காப்பாற்றப் போகிறதா...

கிறிஸ்தவம் முழுமையான பன்மைத்துவத்தை ஏற்றுக்கொண்டு எளிய மக்களின் மதமாக ஆகப்போகிறதா... இந்து மயமாக்கப்பட்ட கிறிஸ்துவா... கிறிஸ்தவமயமாக்கப்பட்ட ராமரா... எதுவானாலும் இந்தியாவின் நாளைய மதம் என்பது பன்மைத்தனத்தை, உருவ வழிபாட்டை, மையம் அழிந்த அதிகார அமைப்பை, உயரிய ஆன்மிகப் புரிதலை உடைய மதமாகவே, சுருக்கமாகச் சொன்னால் நாட்டார் மரபுகளை மதிக்கும் மதமாகவே அதாவது இந்துத்துவ மதமாகவே இருந்தாக வேண்டியிருக்கும்.

அந்த இந்துத்துவத்தின் நடைமுறை அரசியல் என்பது சுய ஜாதிப் பற்று... பிற ஜாதி நட்பு; சுய மதப் பெருமை... பிற மத நட்பு; பிராந்திய மொழிப் பற்று... தேசிய மொழிப் பெருமை; பிறந்த மாநில நலன்... பிற மாநில நல்லுறவு என்பதாகவே இருக்கும். அந்த இந்துத்துவத்தை நோக்கி நகர்வோம். இந்தியாவை உயர்த்துவோம்.

●

பாகம் 2

இந்துத்துவம்

1

இந்துத்துவம் மீதான குற்றச்சாட்டுகள்

இந்துத்துவம் என்று அடையாளப்படுத்தப்படுவது ஆர்.எஸ்.எஸ். முன்வைக்கும் இந்து தேசியவாதம்தான்.

அதன் பிரதான தலைவர்கள் முன்வைத்திருக்கும் இஸ்லாமிய வெறுப்பு, பிரிவினைக்காலப் படுகொலைகள், காந்தி படுகொலை, ஸ்டெய்ன்ஸ் பாதிரியார் படுகொலை, ராம ஜென்ம பூமி, ஒரிஸ்ஸா வன்முறை, குஜராத் படுகொலை, எம்.எஃப்.ஹுசேன் விவகாரம், தாத்ரி சம்பவம், கல்பர்கி, கௌரி லங்கேஷ் போன்றவர்களின் படுகொலைகள் என இந்து அடிப்படைவாத இயக்கங்கள்மீது பல குற்றச்சாட்டுகள் முன்வைக்கப்படுகின்றன.

இவை நீங்கலாக இந்து தேசிய முன்னெடுப்புகள், சம்ஸ்கிருத மேன்மை பேசுதல், இந்தியை ஆட்சி மொழியாக ஆக்க விரும்புதல், பசு வதை தடுப்பு, சுதேசிப் பொருளாதாரம், விநாயக சதுர்த்தி ஊர்வலங்கள், இந்து பண்டிகைகள், இந்து பாரம்பரியங்கள் போன்ற விஷயங்களும் விமர்சிக்கப்படுகின்றன.

உலகில் பொதுவாக பெரும்பான்மை அமைப்பின் அடிப்படைவாத இயக்கங்கள், எல்லா தீய செயல்களையும் தாமாகவே ஆரம்பித் திருப்பார்கள். கிறிஸ்தவ மதமாற்ற, கலாசார அழித்தொழிப்பு களில் ஆரம்பித்து ஹிட்லரின் இன வெறி, வெள்ளையர்களின் நிற வெறி, சிங்களர் போன்ற மொழித் தேசிய வெறி, தாலிபானிஸம், ஐ.எஸ்.ஐ.எஸ். படுகொலைகள் என எல்லாமே அந்தந்தப் பெரும்பான்மை

இயக்கங்கள் தமது அராஜக உணர்வின் மூலம் ஆரம்பித்து வைத்தவையாகவே இருக்கும். ஆனால், இந்து அடிப்படைவாதம் மட்டுமே சிறுபான்மையினர் சகல வன்முறைகளையும் செய்ய ஆரம்பித்த பிறகு தற்காப்பு நடவடிக்கையாக முன்னெடுக்கப்பட்டிருக்கிறது. சிறுபான்மை எந்த அளவுக்கு வன்முறையில் ஈடுபடுகிறதோ அதில் பாதிகூட பெரும்பான்மையால் நிகழ்த்தப்படுவதுமில்லை.

இந்த இடத்தில் இன்னொன்றும் சொல்லியாகவேண்டும். இந்திய அளவில் சிறுபான்மை என்று சொல்லப்படும் கிறிஸ்தவ, இஸ்லாமிய மதங்கள் எல்லாம் உலக அளவில் பேரதிகாரம் படைத்தவை. அவற்றின் கிளைகளாக இருக்கும் இந்திய கிறிஸ்தவமும் இந்திய இஸ்லாமும் எண்ணிக்கை அடிப்படையில் மட்டுமே சிறுபான்மை... ஊடகச் செல்வாக்கில் ஆரம்பித்து பிற அரசியல், அதிகாரச் செயல் பாடுகளைப் பொறுத்தவரையில் அவர்கள் இந்துப் பெரும்பான்மையை விட அதிக பலம் கொண்டவர்களே. எனவே, அவர்களை சிறுபான்மை என்று சொல்வது உண்மையில் தவறுதான்.

ஓர் இடத்தில் இந்து அடிப்படைவாதம் முழு ஆதிக்கம் பெற்றதும் அது தனது வன்முறையை முழுவதுமாகக் கைவிட்டுவிடுகிறது. சிறந்த உதாரணம், குஜராத் படுகொலைகளைத் தொடர்ந்து அதிகாரத்தைக் கைப்பற்றிய நரேந்திர மோதியின் ஆட்சி. இன்று அவர் தேசத்துக்கே தலைவரான பிறகும் அனைவரையும் உள்ளடக்கிய வளர்ச்சிபற்றி பேசுகிறாரே தவிர தாலிபன்களைப் போலவோ, ஐ.எஸ்.ஐ.எஸ். போலவோ சிங்கள வல்லாதிக்க சக்திகளைப் போலவோ எதுவும் செய்யவே இல்லை.

ஆனால், இந்து மதமும் ஜாதி அமைப்பும் எப்படி மிகையாக விமர்சிக்கப் படுகின்றனவோ அதன் நீட்சியாகவே இந்து அடிப்படை வாதத்தின் செயல்களும் பூதக்கண்ணாடியால் பெருக்கப்பட்டு விமர்சிக்கப்படு கின்றன. கொள்ளைக்காரன்களுக்கு விருதுகள் கொடுத்து கௌரவித்துவிட்டு, தேவைக்குத் திருடியவனை மரத்தில் கட்டி வைத்து அடிப்பது போன்ற அராஜகம் இது.

மாப்ளா கலகம் என்பது கேரளாவில் 1920களில் நடந்தது. அதில் ஆயிரக்கணக்கான இந்துக்கள் கொல்லப்பட்டனர். இந்துப் பெண்கள் கற்பழிக்கப்பட்டனர். இந்துக்களின் பெரு மதிப்பிலான சொத்துகள் அழிக்கப்பட்டன. பெருமளவில் இதைச் சாக்கிட்டு மதமாற்றமும் நடந்தது. அதற்கு எதிர்வினையாகத்தான் இந்து மக்களின் தற்காப்பு இயக்கமாக ஆர்.எஸ்.எஸ். என்ற அமைப்பு 1925-ல் ஆரம்பிக்கப் பட்டது. உலகில் இப்படி ஒரு உதாரணத்தை எங்கேனும் காட்ட முடியுமா? 'சிறுபான்மை'யின் வன்முறைக்கு எதிர்வினையாக

பெரும்பான்மையின் தற்காப்பு நடவடிக்கை. அதிலும் மாப்ளா கலவரத்தில் கொல்லப்பட்டதற்கு பதிலடியாக இஸ்லாமியர்கள் கொல்லப்படவில்லை. இந்துக்கள் ஓர் தற்காப்பு இயக்கத்தை ஆரம்பித்தார்கள். இனிமேல் அடித்தால் திருப்பி அடிப்போம் என்று எச்சரித்தார்கள். இது தொடர் கல்லெறிகளை எதிர்த்து ஒரு பாம்பு கோபத்தில் சீறுவதைப் போன்றது. யாரையும் அது கொத்தவில்லை. வெறுமனே சீறியிருக்கிறது. இந்த அமைப்புதான் உலகின் ஆகப் பெரும் கொடுங்கோல் அமைப்பாகச் சொல்லப்படுகிறது. வேடிக்கை தான்.

கிறிஸ்தவம் தன் மதமாற்ற முயற்சிகளினாலும் சாம்ராஜ்ஜிய விஸ்தரிப்பினாலும் ஆஸ்திரேலியா, அமெரிக்கா, ஆப்பிரிக்கா போன்ற நாடுகளில் லட்சக்கணக்கில்லான கறுப்பர்கள், பழங்குடி களைக் கொன்று குவித்தது. இஸ்லாமும் அதேபோல் படுகொலை களின் மூலமே தன் சாம்ராஜ்ஜியத்தை விஸ்தரித்திருக்கிறது. இப்போதைய ஐ.எஸ்.ஐ.எஸ். படுகொலைகள் வரலாற்றில் நடந்த இஸ்லாமியப் படுகொலைகளின் சிறு உதாரணம் மட்டுமே. பச்சிளம் குழந்தைகள் கூண்டுக்குள் அடைக்கப்பட்டு தீவைத்துக் கொல்லப்படுகிறார்கள். ஆரஞ்சு நிற உடை அணிவிக்கப்பட்டு குர்ரானின் மந்திரங்கள் முழங்க இஸ்லாமியரல்லாதவர்களின் கழுத்தை ஆடு மாடுகளைப்போல் அறுத்து ஹலால் முறைப்படிக் கொல்கிறார்கள். அதை உலகமே பார்க்கவேண்டும் என்று வீடியோவும் எடுத்து வெளியிடுகிறார்கள்.

வரிசையாகக் கைகளைக் கட்டிப் படுக்கவைத்து நெற்றிப் பொட்டில் ஏ.கே.47 துப்பாக்கியை வைத்து சுட்டுத் தள்ளுகிறார்கள். நமது அறிவுஜீவிகள் இஸ்லாமிய அடிப்படைவாதிகளுக்கும் அமைதி மார்க்க இஸ்லாமுக்கும் சம்பந்தம் இல்லை என்று நற்சான்றிதழ் வழங்குகிறார்கள். ஆனால், இந்துக்களில் யார் எந்தத் தவறு செய்தாலும் ஆர்.எஸ்.எஸ்ஸும் மனுஸ்மிருதியும் மட்டுமே காரணம் என்று உரத்த குரலில் முழங்குகிறார்கள். அது சரிதான்... வலு குறைவாக இருக்கும் கரைப்பகுதியை உடைத்துக்கொண்டுதான் அடக்கிவைக்கப்படும் வெள்ளம் வெளியேறும். பலவீனமான விலங்குகளைத்தான் ஓநாய்கள் சுற்றி வளைத்துத் தாக்கும்.

ஆர்.எஸ்.எஸ். அடிப்படையில் கோட்பாட்டுரீதியான அமைப்பு மட்டுமே. இன்றுவரையிலும் அந்த இயக்கத்தைச் சேர்ந்தவர்களில் ஒருவர்கூட எந்தவொரு வன்முறைச் செயலுக்கும் குற்றம்சாட்டப் பட்டு தண்டிக்கப்பட்டதில்லை. இது ஏதோ அவர்களுடைய தந்திரம் என்று சொல்லிவிடமுடியாது. ஏனென்றால் இந்தியாவில் இது வரையிலும் ஆட்சியில் இருந்து வந்தவர்கள் அனைவருமே ஆர்.எஸ்.எஸ்ஸை அழிக்கத் துடித்தவர்களே. அவர்களாலேகூட

ஆர்.எஸ்.எஸ்ஸினர் மீது எந்தக் குற்றமும் சுமத்தமுடியவில்லை. உண்மையில் அந்தக் கையாலாகாத ஆத்திரம்தான் வெறுப்புப் பிரசாரங்களாக முன்னெடுக்கப்படுகின்றன போலிருக்கிறது.

ஆர்.எஸ்.எஸ். அமைப்பின் மீதான முக்கியமான பொருட்படுத்திப் பேசத் தகுந்த குற்றச்சாட்டு அவர்களுடைய கோட்பாட்டில் இருக்கிறது. இந்தியாவை அவர்கள் இந்து தேசிய பூமியாக, இந்துஸ்தானாகச் சொல்கிறார்கள். இமயம் தொடங்கி இந்து மகா சமுத்திரம் வரையிலான பகுதியில் வாழ்பவர்கள் இந்துக்களே என்று சொல்கிறார்கள். அதாவது மதம் வேறாக இருந்தாலும் கலாசாரரீதியாக இந்திய கிறிஸ்தவரும் முகமதியரும் இந்துக்களே என்று சொல்கிறார்கள்.

இது இரண்டுவகையில் உண்மையே. முதலாவதாக, சிந்து நதியின் இந்தப் பக்கம் வசித்து வந்த மக்களை முஹமதியர்கள் சிந்துக்கள் என்று சொன்னார்கள். அதுவே இந்துக்கள் என்பதாக ஆகியிருக்கிறது. மொகலாயர்கள் தமது ஆட்சி முழுவதும் சிந்து நதிக்கு இந்தப் பக்கம் இருக்கும் பரந்த துணைக்கண்டப் பரப்பை இந்துஸ்தான் என்றுதான் அடையாளப்படுத்தியிருக்கிறார்கள். எனவே, இப்போதும் அதே சிந்து நதிக்கு இந்தப் பக்கம் வசிக்கும் மக்கள் இந்துக்கள் என்று சொல்லப்படுவதில் எந்தத் தவறும் இல்லை என்று பலரும் சொல்கிறார்கள். இந்துஸ்தான் என்ற பெயரிலேயே இஸ்லாமியர்கள் ஆட்சிபுரிந்திருக்கிறார்கள் என்பது உண்மைதான். ஆனால், சிந்து நதி என்பதை அவர்கள் இந்து நதி என்று பிழைபட உச்சரித்ததால்தான் பாரதத்துக்கு இந்துஸ்தான் என்ற பெயர் வந்தாகச் சொல்வது அவ்வளவு சரியல்ல. பொது யுகத்துக்கு முன்வந்த கிரேக்கர்களாலே வைக்கப்பட்ட பெயர்.

இரண்டாவதாக, இன்று கிறிஸ்தவராகவும் இஸ்லாமியராகவும் இருப்பவருடைய முன்னோர்கள் இந்துக்களாக இருந்தவர்களே. அந்தவகையில் இந்திய இஸ்லாமிய, கிறிஸ்தவரின் கடந்தகால பாரம்பரியம் என்பது இந்து பாரம்பரியமே. அவருடைய கலாசாரம் இந்து கலாசாரமே. இதை யாரும் மாற்றவோ மறுக்கவோ முடியாது. ஆர்.எஸ்.எஸ். அதை ஒப்புக்கொள்ளுங்கள் என்றுதான் கேட்கிறது. உங்கள் கடந்த காலத்தை எப்படி நீங்கள் மாற்றிக்கொள்ளமுடியும். நடந்து முடிந்தவை நடந்து முடிந்தவைதானே.

இதில் இன்னொரு முக்கிய விஷயமும் இருக்கிறது. முஹமதியர்கள் வருவதற்கு முன்பாக இந்தியாவுக்கு பாரதம் என்ற பெயர் இருந்தது. துஷ்யந்தன் - சகுந்தலையின் மகன் பரதன் ஆண்ட பூமி என்பதால் பாரத வர்ஷம் என்று அழைக்கப்பட்டிருக்கிறது. உண்மையில் இந்துத்துவர்கள் அதைத்தான் தமது தேசத்தின் பெயராக முன்வைத்

திருக்கவேண்டும். ஆனால், அவர்களோ பெருந்தன்மை யுடன் முஹமதியர்கள் வைத்த பெயரிலேயே அவர்களை அழைக்க விரும்பு கிறார்கள். இது மிகப் பெரிய நல்லிணக்க வெளிப்பாடே. பிரிட்டிஷாரால் வைக்கப்பட்ட இந்தியா என்ற பெயரைவிட முஹமதியர் பயன் படுத்திய இந்துஸ்தான் என்ற பெயரை அவர்கள் ஏற்றுக் கொள்ளத்தான் செய்திருக்கிறார்கள்.

ஒருவேளை இந்துத்துவர்கள் பாரதம் என்று பெயரை மாற்றி இந்தியாவில் இருப்பவர்கள் அனைவரும் பாரதியர்கள் என்று சொல்லியிருந்தால் முஹமதியர்கள் அதை எதிர்ப்பதில் ஓர் அர்த்தம், அவர்களுடைய அரசியல் சார்ந்து இருக்க வாய்ப்பு உண்டு. நேற்றைய முஹமதியர்கள் 'வைத்த பெயரை' இன்றைய முஹமதியர்கள் எதிர்ப்பதன் காரணம் என்ன? இத்தனைக்கும் பாபர், அக்பர், திப்பு சுல்தான் என்று நேற்றைய முஸ்லிம்களைத்தான் அவர்கள் தமது நாயகர்களாகச் சொல்லிக்கொள்ளவும் செய்கிறார் கள். ஆனால், அதே பாபரும் அக்பரும் திப்பும் இந்துஸ்தான் என்று சொன்னதை மட்டும் ஏற்க மறுக்கிறார்கள்.

பெயர் என்பது ஒரு அடையாளம் மட்டுமே. இந்துத்துவர்கள் தமது ஈகோவைத் திருப்திப்படுத்தும் நோக்கில் அதை வலியுறுத்து கிறார்கள். இஸ்லாமியர்கள் அதே காரணத்தினால் அதை மறுக்கிறார் கள். ஆனால், இந்த விஷயத்தில் இஸ்லாமியர்களின் வீம்புதான் அதிகமாக இருக்கிறது. அதிலும் சிறுபான்மையாக இருக்கும் நிலையிலும் இந்த அளவுக்கு அவர்களால் பேச முடிந்திருக்கிறது என்பது இந்துத்துவர்களின் வலிமையின்மையையே காட்டுகிறது.

பங்களாதேஷின் கதையை எடுத்துக்கொள்வோம். பாகிஸ்தானோடு சேர்ந்து அதுவும் இந்தியாவில் இருந்து பிரிக்கப்பட்டது. அவர் களுடைய நாட்டுக்கு கிழக்கு பாகிஸ்தான் என்றுதான் முதலில் பெயர் சூட்டப்பட்டிருந்தது. உண்மையில் அவர்கள் வங்காளப் பாரம்பரியம் கொண்டவர்கள். எனவே, வங்காள தேசம் என்று தனி நாட்டை உருவாக்கிக் கொண்டார்கள். ஆனால், என்ன ஆனது? சுமார் இருபது ஆண்டுகளுக்குள் அந்த வங்காள அடையாளம் பின்னுக்குத் தள்ளப்பட்டு இஸ்லாமிய குடியரசாக தங்களை அறிவித்துக்கொண்டு விட்டார்கள். ஏனென்றால், அங்கு இஸ்லாமியர்கள்தான் அதிகம். இந்தியாவில் இந்துக்கள் அதிகமாக இருந்த பிறகும் முஸ்லிம்கள் வைத்த ஒரு பெயரைக்கூட முஸ்லிம்களை ஏற்க வைக்க முடியவில்லை.

இஸ்லாமியர்கள் (கிறிஸ்தவர்களும்) இதற்குச் சொல்லும் ஒரு காரணம் என்னவென்றால், இந்து மதம் ஜாதிகளாக மனிதர்களைப்

பிரிக்கிறது. நாங்கள் அந்த இழிவில் இருந்து வெளியேறி விட்டிருக்கிறோம். எனவே, எங்களை அந்தப் பெயரில் அழைப்பதை நாங்கள் விரும்பவில்லை என்கிறார்கள். ஆனால், உண்மை என்ன வென்றால் அந்த மதங்களுக்குச் சென்ற பிறகும் அந்த மதத்துக்கான ஜாதிகளை அவர்கள் இறுக்கமாகக் கடைப்பிடிக்கவே செய்கிறார்கள்.

அம்பேத்கர் இஸ்லாமியர்களில் இருக்கும் ஜாதிகளைப் பற்றிச் சொல்லும்போது சுமார் 100க்கும் மேற்பட்ட ஜாதிப் பிரிவுகள் இருப்பதைப் பட்டியலிட்டிருக்கிறார். அந்த இஸ்லாமிய ஜாதிகள் இந்து மதத்தில் இருந்து சென்றவை அல்ல. இஸ்லாமின் தனிப் பெரும் உருவாக்கமே. அதிலும் ஷியா, சன்னி என்ற சண்டைகள் கீரிக்கும் பாம்புக்குமான சண்டையைவிடக் கொடூரமானது. அப்படி எந்த இந்து அம்சத்தை எதிர்த்து மதம் மாறியதாகச் சொல்கிறார்களோ அதையே பின்பற்றிவருகிறார்கள் என்றால், அந்தப் பெயரைப் பயன்படுத்துவதில் மட்டும் என்ன அவமானம் வந்துவிடப்போகிறது? எனவே, இந்துத்துவர்கள் இந்தியாவின் பெயரை இந்துஸ்தான் என்று மாற்றச் சொல்வதிலும் இந்தியாவில் இருப்பவர்களை இந்துக்கள் என்று சொல்வதிலும் அப்படியொன்றும் பெரிதாக அதிகப்படியாகக் கோரிவிடவில்லை. அதிகமாக எதையும் பெற்றுவிடப்போவதும் இல்லை. அகண்ட பாரதத்தை இழந்திருக்கிறார்கள். மக்களில் 15-20 சதவிகிதத்துக்கு மேல் அதிகாரபூர்வமாக இழந்திருக்கிறார்கள். இத்தனைக்குப் பிறகும் அவர்கள் கேட்பதெல்லாம் வெறும் ஓர் வரலாற்றுரீதியிலான, கலாசாரரீதியிலான அடையாள அங்கீகாரம் மட்டுமே.

அடுத்ததாக, இந்து அடிப்படைவாதிகள் தமக்கான வழிகாட்டி நூல்களில் பிற மத வெறுப்பை முன்வைத்திருக்கிறார்கள். குறிப்பாக இஸ்லாமியர் மீதான வெறுப்பு அதில் அதிகமாக இருக்கிறது என்று சொல்லப்படுகிறது. இந்தக் குற்றச்சாட்டை முன்வைப்பவர்களிடம் கேட்கவேண்டிய எளிய கேள்வி என்னவென்றால், அந்த வெறுப்பு வரிகள் எந்த அளவுக்கு இந்து அடிப்படைவாதிகளைத் தூண்டியிருக்கிறது? இதற்கான பதில் கிடைக்கவேண்டுமென்றால் இந்து அடிப்படைவாதிகள் செய்திருக்கும் வன்முறைகளை நாம் ஆராய்ந்து பார்க்கவேண்டும்.

●

2

இந்துஸ்தானின் துண்டாடல்

இந்து அடிப்படைவாதிகள் மீது சொல்லப்படும் பெரிய குற்றச் சாட்டு: இந்துஸ்தான் துண்டாடப்பட்ட காலகட்டத்தில் இஸ்லாமியர்கள் லட்சக்கணக்கில் கொல்லப்பட்டிருக்கிறார்கள். அதற்கு இந்து அடிப்படைவாத ஆர்.எஸ்.எஸ்.தான் காரணம்.

உண்மையில் இந்துஸ்தான் துண்டாடப்பட்ட காலகட்டத்தில் என்ன நடந்தது? பொதுவாக உலகம் முழுவதிலும் அது பற்றிச் சொல்லப் படும் கிளிப்பேச்சு என்னவென்றால், இந்துக்கள் கொல்லப்பட்ட அதே அளவுக்கு முஸ்லிம்களும் கொல்லப்பட்டிருக்கிறார்கள். இந்தியத் தரப்பு வன்முறைக்கு ஆர்.எஸ்.எஸ்.தான் காரணம்.

இதைச் சொல்லும் யாரும் இதில் சொல்லப்படாத உண்மைகள் எவ்வளவு இருக்கின்றன என்பதை ஆராய்ந்து பார்ப்பதே இல்லை. பாகிஸ்தானில் மாட்டிக்கொண்ட இந்துக்களில் 90 சதவிகிதம் பேரும் கொல்லப்பட்டனர். அடித்து விரட்டப்பட்டனர். பெண்கள் கற்பழிக்கப்பட்டனர். இந்தியாவில் வசித்த முஸ்லிம்களில் 10 சதகிதம் பேர் மட்டுமே கொல்லப்பட்டனர். அடித்து விரட்டப்பட்டனர். கற்பழிக்கப்பட்டனர். அதாவது, பாகிஸ்தானுடனான எல்லையைப் பகிர்ந்துகொண்டிருந்த இந்தியாவின் வட மேற்கு மாநிலங்களில் மட்டுமே இந்துக்கள் எதிர் தாக்குதலில் ஈடுபட்டிருக்கிறார்கள். பிற 27 மாநிலங்களில் இருந்த சுமார் ஆறேழு கோடி முஸ்லிம்களின் மேல் ஒரு சிறு கீறல்கூட விழுந்திருக்கவில்லை. இந்த மாநிலங்களில் ஆர்.எஸ்.எஸ்ஸின் தலைமையகம் இருக்கும் நாக்பூரும் அடங்கும்.

ஆர்.எஸ்.எஸ். செல்வாக்குடன் இருக்கும் குஜராத், கேரளா போன்ற மாநிலங்களும் அடக்கம்.

இந்தியாவின் வடமேற்கு எல்லைப்புறங்களில் வசித்த இந்துக்களும் சீக்கியர்களும் கையில் வாளையும் துப்பாக்கியையும் தூக்கியதற்கு ஆர்.எஸ்.எஸின் வழிகாட்டி நூல்கள் அல்ல; பாகிஸ்தானில் இருந்து வந்து சேர்ந்த பிண ரயில்கள்தான் காரணம். அந்தச் செய்தி இந்தியாவின் அனைத்து மாநிலங்களில் இருந்த ஆர்.எஸ்.எஸின் கிளைகளுக்குச் சென்று சேர்ந்திருந்த நிலையிலும் அங்கும் அவருடைய சொல் கேட்டுச் செயல்படும் மக்கள் இருந்த நிலையிலும் அவர்கள் அவர்களுக்கு கைக்கு எட்டும் தொலைவில் இருந்த முஸ்லிம்களின் மேல் ஒரு சிறு கல்லைக்கூட எடுத்து எறிந்திருக்க வில்லை.

இந்தியாவின் பிற மாநிலங்களில் வன்முறை வெடிக்காததற்கு இந்தியாவின் பௌத்த சமணப் பாரம்பரியமும் அதன் பிரதிநிதியான காந்தியும்தான் காரணம்; ஆனால், பிணங்களைச் சுமந்து வந்த ரயிலைப் பார்த்த மக்களை எதிர் தாக்குதலில் ஈடுபடாமல் தடுக்கும் அளவுக்கு காந்தியத்துக்கு வலிமை இருந்திருக்கவில்லை என்ற பதிலில் இருக்கும் அதே அளவு உண்மை அதே பிண ரயில்தான் வட மேற்கு எல்லைப்புற இந்துக்களையும் சீக்கியர்களையும் வன்முறைக்குத் தூண்டியது... ஆர்.எஸ்.எஸ். அல்ல என்பதிலும் இருக்கவே செய்கிறது.

அதோடு எந்த இடத்திலுமே இந்துத்துவர் முதல் தாக்குதலை நடத்தியிருக்கவில்லை என்ற வரலாற்று உண்மையைப் பார்க்கும் போது ஆர்.எஸ்.எஸின் வழிகாட்டி நூலில் இருக்கும் வன்முறை வரிகள் அவர்கள்மீது ஏற்படுத்தியிருக்கும் தாக்கம் குறைவானது என்பதே புலனாகிறது. எப்போதும் 'சிறுபான்மை' அடிப்படைவாத சக்திகள் வன்முறையைக் கையில் எடுக்கும்போது பதிலடியாகத்தான் ஆர்.எஸ்.எஸ். களத்தில் இறங்குகிறது. உண்மையில் அது தன் மீது கல்லெறியும்போது கடிக்கும் காவல் நாயாகவே இருக்கிறது. அந்தக் கோபம்கூட அது கொள்ளவில்லை என்றால் ஏற்படும் இழப்பு மிக மிக அதிகமாக இருக்கும் என்பதே உண்மை.

ஆர்.எஸ்.எஸின் முக்கிய வழிகாட்டில் நூலில் இஸ்லாமியர் பற்றி அப்படி என்னதான் சொல்லப்பட்டிருக்கிறது? இந்து தேசம் என்ற வரையறையும் யார் இந்தியர்கள் என்ற வரையறையும் அதில் இருக்கிறது. ஒரே பொதுவான இனம், பாரம்பரியம், கலாசாரம், மதம், முக்கியமாக மொழி உடையவர்கள், பொதுவான விருப்பமும், யார் நண்பர்கள், யார் எதிரிகள் என்ற உணர்வும் கொண்டவர்கள், பொதுவான நிலப்பரப்பு உடையவர்கள் இவர்களைக் கொண்டதே 'தேசம்' என்று அழைக்கப்படுகிறது.

தேசியத்தை வரையறுக்கும் இந்த அம்சங்களுக்கு வெளியே இருப்பவர்கள், தங்கள் வேற்றுமைகளை மறந்தால் ஒழிய தேசிய வாழ்க்கையில் அவர்களுக்கு இடமில்லை. தேசத்தின் மதம், கலாசாரம் மற்றும் மொழியை ஏற்கவேண்டும்; முழுவதுமாக தேசிய இனத்தோடு கலந்துவிடவேண்டும். அதுவரை, அவர்கள் சிநேகமாக இருந்தாலும் சரி எதிர்த்தாலும் சரி, அவர்கள் அந்நியரே என்று வரையறுத்திருக்கிறது.

இது ஏதோ இந்துத்துவர்கள் புதிதாகக் கண்டுபிடித்த கோட்பாடு அல்ல. உலகம் முழுவதுமே இதுதான் நடைமுறையில் இருக்கிறது. மொழிவழித் தேசியமே உலகம் முழுவதும் இருக்கிறது. எனினும் பல மொழி பேசும் மக்கள் ஒரே தேசமாக இருக்கும் இடங்களாக இந்தியாவையும் அமெரிக்காவையும் சொல்லலாம். அமெரிக்காவில் நீங்கள் எந்த மதத்தைச் சேர்ந்தவராக வேண்டுமானாலும் இருக்கலாம், எந்த மொழியைப் பேசுபவராகவும் இருக்கலாம்... அமெரிக்கக் குடிமகன் என்றால் அமெரிக்கப் பாரம்பரியம் மீதும் அமெரிக்க தேசியத்தின் மீதும் பற்றும் விசுவாசமும் கொண்டவராகவே இருந்தாக வேண்டும்.

இத்தனைக்கும் அமெரிக்கா என்பது மிகக் குறுகிய வரலாறும் அதைவிட மிக மோசமான கடந்த காலமும் கொண்டது. அமெரிக்க வல்லாதிக்க தேவியின் சிலைக்குக் கீழே பூர்வகுடிகளின் பிணங்கள் புதையுண்டு கிடக்கின்றன. அப்படியிருந்தும் அமெரிக்காமீது பெருமிதமே கொண்டாகவேண்டும் என்றே அங்கு சொல்லப் படுகிறது (இந்த உண்மையை மறைக்கத்தான் நீண்ட நெடிய பாரம் பரியம் கொண்ட இந்தியாவின் மீது ஜாதி தொடர்பான மிகையான அவதூறுக் குற்றச்சாட்டுகள் முன்னெடுக்கப்படுகின்றன. ஜெர்மானிய யூத வெறுப்புகள் முன்னிலைப்படுத்தப்படுகின்றன).

இந்தியாவின் மதம் இந்து மதமே. கலாசாரம் இந்து கலாசாரமே. இந்தியாவின் பெருமை மிகு மொழி சமஸ்கிருதமே. பெரும் பான்மையினர் பேசும் மொழி இந்தி என்பதால் இந்தியாவுக்கான ஆட்சி மொழியாக அதுதான் இருக்கவேண்டும் என்று இந்துத்துவம் சொல்கிறது. உண்மையில் அதை ஆங்கிலத்தின் மீதான கோபத்தினால்தான் சொல்கிறதே தவிர இந்திய மொழிகள் மீதான வெறுப்பினால் அல்ல.

அடுத்த குற்றச்சாட்டு பாபர் கும்மட்ட இடிப்பு.

ராமர் இந்துக்களால் தெய்வமாக மதிக்கப்படும் நபர். இந்தியாவை முதன் முதலில் ஒற்றைக் குடையின்கீழ் ஆண்ட முதல் மன்னர் அவர் என்று கூடச் சொல்லலாம். இலங்கைவரை அவருடைய ஆதிக்கம்

இருந்திருக்கிறது. ராவணனைக் கொன்றதையடுத்து அந்த நாட்டின் உரிமை ராமருக்கே வந்து சேர்ந்திருக்கும். அவர் விபீஷணனுக்கு அதைக் கொடுத்தநிலையிலும் ராமரின் ஆளுமைக்கு உட்பட்டுத்தான் விபீஷணரும் இருந்தார். வனவாசிகளின் தலைவரான சுக்ரீவனும் ராமனுடைய அரவணைப்பில் இருந்தவர்தான். அப்படியாக அயோத்தி மட்டுமல்லாமல் இலங்கை வரையிலான பகுதிகள் அனைத்துமே ராமருடைய ஆளுகைக்குட்பட்டதாகவே இருந்திருக்கவேண்டும்.

இன்றும் இந்தியாவில் ராமாயணத்தோடு தொடர்புபடுத்தப்படாத ஒரு மாநிலமோ மாவட்டமோ நாட்டுப்புறமோ இல்லை என்று சொல்லும் அளவுக்கு ராமாயணம் தேசம் முழுவதும் பரவியிருக்கிறது. தனி இனம் என்று சொல்லிக்கொள்ளும் தமிழர்களின் பழம் பெரும் இலக்கியமான சிலப்பதிகாரத்தில்கூட ராமரைப் பற்றிப் புகழ்ந்து பேசும் குறிப்புகள் ஏராளம் கிடக்கின்றன. திராவிட ஆரிய சண்டை எனவும் சைவ வைணவ சண்டை எனவும் கட்டுடைக்கப்படும் ராமாயணத்தின் சிவ - ராம நல்லுறவின் ஆகச் சிறந்த எடுத்துக் காட்டான ராமேஸ்வரம் தமிழகத்தில்தான் இருக்கவும் செய்கிறது. ராமேஸ்வர மன்னர் பரம்பரை தம்மை ராமர் பாலத்தின் பாதுகாவலர் என்றே அழைத்துக்கொள்ளவும் செய்கிறது.

இதன் மறுபுறத்தில் பாபர் என்பவர் 1550களில் இந்தியாமீது படை யெடுத்து வந்தவர். அவர் இந்தியாவில் பெற்ற வெற்றியைக் கொண்டாடும் வகையில் ஒரு நினைவு மண்டபத்தைக் கட்டியிருக்கிறார். அதுவும் இந்தியா முழுவதும் பெரிதும் மதித்துப் போற்றப்படும் ராமருடைய கோயிலை இடித்து அங்கு ஒரு மண்டபத்தைக் கட்டியிருக்கிறார்.

இந்துவை விடுங்கள்... ஓர் இந்தியர் யார் பக்கம் நிற்கவேண்டும். ராமர் பக்கமா... பாபர் பக்கமா..? ஒரு தேசத்தின் குடிமகனாக நீங்கள் உங்களைக் கருதுகின்றீர்கள் என்றால் அந்த தேசத்தின் கலாசாரத்துடனும் கதாநாயகர்களுடனும் உங்களை நீங்கள் அடையாளம் கண்டுகொள்ள வேண்டும். நீங்கள் பாபருடன் உங்களை அடையாளம் கண்டு கொள்கிறீர்கள் என்றால் பாபருடைய நாட்டுக்குச் சென்று அதை நன்றாகச் செய்துகொள்ளுங்கள். இது ராமனின் நாடு. இங்கு ராமனின் குழந்தைகளுக்கு மட்டுமே இடம் உண்டு என்று ஆர்.எஸ்.எஸ். சொல்வதில் என்ன தவறு இருக்க முடியும்?

பாபர் கும்மட்டம் இந்தியாவின் மதச் சார்பின்மைக்கும் பன்மைத் தன்மைக்கும் எடுத்துக்காட்டு என்று சொல்கிறார்கள். அதை இந்துத்துவர்கள் இடித்ததன் மூலம் இந்தியாவின் பன்மைத்துவப் பாரம்பரியத்தையே அழித்துவிட்டதாகச் சொல்கிறார்கள்.

உண்மையில் பாபர் கும்மட்டமா இந்தியாவின் மத நல்லிணக்க அடையாளம்? 40 நாள் கடும் பிரம்மச்சரிய விரதம் இருந்து சபரிமலைக்குச் செல்லும் இந்து பக்தர்கள் வாவர் மசூதிக்குச் சென்று வணங்கிவிட்டுச் செல்கிறார்கள். இதுதானே இந்துக்களின் நல்லிணக்கம். அதே சபரிமலையில் தினமும் இறைவனைத் தாலாட்டி உறங்கச் செய்யும் ஹரிவராசனம் பாடலைப் பாடியது ஒரு கிறிஸ்தவர்...

திருப்பதி வெங்கடாசலபதிக்கு ஒரு இஸ்லாமியர் செய்து கொடுத்த 108 தங்க மலர்களைக் கொண்டு பூஜை செய்யப்படுகிறது... கடப்பாவில் பெருமாள் கோயிலுக்கு இஸ்லாமியர்கள் பர்தா அணிந்த பெண்கள் உட்பட வந்து வணங்கிவிட்டுச் செல்கிறார்கள். பெருமாளைத் தமது வீட்டு மாப்பிள்ளையாக நினைத்து அனைத்து இந்து சடங்கு களையும் செய்து வணங்குகிறார்கள். வேல் போன்ற கண்களைக் கொண்ட வேலா(ளா)ன்கண்ணிக்கு எத்தனையோ எளிய இந்துக்கள் நேர்ச்சை செய்து வழிபடுகிறார்கள். இந்தியாவின் மத நல்லிணக் கத்துக்கான உதாரணங்கள் இவைதான். இந்துத்துவர்கள் இதை யெல்லாம் மாற்றும்படிச் சொல்லவேயில்லையே. ராமர் கோயிலை இடித்துக் கட்டிய மண்டபத்தை இடிக்கச் சொன்னார்கள்... இடித்தார்கள்... அந்த மண்டபம்(மட்டுமே) எப்படி இந்தியாவின் மத நல்லிணக்கத்தின் அடையாளமாக இருக்கமுடியும். ஒரு மதத்தின் வழிபாட்டு மையத்தை இடித்ததைப் பொறுத்துக்கொண்டு இருப்பதன் மூலம்தான் மத நல்லிணக்கத்தை வெளிப்படுத்தவேண்டுமா?

இத்தனைக்கும் ஒட்டு மொத்த இந்தியாவும் இந்துக்களும் பிற பல விஷயங்களில் இஸ்லாமியர்களின் அனைத்து அதிகப்படியான நம்பிக்கைகளுக்கும் உரிமை கோரல்களுக்கும் இடம் தந்துதான் வருகிறார்கள். ஆனால் இந்துத்துவர்கள் முன்வைக்கும் மிக எளிய, நியாயமான கோரிக்கையையே ஏற்க மறுப்பதன் மூலம் அவர்களை அதிருப்திக்கும் கோபத்துக்கும் ஆளாக்குவது யார்...?

'பாகிஸ்தானுக்கு போ' என்று ஆர்.எஸ்.எஸ். எல்லாரையும் பார்த்துச் சொல்லவில்லை. 'பாபர்தான் எங்கள் தலைவர்... ராமர் அல்ல' என்று சொல்பவர்களைப் பார்த்துமட்டுமே அப்படிச் சொல்கிறார்கள். இந்து கலாசாரத்தையும் இந்திய தேச நலனையும் முன்னெடுப்பவர் களை ஆர்.எஸ்.எஸ். அரவணைத்துக்கொள்ளவே செய்கிறது. அப்படியான இஸ்லாமியர்களுக்கு என்று ஆர்.எஸ்.எஸில் தனியான கிளையே இருக்கிறது.

ஆர்.எஸ்.எஸின் ஸ்தாபகரான ஹெட்கேவரின் நினைவு விழா மண்டபத்தைக் கட்டியதே அப்படியான ஒரு இஸ்லாமியர்தான்.

அப்துல்கலாமை ஜனாதிபதியாக்கியது ஆர்.எஸ்.ஸால் இயக்கப் படுவதாகச் சொல்லப்படும் ஓர் இந்து கட்சிதான். இவையெல்லாம் ஏதோ மேலோட்டமான அடையாளச் செயல்கள் மட்டுமே என்று ஒருவர் சொல்லக்கூடும். இதில் உண்மையில்லை என்பது ஒருபுறம் இருக்கட்டும். அப்படியான அடையாளச் செயல்கள் கூடச் செய்ய முன்வராத இஸ்லாமிய அமைப்புகளையும் நாடுகளையும் ஆதரித்துக் கொண்டு இந்துத்துவர் மேல் பழி சொல்ல யாருக்கும் அருகதை கிடையாது.

ஆர்.எஸ்.எஸ்ஸின் சிறுபான்மை எதிர்ப்பு என்பது எதிர்வினையாக முன்னெடுக்கப்படுவது மட்டுமே. நல்லிணக்கத்துக்கு அவர்கள் எப்போதும் தயார் என்பதே இதில் இருந்து தெரியவருகிறது. பாகிஸ்தானில் ஒரு மசூதி கட்டப்பட இத்தனை சிரமப்பட வேண்டி யிருக்குமா? கிறிஸ்தவ ராஜ்ஜியத்தில் ஒரு சர்ச் கட்ட இத்தனை கஷ்டப்பட வேண்டியிருக்குமா? பௌத்த தேசத்தில் ஒரு விகாரை கட்டப்பட்ட இத்தனை சிரமப்படவேண்டியிருக்குமா? கம்யூனிஸ்ட் தேசத்தில் அதன் தலைவருடைய சிலைமீது அந்த ஊர் காகம்கூட ஒரு துளி எச்சம் போட்டுவிட முடியுமா? இந்தியாவில் இந்துக்களின் தெய்வம் இருண்ட அறையில் சிறைவைக்கப்பட்டிருக்கிறார். தெய்வத்தை விடுவிக்க முயலும் பக்தரைத்தான் உலகம் வன்முறை யாளன் என்கிறது.

இந்தியாவில் ஒரே ஒரு இஸ்லாமிய நினைவு மண்டபம் இடிக்கப் பட்டதற்கே இத்தனை கூக்குரல் எழுப்பும் நபர்களில் யாரேனும் பாகிஸ்தானில் ஓராயிரம் கோயில்கள் தரைமட்டமாக்கப் பட்டதற்கு சிறு முனகலையாவது எழுப்பியிருக்கிறார்களா? இந்துத்துவம் பற்றி அடிவயிற்றில் இருந்து கத்தும் அவர்கள் பாகிஸ்தானிய இஸ்லாமியரின் வன்முறையைப் பற்றி ஒரு வார்த்தையாவது பேசியிருக்கிறார்களா? ஏன் இந்த இரட்டை நாக்கு?

●

3

குஜராத் கலவரம்

குஜராத் கலவரம். இதுதான் ராமர் - கும்மட்ட இடிப்பைவிட மிகப் பெரிய வன்செயலாகச் சொல்லப்படுகிறது. உண்மையிலேயே வருந்தத்தக்க செயல்தான். அப்பாவி இஸ்லாமியர்கள் மீதான தாக்குதலை எந்தவகையிலும் நியாயப்படுத்த முடியாது. இந்துப் பாரம்பரியத்தை, கலாசாரத்தை மதிக்காத இஸ்லாமியர்கள் இந்தியர்களே அல்ல என்ற சித்தாந்தத்தின்படியே இந்தப் படுகொலைகள் நடந்திருக்கின்றன. இது வன்மையாகக் கண்டிக்கத்தக்கது.

கொல்லப்பட்ட கரசேவகர்களின் அஸ்தியை தேசம் முழுவதும் கொண்டுசென்று இந்து சக்திகளை ஒருங்கிணைத்திருக்கவேண்டும். தேசம் முழுவதும் 56 பிரமாண்ட ராமர் ஆலயங்களைக் கட்டியிருக்க வேண்டும். வெடிகுண்டு வைத்து அப்பாவிகளைக் கொன்ற 56 இஸ்லாமியத் தீவிரவாதிகளை கங்கையில் குளிக்க வைத்து, ஈர உடையுடன் ராமர் ஆலயத்தை மூன்று முறை வலம் வர வைத்து, குங்குமத்தை இட்டு, ஆயுள் முழுவதும் அந்தக் குங்குமத்துடனே இருக்கவேண்டுமென்று தண்டனை தந்திருக்கவேண்டும். இதை தேசம் முழுவதும் நேரடி ஒளிபரப்பாகக் காட்டியிருக்கவேண்டும். அந்த பிரார்த்தனையின் போது தேசம் முழுவதிலும் எழும் ராம நாம கோஷம் விண்ணை அதிரவைத்திருக்கவேண்டும், எளிய இஸ்லாமியர்களின் அபயக் குரலுக்கு பதிலாக அதுதான் கேட்டிருக்க வேண்டும். இந்து அடிப்படை சக்திகள் செய்த மிகப் பெரிய மன்னிக்க முடியாத குற்றம் குஜராத் கலவரம். அன்று அவர்கள் சக

இந்தியர்களைத்தான் கொன்றார்கள். அதை எப்படி நியாயப்படுத்த முடியும்? ஆனால், இதில் கவனத்தில் கொள்ளவேண்டிய வேறு சில விஷயங்களும் இருக்கின்றன.

நரேந்திர மோதி ஆட்சிக்கு வந்து சில மாதங்களே ஆகியிருந்தது... கலவரத்தில் 250க்கு மேற்பட்ட இந்துக்களும் கொல்லப்பட்டிருக் கிறார்கள்... கும்பல் வன்முறையை எந்த அரசாலும் தடுக்கவே முடியாது. கும்பல் சேராமல் தடுப்பதுதான் ஒரே வழி... ராணுவத்தை உடனேயே களமிறக்கியிருக்கிறார்; உண்மையில் நடந்ததிவிட ஊடகங்கள் மிகைப்படுத்திய கதையாடல்களே அதிகம் என்ற வாதங்களையும் மீறி அது இந்தியாவுக்கு அவமானமான நிகழ்வுதான். அதுவும் காந்தி பிறந்த மண்ணிலேயே அவர் வாழ்நாள் முழுவதும் போராடிய லட்சியம் சின்னா பின்னமாக்கப்பட்டதென்பது தேசத்துக்கே பெரிய வேதனைதான்.

இதில் கவனிக்க வேண்டிய இன்னொரு விஷயம் என்னவென்றால், இங்கும் இந்தத் தீ குஜராத்தோடு நின்றுவிட்டது. இந்திய தேசம் முழுவதிலும் இருந்து கரசேவைக்கான செங்கல்கள் கொண்டு செல்லப்பட்டன. அந்தவகையில் ஆர்.எஸ்.எஸ். தன் கரங்களை தேசம் முழுவதும் பரப்பியது. அதற்கு ஒட்டு மொத்த தேசமும் பெரும் வரவேற்பைக் கொடுத்தது. ஆனால், கரசேவகர்கள் கொல்லப் பட்டதும் அந்த நெருப்பானது தேசம் முழுவதும் பரவவில்லை. இந்தியாவை இணைக்கும் கலாசார நரம்புகளில் நல்ல ரத்தம் மட்டுமே ஓட முடியும். நஞ்சு ரத்தம் அடிபட்டு நெறிகட்டும் இடத்தில் தேங்கி நின்றுவிடும் என்பதற்கான இன்னொரு உதாரணம் இது.

காடுகளில் தீ பரவாமல் தடுக்க தீப் பிடித்த மரங்களுக்கு சற்று தொலைவில் இடைவெளிவிட்டு மரங்களை வெட்டி வீழ்த்தி ஒரு இன்சுலேஷன் பஃபர் ஜோனை உருவாக்குவார்கள். அதுபோல் இந்து சமூகத்தில் ஒரு இடத்தில் ஆரம்பிக்கும் கலவரம் அடுத்த இடத்துக்குப் பரவாமல் தடுக்கும் வகையில் சாதி, மொழி போன்றவை தடுப்பு அகழிகளாக பஃபர் உணர்வுகளாகச் செயல் படுகின்றன. குறிப்பாக அதிகாரக் குவிப்புக்கு எதிரான சாதிய வாழ்க்கை முறையினால் அப்படியான தடுப்பு இயல்பாகவே உருவாகிவிட்டிருக்கிறது.

இன்று இந்துத்துவ அரசியல் சக்திகள் தேசத்தில் கிளை பரப்ப முயற்சி செய்யும்போது அந்தந்தப் பகுதி ஆதிக்க சாதிகளுடன் மொழி அரசியலைக் கையில் எடுத்துக்கொண்டு கை கோர்த்துக்கொள் கின்றன. இது ஒருவகையில் தவறு போல் தோன்றலாம். ஆனால், அப்படி உள்ளூர் ஆதிக்க சக்திகளின் அடையாளத்தை அழிக்காமல்

இணைவதால் தேசம் தழுவிய சக்தியாக வளர்ந்த பின்னாலும் வர்த்தகம், புனிதப் பயணம், இன்பச் சுற்றுலா, தேர்தல், வரி, நலத்திட்டம் போன்ற நல்ல அம்சங்களின் பரிமாற்றம் மட்டுமே நடக்கும். வன்முறையின் பரிமாற்றம் நடக்காது. அதாவது காஷ்மீரில் ஒரு விழா என்றால் கன்யாகுமரியில் இருந்து ஒருவர் புறப்பட்டுச் செல்வார். ஆனால், காஷ்மீரில் ஒரு இந்து கொல்லப்பட்டால் கன்யாகுமரியில் ஒரு முஸ்லிம் பதிலடியாகக் கொல்லப்படமாட்டார். இந்த தேசம் இதுவரையிலும் இப்படித்தான் இருந்திருக்கிறது. இனியும் அப்படித்தான் இருக்கும்.

ஆனால், இந்தியா கிறிஸ்தவ, இஸ்லாமிய மதத்தின் பிடிக்குள் முழுமையாகச் சென்றால் அப்போது கன்யாகுமரியில் ஒரு முஸ்லிம் கொல்லப்பட்டால் அதற்கு பதிலடியாக காஷ்மீரில் ஒரு இந்து நிச்சயம் கொல்லப்படுவார் இந்திய கும்மட்ட இடிப்புக்கு பங்களாதேஷ் இந்துக்கள் கொன்று குவிக்கப்பட்டதுபோல்.

இந்து மதம் இந்த தேசத்தைப் பிணைத்திருக்கும்வரை அதன் மையம் அழிந்த, பல தெய்வ, பன்மைத்தன்மையின் காரணமாக நன்மைகளை மட்டுமே பகிர்ந்துகொள்ளும். தீமைகளை அல்ல. எனவே, இந்தியாவில் இந்து சக்திகள் பலம் பெறுவதன் மூலம் ஏற்படும் தீமைகளைவிட நன்மைகளே அதிகமாக இருக்கும்.

அடுத்ததாக, ஸ்டேயின்ஸ் பாதிரியாரின் படுகொலை. இதுவும் வன்மையாகக் கண்டிக்கத்தக்கது. அதுவும் குழந்தைகளோடு சேர்த்துக் கொன்றது மிகவும் தவறு. அதேநேரம் இந்தியாவில் ஆயிரக்கணக்கான பாதிரியார்கள் அந்தப் படுகொலைக்கு முன்னும் பின்னும் சர்வ சுதந்தரமாக பிரசாரம் செய்துதான் வருகிறார்கள். அதுவும் ஏதோ இயேசு கிறிஸ்து நல்லவர் என்று மட்டுமே சொல்லி யெல்லாம் பிரசாரம் செய்வதில்லை. இந்துக்களைப் பாவிகள் என்றும் இந்து தெய்வங்களை சாத்தான்கள், வீரியன் பாம்புக் குட்டிகள் என்றும் அவதூறு செய்தபடியேதான் பிரசாரம் செய்து வருகிறார்கள். ஸ்டெயின்ஸ் பாதிரியாரின் படுகொலை அரிதினும் அரிதான ஒரு நிகழ்வு.

ஒரு கோடீஸ்வரன் எதிர்பாராத நிகழ்வுகளினால் ஒரு நாள் சாப்பிட முடியாமல் போய்விட்டால் அவனை உடனே வறுமைக் கோட்டுக்குக் கீழே இருக்கும் அப்பாவியாகச் சொல்லி நிவாரணங்கள் கொடுக்கச் சொல்லிவிடமுடியாது. ஓநாய்க்கூட்டத்தில் ஒரே ஒரு ஓநாய் குண்டடி பட்டு இறப்பதால் ஓநாய்கள் எல்லாம் அழியும் விலங்குகள் பட்டியலுக்குள் வந்துவிட்டதாகச் சொல்லமுடியாது. இந்தியாவில் தரப்படும் சுதந்தரம் எத்தகையது என்பது

புரியவேண்டுமென்றால் இஸ்லாமிய தேசங்களிலும் சீனா போன்ற கம்யூனிஸ தேசங்களிலும் மத மாற்றத்துக்கு என்னென்ன தடைகள் இருக்கின்றன என்பதோடு ஒப்பிட்டுப் பார்த்துச் சொல்லவேண்டும். சிறுபான்மையினருக்கு இந்திய அரசியல் சாசனத்தில் வழங்கப் பட்டிருக்கும் உரிமைகள் எந்த நாட்டிலும் எந்த சிறுபான்மைக்கும் வழங்கப்பட்டிருக்கவில்லை. இதையெல்லாம் பேசாமல் பாதிரியார் கொல்லப்பட்டார் என்பதை மட்டுமே பேசுவது நியாயமாகாது.

இதில் இன்னொரு விஷயம் என்னவென்றால், அதே இந்தியாவில் கிறிஸ்தவர்களாலும் இஸ்லாமியர்களாலும் கொல்லப்பட்ட இந்து ஸ்வாமிஜிகள், ஆர்.எஸ்.எஸ். தொண்டர்களின் எண்ணிக்கை பாதிரிகளில் கொல்லப்பட்டவர்களைவிட பல நூறு மடங்கு அதிகம். ஒரு ஆர்.எஸ்.எஸ். தொண்டர் என்பவர் இந்து மதத்துக்கு பாதிரி போன்றவர்தான். ஒரு பாதிரியாருக்காவது அவருடைய எளிமை, அர்ப்பண உணர்வு இவற்றுக்கு கை மேல் பலன் அவர் எதிர்பார்ப்பதை விடப் பல மடங்கு கிடைக்கும். அவர் பொருளாதார ஆசைகள் கொண்டவராக இருந்தால் அது தங்கப் புதையலாகக் கிடைக்கும். ஆயிரக்கணக்கான நபர்களை மதம் மாற்ற வேண்டும் என்ற எளிய இலக்கை மட்டுமே கொண்டிருந்தால் அதுவும் நிறைவேறும். இந்தியாவின் அனைத்து அதிகார மையங்களும் பாதிரிக்கு சிவப்புக் கம்பளம் விரித்து வரவேற்பு கொடுக்கும். பாதிரியின் செயல்கள் செழிப்பான நிலத்தில் தூவப்பட்ட நெல் மணிகளைப் போல் பல்கிப் பெருகும்.

ஆர்.எஸ்.எஸ்.காரர்களின் செயல்பாடுகள் முற்றிலும் நேர் மாறானவை. அவர்களுடைய தியாகத்துக்கும் அர்ப்பண உணர்வுக்கும் எளிமைக்கு எந்தப் பலனும் கிடைக்காது. பாறையில் தூவிய விதைகள் போல் அவர்களுடைய உழைப்பு வீணாகிப் போகும். அவர்களுக்கு எந்த அதிகார மையமும் திறந்து கொடுக்காது. நிதி உதவிகள் சர்வ தேசத்தில் இருந்து வந்து குவியாது. இவை எல்லாவற்றையும்விட அவருடைய செயல்பாடுகள் வன்முறைச் செயல்பாடுகளாக பிரிவினைவாதச் செயல்பாடுகளாக சக இந்துக்களாலேயே யாருடைய நலனுக்காகப் போராடுகிறார்களோ அவர்களாலேயே விமர்சிக்கப்பட்டு ஒதுக்கப்படும். இந்திய, தமிழக திரைப்படங்களைப் பார்த்தால் பாதிரியார்கள் எல்லாரும் கருணையே உருவானவர்களாகச் சித்திரிக்கப்படுவார்கள். வில்லன்கள் எல்லாம் நெற்றியில் மிகப் பெரிய குங்குமத் தீற்றலுடன் காட்டப்படுவார்கள்.

ஆர்.எஸ்.எஸில் இருக்கும் நபர்கள் வெட்டிக் கொல்லப்பட்டால் சமூகம் அதை வெகு சகஜமாக எடுத்துக்கொள்ளும். ஏனென்றால் ஆர்.எஸ்.எஸில் இருக்கும் அனைவரும் கோட்சேக்களே. எழுத்தாள

இமயங்களில் ஆரம்பித்து திரையுலக சிகரங்கள் வரை அனைவரும் ஒரு போர் வீரன் கொல்லப்படுவதில் என்ன தவறு இருக்க முடியும் என்று நியாயம் பேசுவார்கள். ஒரு பாதிரி கொல்லப்படும்போது மட்டும் ஓர் எளிய ஆன்மா கொல்லப்படுவதாக உலகமே மெழுகுவர்த்தியை ஏந்தியபடி ஒப்பாரி வைக்கும். இந்துத் தியாகம் என்றால் அவ்வளவு இளக்காரமா... கிறிஸ்தவ தியாகம் என்றால் அவ்வளவு உசத்தியா என்ன.... இத்தனைக்கும் கிறிஸ்தவ பாதிரிப் படைதான் தன்னை ராணுவத்துக்கும், கடற்படைக்கும் விமானப் படைக்கும் இணையான ரட்சணிய சேனையாகக் கருதிக் கொண்டு களத்தில் செயல்பட்டு வருகிறது.

சமீபகாலமாக கர்நாடகாவில் 20க்கு மேற்பட்ட இந்துத்துவர்கள் படுகொலை செய்யப்பட்டிருக்கிறார்கள். கேரளாவில் அதற்கும் அதிகமான இந்துத்துவர்கள் கொல்லப்பட்டிருக்கிறார்கள். தமிழகத்தில் புதிய மாற்றமாக பத்துக்கும் மேற்பட்ட இந்துத்துவர்கள் படுகொலை செய்யப்பட்டிருக்கிறார்கள். ஒரு சித்தாந்தத்தின் குரல்வளையை நெறிக்கும் செயல்தான் இதுவும். பேனாவை முறிக்கும் துப்பாக்கி குண்டுகளைவிட சேவையில் ஈடுபட்டவர்கள் மீது வீசப்படும் அருவாள் கொடூரமானது. இடதுசாரிகளும் சிறுபான்மையினரும் கொல்லப்பட்டால் தேசம் அழிவின் பாதையில் செல்லத் தொடங்கிவிட்டதாகவும் அதே வலதுசாரிகள் கொல்லப் பட்டால் தேசம் அமைதிப்பூங்காவாக இருப்பதாகவும் சொல்லிக் கொள்வது ஒரு எல்லைவரைதான் பொறுத்துக்கொள்ளப்படும்.

இந்தியா இந்துக்களின் தேசமாக இருக்கிறது; எனவே அதை அழித்தே தீருவேன் என்று சொல்பவர்களுக்கு இரும்புக் கரம். மற்றவர்களுக்கு பஞ்சுக் கையுறை அணிந்த நட்புக் கரம். தீவிரவாதிக்கு மலர் வளையம். எளிய மனிதருக்கு மலர்ச் செண்டு. இதுதான் இந்தியாவை பலப்படுத்தும். இந்தியா வலுவானால்தான் இந்து வாழ முடியும். இந்து வாழ்ந்தால்தான் இந்தியா வாழ முடியும்.

உத்தரபிரதேச கலவரத்தை எடுத்துக்கொண்டால் அதைப்போல் கேடுகெட்ட அரசியல் செயல்பாடு உலகில் இருக்கவே முடியாது. ஒரு இந்துப் பெண்ணைக் கேலி செய்ததாகச் சொல்லி இஸ்லாமியர் ஒருவரை இரண்டு இந்துக்கள் கொல்கிறார்கள். அந்த இரண்டு பேரையும் இஸ்லாமியர்கள் வெட்டிப் பழி தீர்க்கிறார்கள். முலாயம்மின் கட்சியினரும் காங்கிரஸ் கட்சியினரும் மசூதியில் நடந்த நிகழச்சியில் கலந்துகொண்டு இந்துக்களுக்கு இந்த அடி போதாது என்று வெறியேற்றுகிறார்கள். மகா பஞ்சாயத்து என இந்து விவசாயிகள் கூடிய கூட்டத்தில் பி.ஜே.பி.யினர் நாம் பதிலடி கொடுக்கவேண்டும் என்று பேசுகிறார்கள். மாநாடு முடிந்து

திரும்பிவரும் விவசாயிகளை வெட்டிக் கொன்றும், துப்பாக்கியால் சுட்டும் டிராக்டர்களைக் கொளுத்தியும் அட்டூழியம் செய்கிறர்கள் இஸ்லாமியர்கள். ஜாட் இந்துக்கள் பதிலடி கொடுத்தார்கள். ஆனால், அமித் ஷாதான் இந்தக் கலவரம் அனைத்துக்கும் மூல காரணம் என்றுதான் மேடை தோறும் முழங்கப்படுகின்றன.

உண்மையில் இஸ்லாமிய கிறிஸ்தவ அடிப்படைவாதம் வெளியே தெரியாமல் கீழறுப்பு வேலைகளைச் செய்துவருவார்கள். பாதியில் முழித்துக்கொண்டு இந்து எதிர்ப்புத் தெரிவிப்பான். அதற்கு வெடி குண்டு, கொலை, ரயில் எரிப்பு போல் ஏதேனும் தாக்குதலைப் பிற மதத்தினர் நடத்துவார்கள். ஏற்கெனவே பலவகைகளில் காயம் பட்டிருக்கும் இந்துக்கள் கும்பலாகக் கிளம்பி வன்முறை வெறியாட்டம் நடத்துவார்கள். எந்த இடத்திலும் இந்து அணி திரளல் தானாகவே வன்முறையை கையில் எடுத்ததாக சரித்திரமே இல்லை. பதிலடியாகத்தான் அது நடந்திருக்கிறது.

இஸ்லாமிய கிறிஸ்தவர்களின் மத விரிவாக்க நடவடிக்கைகளை இந்து வெறுமனே கைகளைக் கட்டிக்கொண்டு வேடிக்கை பார்த்துக் கொண்டே இருந்தால் நாட்டில் அமைதி நிலவும். மகிழ்ச்சி பொங்கும். மத நல்லிணக்கம் பெருகும். இந்து தன் மதத்தைக் கட்டிக்காக்க எழுந்தால் உடனே பாசிஸம், அராஜகம் என ஊடகங்கள் முழங்க ஆரம்பித்துவிடும். இந்து குட்டக்குட்டக் குனிந்து கொண்டிருந்த காலகட்டத்தில் ஒரு குரலாவது அவனுக்கு ஆதரவாகப் பேசப்படுகிறதா..? கிறிஸ்தவர்களும் இஸ்லாமியர்களும் லட்சக்கணக்கில் மதம் மாற்றியபோது எழாத கூக்குரல், இந்துக்கள் தாய் மதம் திரும்பும் நிகழ்ச்சியை நடத்தியதும் ஏன் எழுகிறது? இஸ்லாமிய, கிறிஸ்தவ எளிய மக்கள் மீதான பாசமானது இஸ்லாமிய, கிறிஸ்தவ அடிப்படைவாத, தீவிரவாத நடவடிக்கை களையும் சேர்த்தே ஆதரிக்கும் அளவுக்கு ஏன் போகிறது? பதிலடியாகச் சொற்ப இந்து அடிப்படைவாதிகள் செய்யும் செயல் களுக்காக ஒட்டு மொத்த இந்து பாரம்பரியமும் ஏன் தூக்கி எறியப் படுகிறது? இது கிட்டத்தட்ட தலித்கள் அடங்கிக் கிடந்தவரையில் ஊரில் பாலாறும் தேனாறும் ஓடியது. தாயா புள்ளையா மக்கள் சந்தோஷமாக வாழ்ந்துகொண்டேயிருந்தார்கள். சில அரசியல் கட்சிகள் அடங்க மறு, கலகம் செய்ன்னு கொடி பிடிச்சுக்கிட்டு கிளம்பின பிறகுதான் எல்லா பிரச்னையும் ஆரம்பிக்கின்றன என்று சொல்லப்படுவதற்கு இணையானது.

ஆர்.எஸ்.எஸ். அந்தரத்தில் இருந்து எதையும் கொண்டுவந்து நட்டு வளர்த்துவிட முடியாது. இந்துக்கள் ஓரங்கட்டப்படுவதான அதிருப்தி யும், காயமும் ஏற்கெனவே மக்கள் மனதில் இருந்திருக்கின்றன.

அதை யாரும் பொருட்படுத்தியிருக்கவும் இல்லை. எனவேதான் அது ஆர்.எஸ்.எஸால் முன்னெடுக்கப்படுகிறது. மக்கள் அதற்கு செவி சாய்க்கிறார்கள். பிரச்னை இதில்தான் இருக்கிறது. ஒருவரை ஆர்.எஸ்.எஸ். ஆக்குவது ஆர்.எஸ்.எஸ். அல்ல... ஒருதலைப்பட்ச மாகப் பேசும் இடதுசாரிகளும் வன்முறையில் தொடர்ந்து ஈடுபடும் சிறுபான்மை சக்திகளும் தான்.

எம்.எஃப்.ஹுசேன், பெருமாள் முருகன் போன்றோர் இந்துக்களின் மத உணர்வுகளைப் புண்படுத்தும்வகையில் செயல்படும்போது கலைச் சுதந்தரம் என்ற போர்வையிலும் இந்து மதம் இப்படியான குரல்களுக்குத் தந்து வந்திருக்கும் அனுமதி என்ற போர்வையிலும் அவர்களுக்கு ஆதரவாகப் பேசுகிறார்கள். இதில் இரண்டு அயோக்கி யத்தனங்கள் இருக்கின்றன. முதலாவதாக, இந்து மதம் இப்படியான சுதந்தரத்தைத் தந்தபோது இருந்த சூழலுக்கும் இப்போதைய சூழலுக்கும் இடையில் மிகப் பெரிய வேறுபாடு உள்ளது. அன்று அந்தக் கலகக் குரல்கள் ஆரோக்கியமான விவாதத்தின் ஓர் அங்கமாக இயல்பான முரணியக்கத்தின் ஓர் அங்கமாக முன்னெடுக்கப்பட்டன. இன்றைய நிலையில் இந்து மதத்தை அழிக்க விரும்பும் வல்லாதிக்க இஸ்லாம், கிறிஸ்தவம் போன்ற சக்திகளின் பின் துணையுடன் இவை முன்னெடுக்கப்படுகின்றன. இரண்டுக்கும் இடையில் மிகப் பெரிய வேறுபாடு இருக்கிறது. கடந்த கால ஆக்கபூர்வ விமர்சனங்களுக்குத் தந்த சுதந்தரத்தை இன்றைய அழிவு சக்திகளுக்கு ஒருபோதும் தரமுடியாது.

இரண்டாவதாக, இந்தக் கலை சுதந்தரத்தைப் போதிக்கும் நபர்கள் அனைவருமே தமது படைப்புகள் மீதான சிறு விமர்சனத்தைக் கூட அனுமதிக்காதவர்களாக, கலைச் சர்வாதிகாரிகளாக இருக்கும் அராஜகமும் அபத்தமும் காணக்கிடைக்கிறது. என் படைப்பைப் பேசவேண்டுமென்றால் அதற்கு உலக இலக்கியத்தில் பாதியையாவது கரைத்துக் குடித்திருக்கவேண்டும் (அதாவது என் படைப்புகளில் பாதியையாவது பணிவுடன் படித்து முடித்திருக்க வேண்டும்). மாற்றுக் கருத்தைச் சொல்வதற்கு முன் என்னிடம் அனுமதி கேட்டுப் பேசவேண்டும். என் படைப்பைப் பற்றி எந்தக் கருத்தும் சொல்ல என் வலைதளத்தில், புத்தகத்தில், கூட்டங்களில் நான் இடமே தரமாட்டேன். அப்படி விமர்சிக்க அனுமதிக்கும் ஊடகங்களில் என் படைப்பை இடம்பெறச் செய்யவும் மாட்டேன் என்றெல்லாம் கட்டுப்பாடுகளை விதிக்கும் ஒருவர் இந்து தெய்வங் களின் மீது மட்டும் எந்த நாய் வேண்டுமானாலும் சிறுநீர் கழித்துக் கொள்ளலாம் என்று பூரண கலைச் சுதந்தரம் பேசுவார். அதே நேரம், ஏதேனும் ஒரு இந்துக் கலைஞர் தனது மதம் தந்திருக்கும் கலை

சுதந்தரத்தைப் பயன்படுத்தி பிற மத மதிப்பீடுகள், புனித பிம்பங்கள் சார்ந்து ஏதேனும் உருவாக்கிவிட்டால் அதைத் தடுக்கும் முதல் நபராகவும் இவர்களே இருப்பார்கள். கலைச் சுதந்தரத்தை வாரி வழங்கியிருக்கும் இந்துப் பாரம்பரியத்தில் வந்த இந்த கலை அரசியல்வாதிகள் யாருக்குமே பிற மதம் சார்ந்து எந்த அரிப்பும் ஏற்படாமல் இருப்பதுதான் மிகப் பெரிய ஒடுக்குமுறை என்ற உண்மையை ஒருநாளும் சொல்வதுமில்லை.

உருவ வழிபாடு தேவையில்லை... மழித்தலும் நீட்டலும் தேவை யில்லை என ஞான மார்க்க போதனைகளை அதை ஏற்கும் பக்குவம் கொண்டவர்களிடம் சொல்லலாம். எளிய மக்கள் பக்தியில் திளைக்கும் இடத்தில் சென்று அதைச் சொல்லத் தேவையில்லை என்ற எளிய ஞானம் கலைகளிலும் இருக்கவேண்டுமல்லவா... தனிப் பேச்சிலும் விவரம் புரிந்த வாசகர் மத்தியிலும் தனிக் குழுவிலும் பேசும் பேச்சுக்களை பொது அரங்குக்குக் கொண்டு செல்லக்கூடா தென்பதில் எத்தனை தெளிவும் எச்சரிக்கையும் ஒவ்வொரு நபரும் கொண்டிருக்கிறார். அறிவார்ந்தவர்கள் மட்டுமே ஏற்க முடிந்த ஒரு படைப்பு பெருபான்மையான மக்களின் மத உணர்வை புண்படுத்தும் என்றால் என்ன செய்யவேண்டும்? யாரிடம் பேசுகிறோம் என்ற புரிதல் இருக்கவேண்டுமல்லவா... தனிக்குழு உரையாடல்கள் பொதுவெளிக்கு வந்துவிடும் என்ற அச்சம் இருந்தால் அடக்கி வாசிப்பதுதானே இயல்பு. ஒவ்வொரு கலை, அரசியல்வாதியும் தனது பிம்பம் சார்ந்தும் தனது நலன் சார்ந்தும் போட்டுக்கொள்ளும் இந்தப் பாதுகாப்பு வேலிகள் இந்து மதத்துக்கு மட்டும் இருக்கக் கூடாதா? யார் வேண்டுமானாலும் ஆட்டிச் செல்லும் சத்திரத்து ஆட்டுக்கலாகவேதான் அது இருந்தாகவேண்டுமா..? அதுவும் அதை உடைக்க வருபவர்களுக்கும் அனுமதி கொடுத்துக்கொண்டுதான் இருக்கவேண்டுமா?

இப்படியான கலைச் சுதந்தரம் பேசும் அனைவரிடமும் கேட்க வேண்டிய ஒரே ஒரு கேள்வி அதே சுதந்தரத்தைப் பிற மதங்கள் மீதும் பயன்படுத்துங்களேன். அவர்கள் மதத்தில் அதற்கு அனுமதி இல்லை என்று பதுங்கும் நீங்கள் உங்கள் மதத்தில் தந்திருக்கும் சுதந்தரம் வைத்தே அதையும் கலைக்கண் கொண்டு பாருங்களேன். என் மதம் எனக்கு இந்த சுதந்தரத்தைத் தந்திருக்கிறது. அதை நான் பயன் படுத்துவேன் என்று முழக்கமிட்டுப் பாருங்களேன். நேற்றைய கலகக் குரல்கள் இன்று இருந்திருந்தால் அப்படிப் பேசியிருப்பார்கள் அல்லவா... அந்தக் கலக மரபின் தொடர்ச்சியையும் கொஞ்சம் வாழவையுங்களேன். எதற்காக மூன்றாம் தர அரசியல்வாதிபோல் ஆதாயம் தரும் அறச்சீற்றங்களை மட்டுமே ஆவேசத்துடன்

மேற்கொள்கிறீர்கள்? கலைஞர்கள் மட்டுமே கலை சுதந்தரத்தைக் கோரமுடியும். மலின அரசியல்வாதிகளுக்கு அதே அரசியல்தானே பதிலாகக் கிடைக்கவேண்டும்.

அடுத்ததாக, இந்துத்துவம் ஒற்றைப்படையாக நடந்துகொள்கிறது. சமஸ்கிருதத்தையும் இந்தியையும் திணிக்க முற்படுகிறது... ராமரை, விநாயகரை ஒற்றைத் தெய்வமாக முன்வைக்கிறது. இந்து மதத்தின் பன்மைத்துவத்தை அழிக்கப் பார்க்கிறது... இந்திய தேசியத்தை முன்வைத்து மொழித் தேசியங்களை ஒடுக்கப் பார்க்கிறது. பிராமணிய மதிப்பீடுகளை முன்வைத்து இடை, கடைநிலை சாதி மரபுகளை ஒழிக்கப் பார்க்கிறது என்று புதிய ஏற்பாட்டின்படி புதிய முழக்கங்கள் முன்வைக்கப்படுகின்றன. இந்த போர் பரணி கொட்டும் அனைவரும் இஸ்லாத்தையும் கிறிஸ்தவத்தையும் கம்யூனிஸத்தை யும் ஆதரிப்பவர்களாக இருப்பது போன்ற அசிங்கமும் அபாயமும் ஆபாசமும் உலகில் எங்குமே காணமுடியாது.

கம்யூனிஸம் உலகத் தொழிலாளர்களே ஒன்று கூடுங்கள் என்று உலகம் முழுவதையும் ஒற்றைப் படையாக முதலாளி, தொழிலாளி என்று செயற்கையான அடிப்படையில் மனிதர்களின் பிற இயல்பான உணர்வுகளைப் புரிந்துகொள்ளாமல் மட்டையடி அடிக்கிறது. கிறிஸ்தவம் இந்த உலகம் கர்த்தரால் உருவாக்கப்பட்டது. எனவே அவருடைய குமாரர்களுக்கு மட்டுமே சொந்தம் என்று வெறிக்கூச்சல் போடுகிறது. இஸ்லாம் இந்த உலகில் தொழுகைக் கூக்குரலைத் தவிர வேறு எதுவும் கேட்கக்கூடாது. அதற்கு இடமில்லையென்றால் பிற மதங்களின் மரண ஓலம் மட்டுமே கேட்க வேண்டும் என்று சொல்கிறது. இந்த மூவரும் சேர்ந்துகொண்டு இந்து மதத்தையும் இந்தியாவையும் ஒற்றைப்படை சக்தி என்று சொல்வதுபோன்ற மடத்தனம் உலகில் எங்குமே இருக்க முடியாது.

மாடனையும் இசக்கியையும் கும்பிடும் மக்களை நீ கிறிஸ்துவை மட்டுமே கும்பிட்டாகவேண்டும்... அல்லது நீ அல்லாவை மட்டுமே கும்பிட்டாகவேண்டும்... நீ அல்லாவைக் கும்பிடு அல்லது கிறிஸ்துவைக் கும்பிடு ஆனால், ராமனையும் மாடனையும் மட்டும் கும்பிடாதே என்று சொல்லும் கூட்டத்தினரை விட நீ மாடனையும் இசக்கியையும் கும்பிடு... ராமனையும் கும்பிடு என்று சொல்லும் இந்துத்துவம்தான் அவர்களுக்கு எந்நாளும் நேச சக்தியாக இருக்க முடியும்.

இந்தியை இந்தியாவின் மொழியாக முன்னிறுத்தும்போது இந்துத்துவம் பிராந்திய மொழிகளை அல்ல; ஆங்கிலத்தை இடம்பெயர்க்கும் முயற்சியாகவே அதைச் செய்கிறது. இந்திய தேசியத்தை

முன்னிறுத்தும்போது பிராந்திய தேசியங்களைக் காக்கும் நோக்கிலேயே அதை முன்வைக்கிறது.

அப்படியாக, இந்துத்துவம் முன்வைக்கும் பேரடையாளம் என்பது இந்திய, இந்து அம்சங்களை ஒரு குடையின் கீழ் கொண்டுவரும் முயற்சியே தவிர எதையும் அழிக்கக்கூடியது அல்ல.

ஒரு மொழி பேசுபவர்கள் இன்னொரு மொழி பேசுபவர்களின் நலனை ஏன் கருத்தில் கொள்ளவேண்டும்? ஒரு மொழியினர் தமது நலனைத் தனியாகப் போவதன் மூலம்தான் நிறைவேற்றிக்கொள்ள முடியுமா? அந்த அளவுக்கு ஒடுக்குமுறை நடந்துவிட்டிருக்கிறதா என்ன..? மொழிப் பற்று என்பது ஏன் மொழி வெறியாகவேண்டும்? பிரித்துப் பிரித்துப் பார்ப்பதென்றால் எல்லாவற்றையும்தான் அப்படிப் பார்க்கமுடியும். தமிழ் தலித் சாதிகள் ஏன் தமிழ் சூத்திர ஜாதிகளுக்கு உழைத்துக்கொட்டவேண்டும்? தமிழ் பாட்டாளிகள் ஏன் தமிழ் முதலாளிகளுக்கு உழைத்துக் கொட்டவேண்டும்? தமிழ் கிராமங்கள் ஏன் தமிழ் நகரங்களுக்கு சேவகம் செய்து வாழ வேண்டும்? தமிழ் மீனவ கிராமங்கள் ஏன் தமிழ் விவசாய கிராமங் களுக்கு உதவவேண்டும்? என்று பிரித்துக்கொண்டே போகமுடியும். உலகம் ஒரே கிராமமாகச் சுருங்கிவிட்டிருக்கும் நிலையில் ஒரு கிராமத்தைத் தனி உலகமாகவும் தனித் தீவாகவும் பிரித்துக் கொள்வதில் எந்த புத்திசாலித்தனமும் இல்லை.

ஒவ்வொரு சமுகமும் தனது அடையாளத்தைக் காப்பாற்றிக்கொள்ள வேண்டியதும் மீட்டெடுப்பதும் அவசியமே... ஆனால், ஒரு அடையாளத்தின் வளர்ச்சி என்பது பிற அடையாளங்களுடனான ஒத்திசைவான, புத்திசாலித்தனமான பரிமாற்றம் மூலம்தான் சாத்தியமாகும். மனித சமூகத்தில் பிற பகுதிகளில் இருக்கும் நல்ல அம்சங்களைச் சேர்த்துக் கொள்வதும் மாறுவதும் கலாசார நலன் சார்ந்த செயலே. சங்க காலத்தில் ஜாதிகள் இல்லை... எனவே ஜாதியும் இந்துமதமும் தமிழர்களின் அடையாளம் அல்ல என்று சொல்பவர்கள் அதே இந்து மதத்திலும் வேத காலத்தில் ஜாதிகள் இருந்ததில்லை என்பதையும் இன்றைய இஸ்லாம் கிறிஸ்தவத்தில் ஜாதிப் பிரிவுகளும் அதைவிட மோசமான உட் குழுப் பூசல்களும் இருக்கின்றன என்பதையும் ஏன் கணக்கில் கொள்வதில்லை. ஜாதிய ஒடுக்குமுறைகளைக் கண்டு மனம் கலங்குபவர்கள் சங்க காலத்துக்கும் வேத காலத்துக்கும் திரும்புவோம் என்றுதானே சொல்லவேண்டும். அதோடு சங்க காலம் என்பது பரத்தமையும் ஆணாதிக்கப் பாலியல் சுதந்தரமும் உச்சத்தில் இருந்த காலகட்டம். திரும்ப முடியுமா அந்த சங்க காலத்துக்கு? செபாஸ்டியன் சைமன், கௌதமன் போன்ற திரையுலகப் பச்சோந்திகளுக்கு அது உகந்ததாக

இருக்கக்கூடும். சீதையையும் கண்ணகியையும் போற்றும் தமிழ் சமூகத்துக்கு அது உவப்பாக இருக்குமா என்ன?

ஒரு மனிதனின் உடல் உறுப்புகள் அனைத்தும் அந்த உடலின் மூளையின் சொல்படி நடப்பதென்பது தனித்தனி உறுப்புகளின் விருப்பங்களை ஒடுக்கும் முயற்சி அல்ல. பிரிந்து கிடக்கும் தனித்தனி உறுப்புகளை ஒன்று சேர்த்து வலுவூட்டும் செயலே. வயிற்றில் சென்று ஜீரணமாகும் உணவை கையாகிய நான் ஏன் எடுத்துத் தரவேண்டும். கை பறிக்க விரும்பும் பூவை மூக்காகிய நான் ஏன் முகர்ந்து அடையாளம் காட்டவேண்டும். கண்ணாகிய நான் ஏன் அதற்கு உதவ வேண்டும் என்று ஒவ்வொரு உறுப்பும் தத்தமது தனி உரிமை சார்ந்தும் விருப்பம் சார்ந்தும் செயல்பட்டால் அந்த மனித உடலால் எதையுமே செய்ய முடியாது. பக்கவாதம் வந்ததுபோல் முடங்கித்தான் போகும். மூளை என்ற ஒன்று அனைத்து உறுப்புகளையும் ஒருங்கிணைத்து ஒவ்வொரு செயலின் சாதக பாதகங்களை எடுத்துச் சொல்லி வழிகாட்டத்தான் வேண்டும். முள் நிறைந்த பாதையில் செல்லாதே என்று மூளை சொல்லும்போது காலானது என் விருப்பத்தை தடுக்க நீ யார் என்று சொல்லிச் சென்றால் பாதிக்கப்படப்போவது உடல் மட்டுமல்ல அந்த அப்பாவிக் காலும் கூடத்தான். எனவே, அந்த இடத்தில் மூளையானது கொஞ்சம் கறாராக, சர்வாதிகாரத்தனத்துடன் ஒட்டு மொத்த நன்மையைக் கருத்தில் கொண்டு சில விஷயங்களைச் சொல்லித்தான் ஆக வேண்டும். செய்துதான் ஆகவேண்டும்.

அடிவயிற்றில் இருந்து இந்தியை எதிர்த்த தமிழகத்தில் தாய் மொழியில் படிப்பவர்களின் எண்ணிக்கை குறைவு அல்லது தாய் மொழியில் படித்தவர்களின் சமூக அந்தஸ்தும் வேலை வாய்ப்பும் பொருளாதார மேம்பாடும் வெகு குறைவு என்ற வரலாற்று உண்மை ஓர் எளிய விஷயத்தை அழுத்தமாகத் தெரிவிக்கிறது. இங்கு இந்தி எதிர்ப்பு என்பது தமிழ் மீதான பற்றினால் முன்னெடுக்கப்பட வில்லை. எனவே, இந்தியை ஒரு மொழிப் பாடமாகவும் தாய்மொழி வழியிலான கல்வியையும் முன்வைக்கும் இந்துத்துவமே இந்திய தேசியத்துக்கும் பிராந்திய மொழித் தேசியத்துக்கும் பலன் தரும். இந்துத்துவம் முன் வைக்கும் பேரடையாளம் என்பது எல்ல தளங்களிலும் இப்படியான இந்திய, பிராந்திய நலனை அடிப்படை யாகக் கொண்டதே. எனவே, அந்த இந்துத்துவத்தை அதன் உண்மை நிலை புரிந்து ஏற்றுக்கொள்வோம்.

●

4

காந்தியும் இஸ்லாமிய அப்பீஸ்மெண்டும்

ஆர்.எஸ்.எஸ்.மீது சொல்லப்படும் இன்னொரு மிகப் பெரிய குற்றச்சாட்டு, காந்தியைக் கொன்ற கோட்சே ஆர்.எஸ்.எஸ்ஸால் வழிநடத்தப்பட்டவர் என்பதுதான். அது தொடர்பான வழக்கில் ஆர்.எஸ்.எஸ்.மீது எந்தக் குற்றமும் இல்லை என்று நீதிமன்றம் விடுவித்திருக்கிறது. அது மட்டுமல்ல... நேரு அரசாங்கமும் அதைத் தொடர்ந்து வந்த அரசாங்கங்கள் எல்லாமே ஆர்.எஸ்.எஸ்.மீது வெறுப்பு கொண்டவைதான். ஆனால், ஆர்.எஸ்.எஸ். சேவகர்கள் மீது பொய்ப் புகார் சுமத்திக்கூட ஒற்றை வழக்காவது பதியவைக்க முடியவில்லை. 1974-ல் அரசு தாக்கல் செய்த ஓர் அறிக்கையில் இந்து முஸ்லிம் கலவரம் நடந்ததாகப் பதிவு செய்யப்பட்ட வழக்குகள் அனைத்திலுமே இஸ்லாமியர்கள்தான் கலவரத்தை ஆரம்பித்ததாகவே பதிவு செய்யப்பட்டிருக்கிறது.

கோட்ஸே விஷயத்துக்கு வருவோம். அவர் காந்தியை ஏன் கொன்றார்? காந்தி, அன்பின் வார்த்தைகளைத் தந்திரமாகத் தேர்ந்தெடுத்துப் பேசினார். அதுவும் லட்சக்கணக்கில் இந்துக்கள் இஸ்லாமியர்களால் கொல்லப்படும் நேரத்தில் அவர் இஸ்லாமியர்களுக்கு ஆதரவாகச் செயல்பட்டார். பிரிவினைக் காலத்தில் அவர்களுக்குக் கொடுக்க வேண்டிய தொகையை உடனடியாகத் தரவேண்டும் என்று உண்ணாவிரதம் இருந்தார். அப்படிக் கொடுக்கப்படும் பணம் இந்துக்களைக் கொல்லும் இஸ்லாமிய வெறியர்களுக்குக் கொடுக்கப்

படும் என்பதால் இந்தியா அதைத் தரக்கூடாது என்று கோட்ஸே சொன்னார்.

தேசத்தைத் துண்டாக்கிக்கொண்டுபோய்விட்டிருக்கிறார்கள். அதோடு நின்றார்களா... பாகிஸ்தான் என்று தனி நாடு கிடைத்த உடனேயே அங்கு வசித்து வந்த இந்துக்களை ஒருவர்கூட விடாமல் அடித்துத் துரத்தியும் கொன்று குவித்தும் இருக்கிறார்கள். தனி நாடு கொடுத்ததற்கு நன்றி விசுவாசம் காட்டும் ஒரு இனம் என்றால் தமது புதிய நாட்டில் இருக்கும் சிறுபான்மைகளுக்கு மரியாதை அல்லவா செய்திருக்கவேண்டும். அல்லது திருப்பி அனுப்ப விரும்பினால் கௌரவமாக அல்லவா அனுப்பிவைத்திருக்கவேண்டும். எதற்காகக் கொன்று குவிக்கவேண்டும்? தனி நாடு தரமாட்டேனென்று இந்துக்கள் சொல்லியிருந்தால் ஆத்திரத்தில் தம் கைவசம் இருக்கும் இந்துக்களைக் கொன்றால் அதையாவது புரிந்துகொள்ளமுடியும். ஆனால், கேட்ட பகுதிகளில் 95%த்தை எந்தப் பேச்சும் பேசாமல் தூக்கிக் கொடுத்தாகிவிட்டது. இவ்வளவு செய்த பிறகும் ஏன் வன்முறையை முன்னெடுத்தார்கள்?

மகாபாரதத்தில் ‘தங்களுக்கு உரிமையுள்ள சாம்ராஜ்ஜியத்தைக் கொடு... அது முடியாதென்றால் ஐந்து ஊர்கள் கொடு... அதுவும் முடியாதென்றால் ஐந்து கிராமங்கள் கொடு’ என்று கெஞ்சியபிறகும் ஐந்து அடி மண் கூட தரமாட்டேன் என்று சொன்னதால் கிருஷ்ணரே வெகுண்டு போரை ஆரம்பித்திருக்கிறார். இந்துக்களின் நிலையும் கிட்டத்தட்ட அதேதானே. நாட்டைக் கொடுத்தாயிற்று... நாட்டு மக்களைக் காவும் கொடுத்தாயிற்று... பணத்தையும் தூக்கிக் கொடு என்று வெட்ட வெட்டத் தொடர்ந்து சமாதானப் புறக்களை மட்டுமே அனுப்பச் சொல்லிக்கொண்டிருந்தால் கோபம் வரத்தானே செய்யும்.

காந்தி அப்படியொன்றும் அஹிம்சையை வாழ்க்கை நெறியாகக் கொண்டவர் இல்லை. உலகப் போர் நடந்தபோது பிரிட்டிஷார் இந்தியர்களை ராணுவத்தில் சேரச் சொன்னபோது காந்தி அதற்கு ஆதரவு தந்தார். ஓர் அஹிம்சைவாதி போர் வேண்டாம் என்றுதானே சொல்லியிருக்கவேண்டும். ஆயுதம் ஏந்திப் போர்க்களத்துக்கு வரும் ஒருவனை ஆயுதம் கொண்டு தாக்கி அழிப்பது தவறில்லை என்பது அவர் கருத்தாக இருந்தால், அப்பாவிகளைக் கொல்லும் இஸ்லாமிய அடிப்படைவாதிகளைக் கொல்வதும் தவறில்லை என்றுதானே சொல்லியிருக்கவேண்டும். அப்பாவி இஸ்லாமியர்களைக் கொல்லாதீர்கள்... ஆனால், அப்பாவி இந்துக்களைக் கொல்லும் இஸ்லாமியத் தீவிரவாதிகளைக் கொல்லுங்கள் என்றுதானே சொல்லியிருக்கவேண்டும். அவருடைய மனிதாபிமானமும் நடுநிலையும் காப்பாற்றப்பட வேண்டுமென்றால், எளிய

இஸ்லாமியர்களைக் கொல்லும் இந்து அடிப்படைவாதியையும் கொல்லுங்கள் என்று சேர்த்துத்தானே சொல்லியிருக்கவேண்டும். தேச நலனைத் தன் கடமையாகக் கொண்ட ஓர் அரசுக்கு போர்க்கால கட்டத்தில் வன்முறையைக் கைக்கொள்ள நேர்வது சரியே என்றால், மதத்தைக் காக்கும் தரப்புக்கும் வன்முறையைக் கைக்கொள்ள அதற்கான நியாயமும் இருக்கும் அல்லவா. காந்தி பிரிட்டிஷ் அரசின் போரை ஆதரித்தார். மதம் சார்ந்த அதுவும் பாதிக்கப்படும் மதம் தன்னைத் தற்காத்துக்கொள்ள ஆயுதம் ஏந்துவதைத் தடுக்க முயன்றார். இது மாடுகள் தனது கொம்பைப் பயன்படுத்தி புலியை எதிர்ப்பது தவறு என்பதுபோன்ற வாதம்.

பகத் சிங்கை அரசு தூக்கிலிட முடிவெடுத்தபோது பிரிட்டிஷ் அரசிடம் அதை நிறுத்தும்படிக் கேட்கவில்லை. இன்று மனித உரிமை பற்றிப் பேசும் கடைநிலைப் போராளிக்கு இருக்கும் தார்மிக, அற உணர்ச்சிகூட அவரிடம் அன்று இருந்திருக்கவில்லை. பிரிட்டிஷ் அரசு சார்பிலான வன்முறைகளை அவர் தொடர்ந்து நியாயப்படுத்தவே செய்திருக்கிறார். அவருடைய அஹிம்சை ஏன் அங்கெல்லாம் போதிக்கப்படவில்லை.

பாகிஸ்தானிய பதான்களும் இஸ்லாமிய அடிப்படைவாதிகளும் இந்தியா மீது போர்தான் தொடுத்திருந்தார்கள். இந்தியா அவர்களை எதிர்த்துப் போராடுவதுதான் நியாயம். காந்தி முழுக்க முழுக்க இந்திய/இந்து தரப்பை விட்டுக்கொடுத்துப் போகும்படியே சொல்லிக் கொண்டிருந்தார். இஸ்லாமியர்கள் செய்த வன்முறைகளை மிதமாகவே கண்டித்தார். உண்மையில் அவர் அவருடைய அஹிம்சைக் கோட்பாடுகளுக்கு விசுவாசமாக நடந்துகொள்பவராயிருந்தால் இந்துக்களை விமர்சித்தது போல் 100 மடங்கு இஸ்லாமியர்களை விமர்சித்திருக்கவேண்டும். அதை அவர் ஒருபோதும் செய்ய வில்லை.

இந்த விஷயம் என்றில்லை. காந்தி ஆரம்பத்தில் இருந்தே இஸ்லாமியர் களுக்குச் சாதகமாகவே நிறைய விஷயங்கள் பேசி வந்திருக்கிறார். எதிர் தரப்பில் இருந்து எந்தப் பெரிய நன்றியுணர்வும் வெளிப்படுத்தப் பட்டிருக்காத நிலையிலும் அவர் தொடர்ந்து இஸ்லாமிய நலனுக்காகவே பாடுபட்டார்.

நவம்பர் 1919ல், காந்தி தம் அகில இந்திய கிலாஃபத் பரிஷத் தலைமை உரையில், தம்முடைய நிபந்தனையற்ற முழு ஆதரவையும் அவர்களுக்கு அளித்தார். உண்மையில் ஒட்டோமான் பேரரசு, மதவாதிகளிடம் இருந்து நவீன தேசியவாதிகள் வசம் வரத் தொடங்கி இருந்தது. காந்தியோ இஸ்லாமிய மதத் தலைமையின் ஆட்சியே அங்கு நீடிக்கவேண்டும் என்று விரும்பினார். நவீன

அரசுதான் பெண்களுக்கான கல்வி, சிறுபான்மைக்கு மத வழிபாட்டுச் சுதந்தரம், சட்டத்தின் முன் அனைவரும் சமம் என்ற நவீன மதச்சார்பற்ற தேசத்தை உருவாக்க முன்வந்திருந்தது. காந்தியோ அவர்களை ஓரங்கட்டிவிட்டு இஸ்லாமிய மத அதிகாரம் ஆட்சியைக் கைப்பற்றவேண்டும் என்று வக்காலத்து வாங்கினார். அவருக்கு தேச நிர்வாகத்தில் மதம் ஆற்றும் பங்களிப்பு முக்கியம் என்ற எண்ணம் இருந்தால் இந்தியாவிலும் அதேபோல் பெரும்பான்மையான இந்து மதத் தலைமையின் கீழ்தான் இந்தியா வரவேண்டும் என்றுதானே சொல்லியிருக்கவேண்டும். ஆனால், அவரோ பிற்போக்கான இஸ்லாமிய மத அதிகாரத்தை ஆதரித்தார். ஜாதிக்கொடுமையைக் கடுமையாக எதிர்த்த இந்துத்துவத்தை எதிர்த்தார்.

கிலாஃபத் இயக்கத்துக்கு காந்தி தந்த ஆதரவுதான் முதல் கோணல் முற்றும் கோணல் என்றாகி பிரிவினையில் சென்று முடிந்து இன்றும் இந்தியாவை வாட்டிவருகிறது. ஒத்துழையாமை இயக்கத்துக்கு இந்திய முஸ்லிம்களின் ஆதரவைத் திரட்ட மகாத்மா காந்தியும் காங்கிரஸும் கிலாபத் இயக்கத்தைப் பயன்படுத்திக் கொண்டனர். ஆனால், 'இவ்வியக்கம், தேசியவாதத்துக்கு எதிரானது. இஸ்லாமியர்களை மைய நீரோட்டத்தில் இருந்து பிரித்துவிடும்' என்று அப்போது குற்றம்சாட்டியது யார் தெரியுமா? முஸ்லீம் லீகின் ஜின்னா!

கிலாபத் இயக்கத்தின் விளைவாக கேரளாவின் மலபார் பகுதியில் ஆரம்பித்த மாப்ளா கலகத்தில் கொடூர வன்முறைகள் நிகழ்ந்தன. உண்மையில் அது கிலாஃபத் இயக்கத்தை அடக்க முயன்ற பிரிட்டிஷாருக்கு எதிராகத்தான் தொடங்கியது. ஆனால், மெள்ள அப்படியே கைக்குக் கிடைத்த இந்துக்களையெல்லாம் கொல்லும் இயக்கமாக மாறியது. இந்து அடிப்படைவாதியின் கைகளில் அதிகாரம் வந்தால் என்ன ஆகும் என்பதற்கு குஜராத்தின் பத்தாண்டு கால மோடி ஆட்சியும் இஸ்லாமிய அடிப்படைவாதிகளின் கைகளில் அதிகாரம் குவிந்தால் என்ன ஆகும் என்பதற்கு கேரள மாப்ளா கலகமும் நல்ல உதாரணம். அங்கு ஆயிரக்கணக்கான இந்துக்கள் கொல்லப்பட்டனர். அதைவிட அதிகமானோர் மதம் மாற்றப் பட்டனர். இதுகுறித்து காந்தி என்ன சொன்னார் தெரியுமா... 'கடவுள் நம்பிக்கை கொண்ட வீர மாப்ளாக்கள் தங்கள் மதக்கடமை என்று தாங்கள் நம்பியதன் அடிப்படையில் செயல்பட்டிருக்கிறார்கள்' என்றார்.

எல்லாக் கொடுங்கோலனுக்கும் அவன் தரப்பு நியாயம் என்று ஒன்று இருக்கத்தான் செய்யும். ஆனால், அதை தேசத்தின் தந்தை, கருணா மூர்த்தி, அஹிம்சையின் முழுக் குத்தகைதாரர் ஏன் சொல்கிறார்? ஏனென்றால், கொல்லப்பட்டது இந்துக்கள் மட்டுமே.

முஸ்லிம்களும் கொல்லப்பட்டிருந்தால்தானே இந்துக்களிடம் வந்து அன்பைப் போதிக்கமுடியும். இஸ்லாமியர்களிடம் அன்பைப் போதிக்க முடியாதே. எனவே, ஓநாய் தன்னுடைய சுபாவத்தின் அடிப்படையிலேயே மென் விலங்குகளைக் கொன்று தின்கிறது. அதில் எந்தத் தவறும் இல்லை என்ற பேருண்மையைச் சொன்னார்.

முஸ்லிம்கள் மனத்தைப் புண்படுத்தக்கூடாது என்பதற்காக, காந்தி பசுவதைத் தடுப்புத் தீர்மானத்தை வற்புறுத்த மறுத்துவிட்டார். சுவாமி சிரத்தானந்தாவைக் கொன்றவர்களைப் புகழ்ந்தார். பசுக்கள் கொல்லப்படும்போதோ இந்துக்களோ சுவாமிஜிகளோ கொல்லப் படும்போதோ அவருடைய அஹிம்சை அவற்றை எதிர்க்கவில்லை. 'வந்தே மாதரம்' என்ற முழக்கத்தைவிட, 'அல்லா ஹு அக்பர்' மேன்மையானது என்றார்.

இந்தியாவை ஆஃப்கானிஸ்தானின் அமீர் தாக்கினால், இந்துஸ்தானத்தை அவருக்குத் தந்துவிடுவதாக எழுதினார். மன்னர் இந்துவாக இருந்தபோதிலும் காஷ்மீர இஸ்லாமிய தலைவர்கள் இந்தியாவுடன் சேரவேண்டும் என்று சொன்னபோதிலும் காஷ்மீர் பள்ளத்தாக்கில் இஸ்லாமியப் பெரும்பான்மை இருக்கும் ஒரே காரணத்துக்காக ஸ்ரீநகரையும் லடாக்கையும் கூட முஸ்லிம்கள் வசமே ஒப்படைத்து விடவேண்டும் என்று இஸ்லாமிய அடிப்படை வாதத்துக்கு ஆதரவாகப் பேசினார். ஆனால், ஹைதராபாத்தில் மன்னர் மட்டுமே இஸ்லாமியர். மக்கள் அனைவரும் இந்துக்கள். மேலும் அது இந்து மாநிலங்களுக்குள் பொதிந்து இருக்கிறது. இந்த நிலையில் இந்தியாவில் சேர்வதுதான் சரி என்று இந்துக்கள் கோரியபோது ஹைதராபாத்தின் மன்னர் தனி இஸ்லாமிய நாடாக இருக்க விரும்புகிறார். எனவே, அவர் பாதுஷாவாகத் தொடர்ந்து இருந்து கொள்ளட்டும். ஹைதராபாத் தனி நாடாக இருக்கட்டும் என்று சொன்னார்.

இஸ்லாமிய அடிப்படைவாதத்தை கண்டிக்காமல் இருப்பதுதான் இஸ்லாமிய நேசம் என்று நடந்துகொண்டார். முஸ்லிம்களை அரவணைத்துச் செல்கிறேனென்ற பேரில், காங்கிரஸுக்கு உள்ளேயே இருக்கும் எண்ணற்ற குழுக்களை காந்தி ஓரங்கட்டினார். ஏராளமான இந்துகள் காங்கிரஸுக்குள் தொடர முடியாமல் தவித்தார்கள். அதன் உச்சமே காந்தியின் படுகொலை. காந்தி தனக்கான சிதையின் விறகு களைத் தானே ஒவ்வொன்றாக அடுக்கிக்கொண்டார். கோட்ஸே கடைசியில் கற்பூரத்தைக் கொளுத்திப்போட மட்டுமே செய்தார்.

●

5

காந்தியும் இந்துத்துவமும்

காந்தி ஹரிஜன்களின் மேம்பாட்டுக்குப் பாடுபட்டார். ஆர்.எஸ்.எஸும் சாதி ஏற்றத் தாழ்வுக்கு எதிராகப் போராடுகிறது. சுயமரியாதைக் கழகங்களும் அம்பேத்கார்களும் தலை தூக்குவதற்கு முன்பாகவே சம பந்தி போஜனம் நடத்தியும் கலப்பு திருமணங்களை மட்டுமே முன்னின்று நடத்துவேன் என்று சொல்லியும் இந்து ஒற்றுமையே இந்திய வலிமை என்று செயல்பட்டுவருபவர்கள் இந்துத்துவர்கள். காந்தி கிராமப்புற, சுதேசி மேம்பாட்டுக்கு முக்கியத்துவம் தந்தார். ஆர்.எஸ்.எஸும் அதையே முன்வைக்கிறது. காந்தி தனது லட்சிய தேசத்துக்கு ராம ராஜ்ஜியம் என்று பெயரிட்டார். ஆர்.எஸ்.எஸும் அந்த ராமரையே தமது லட்சிய புருஷராக முன்வைக்கிறது. இந்தியாவின் இந்துப் பாரம்பரியம் குறித்து காந்திக்குப் பெருமிதமே இருக்கிறது. ஆர்.எஸ்.எஸுக்கும் அது போலவே. குடும்ப வாழ்க்கை, ஆணுடன் இணைந்து வாழும் பெண்ணியம் என காந்தி முன்வைப்பதையே ஆர்.எஸ்.எஸும் சொல்கிறது. விவசாய நாடு என்பதால் அவருடைய கால கட்டத்தில்(லும்) உழவுக்கு மிகவும் அவசியமான காளைகளை ஈனும், பால் தரும் பசுவை தெய்வமாக காந்தி மதித்தார். ஆர்.எஸ்.எஸும் அதையே செய்கிறது. காந்தி மத மாற்றத்தை எதிர்த்தார். ஆர்.எஸ்.எஸும் அதையே செய்கிறது.

காந்தி இஸ்லாமியர்களைச் சகோதரர்களாக மதித்தார். ஆர்.எஸ்.எஸும் இந்தியாவைத் தனது தேசமாக, இந்து கலாசாரத்தைத் தமது கலாசாரமாக ஏற்கும் அனைவரையும் சகோதரர்களாகவே

பார்க்கிறது. இஸ்லாமியர்கள் தீவிரவாதத்தின் பாதையில் சென்றாலும் நாம் அவர்களைத் தாக்கக்கூடாது. அன்புடன் அரவணைக்கவேண்டும் என்றார் காந்தி. இந்த ஒரு விஷயத்தில் மட்டுமே ஆர்.எஸ்.எஸ். காந்தியை நிராகரிக்கிறது. இந்துவின் ஒரு கன்னத்தில் இஸ்லாமியர் அறைந்தால் மறு கன்னத்தைக் காட்டவேண்டும் என்று காந்தி சொன்னார். அடித்த இஸ்லாமியரின் கையை ஒடிக்கவேண்டும் என்று ஆர்.எஸ்.எஸ். சொன்னது. கையை ஒடிக்கச் சொல்லும் ஆர்.எஸ்.எஸ்ஸை விமர்சிக்கும் முன் இந்துவின் கன்னத்தில் அடிக்காதே என்று இஸ்லாமியரிடம் சொல்ல ஒரு குரல்கூட எழுவதில்லை.

ஆக, இஸ்லாமியர்களை சரியாகச் சொல்வதென்றால் இஸ்லாமிய அடிப்படைவாதிகளை எப்படி எதிர்கொள்வது என்பதில்தான் இரு தரப்புக்கும் இடையில் முரண்பாடு வருகிறது. இயல்பான நாட்களில் எளிய இஸ்லாமியர்களை காந்தியைப் போலவே இந்துத்துவமும் நட்புணர்வுடனே பார்க்கிறது. ஆனால், இஸ்லாமிய தீவிரவாதம் தன் கோர முகத்தைக் காட்டும்போது மட்டுமே இந்துத்துவர்கள் இஸ்லாமில் இருக்கும் எளியவர்களையும் சேர்த்து எதிரியாகப் பார்க்கிறார்கள். கோத்ரா படுகொலை நடக்காமல் குஜராத் பதிலடிகள் நடப்பதில்லை. பத்தாண்டுகால முழு அதிகாரம் கையில் இருந்த போதும் எந்தப் பழிவாங்கலிலும் நரேந்திர மோதி ஈடுபடவில்லை என்பதில் இருந்து அவருடைய நோக்கம் இஸ்லாமிய அழித்தொழிப்பு அல்ல என்பதைப் புரிந்துகொள்ளமுடியும். நூற்றாண்டுகால இஸ்லாமிய அராஜகத்துக்குப் பின்னும் இந்து மன்னர்கள் இஸ்லாமிய அழித்தொழிப்பில் ஈடுபடவில்லை. போரும் தீவிரவாதமும் உச்சத்தை எட்டும்போது மட்டுமே இந்துத்துவரின் வாள் எளிய இஸ்லாமியரின் தலையை வெட்டியிருக்கிறது.

இந்துத்துவர்களின் வன்முறை பற்றிப் பேசுவதற்கு முன் ஒருவர் முக்கியமான ஒரு விஷயத்தைக் கணக்கில் கொண்டாகவேண்டும். இந்து மதம் பெரும்பான்மையாக இருக்கும்நிலையில் அது செய்திருக்கும் வன்முறைகளை கிறிஸ்தவ, இஸ்லாமிய, கம்யூனிஸ சக்திகள் பெரும்பான்மையாக இருக்கும் இடங்களில், இருந்த நேரங்களில் செய்த/செய்துவரும் வன்முறைகளோடு ஒப்பிட்டுப் பார்க்கவேண்டும். யானைகள் மதம் பிடிக்கும்போது மட்டுமே அழிவுச் செயலில் ஈடுபடுகின்றன. புலியும் ஓநாயும் ஒவ்வொரு நாள் உயிர்வாழ்வுக்கும் அடுத்த உயிர்களைக் கொன்றழிக்கின்றன. இரண்டையும் கொடூர விலங்காகச் சொல்வது முட்டாள்த்தனம். ஒரு காந்தியவாதிக்கு மட்டுமே இந்துத்துவத்தின் வன்முறைகளை விமர்சிக்கும் தார்மிக தகுதி உண்டு. ஆனால், இஸ்லாமிய வன்முறையை மிதமாகக் கண்டிப்பாரென்றால் அவரும் அந்த தார்மிக பலத்தை இழந்துவிடுகிறார்.

என் தரப்பு எளிய மக்களைக் கொடூரமாகக் கொல்பவனுக்கு அந்த வலியை நான் எப்படி உணர்த்துவது..? இதுதான் முன்னால் இருக்கும் கேள்வி.

முதலில் உன் தரப்பு அப்பாவிகள் எதிரி தரப்பால் கொல்லப்படாமல் பாதுகாத்துக்கொள்... எதிரி தரப்பில் இருக்கும் கொலைகாரர்களைத் தேடிக் கண்டுபிடித்துக் கொல்...

இதுதான் ஒவ்வொரு தரப்பும் செய்ய வேண்டிய செயல். ஆனால், இது நடைமுறையில் சாத்தியமில்லாத செயல். ஏனென்றால், எப்போது அபாயம் சூழும் என்பதைக் கணிப்பதும், கலவர மேகம் சூழும்போது பாதுகாப்பான இடத்துக்கு அனைவரையும் அழைத்து வருவதும் கடினம். அதற்காக எல்லாரையும் எல்லா நேரங்களிலும் பாதுகாப்பு வளையத்துக்குள் நிறுத்தி வைப்பதும் கடினம்.

இப்படியான ஒரு சூழலில்தான் எதிரிகள் தன் தரப்பு அப்பாவிகளைக் கொல்கிறான் என்ற செய்தி கிடைக்கும்போது எதிர் தரப்பு அப்பாவி களைக் கொல். அப்போதுதான் அவனுக்கு அது உறைக்கும் என்ற முடிவை ஒருவன் உணர்ச்சிவசப்பட்டு எடுக்கிறான். இது நிச்சயம் தவறான வழிதான். தன் கண்ணைக் குத்தியதற்கு பதிலடியாக ஒருவன் அடுத்தவனின் கண்ணைக் குத்தினால் உலகம் குருடாகத்தான் ஆகும் என்று சொல்வார்கள். ஆனால், நான் பதிலடி கொடுப்பதால்தான் என்னுடைய இன்னொரு கண்ணை அவன் குத்தாமல் இருப்பான் என்றால் நான் அவன் கண்ணைக் குத்துவதென்பதுதான் உலகைக் குருடாவதில் இருந்து காக்கும் செயல் ஆகும். அஹிம்சையே உயர்ந்த தர்மம். ஆனால், தர்மத்தைக் காக்க மேற்கொள்ளப்படும் ஹிம்சை அந்த அஹிம்சையை விடவும் உயர்வான தர்மமே.

இதில் இன்னொரு அம்சமும் இருக்கிறது. ஒருவேளை தன் தரப்பு அப்பவிகள் கொல்லப்படும்போது எதிர் தரப்பு அப்பாவிகள் அதைத் தடுத்தாலோ, எதிர் தரப்புக் கொலைகாரர்களை காட்டிக்கொடுத்தோ அப்புறப்படுத்தியோ உதவினாலோ எதிர் தரப்பு அப்பாவிகள் மீது ஒரு தரப்புக்கு நம்பிக்கை வரும்; கரிசனம் ஏற்படும். ஆனால், அப்பாவிகள் தமது தரப்பு கொலைகாரர்கள் செய்யும் எல்லா வித அராஜகங் களையும் மவுனமாக ஆதரிப்பவர்களாகவே இருக்கும்போது கொலை செய்பவர் மட்டுமல்ல... கொலையாளியை மறைத்து வைப்பவரும் தண்டிக்கப் படவேண்டியவரே என்று ஒரு தரப்பு முடிவுசெய்கிறது. கருத்தியல் ரீதியாக ஒரு தரப்பு வன்முறைகளை மறைத்தும் இன்னொரு தரப்புக் குறைகளை மிகைப்படுத்தியும் செயல்படும் அறிவுஜீவி தீவிரவாதி களும் இப்படியான பதிலடி கொடுக்கப்பட வேண்டியவர்களே என்று ஒரு தரப்பு முடிவெடுக்கிறது.

தன் தரப்பு அப்பாவிகள் கொல்லப்படும்போது எதிர் தரப்பு தீவிரவாதி களைக் கண்டிக்காமல் மவுனமாகவும் அல்லது மிதமாகவும் கண்டனம் தெரிவித்துவிட்டு எதிர் தரப்பு அப்பாவிகள் கொல்லப்படும் போது ஆவேசமாகவும் எதிர்வினையாற்றும் ஒருவர் மீது கோபமே வரும். இரு தரப்பு அப்பாவிகள் மீதும் ஆத்மார்த்தமான நேசம் உண்டு என்பதை இரு தரப்பு அடிப்படைவாதிகளையும் அவரவர் செய்யும் அநீதிகளுக்கு ஏற்பக் கண்டிக்கவேண்டும்.

காந்தியிடம் கோட்சே ஒரே ஒரு கேள்வியைத்தான் கேட்டிருக்க வேண்டும். அஹிம்சையை அதுவும் பெரிதும் பாதிக்கப்படும் இந்துக்களிடம் போய் ஏன் பேசுகிறீர்கள். பாகிஸ்தான் என்றும் கிழக்கு பாகிஸ்தான் என்றும் அடையாளப்படுத்தப்படும் பகுதிகளில் மாட்டிக் கொண்டிருக்கும் இந்துக்கள் அனைவருமே அங்கிருக்கும் இஸ்லாமியர்களால் கொல்லவும் கற்பழிக்கவும் அடித்துத் துரத்தவும் படுகிறார்கள். இந்தியாவின் 90 சதவிகிதப் பகுதியில் 90 சதவிகித இந்துக்களுக்கு மத்தியில் இருக்கும் இஸ்லாமியர்கள் மேல் ஒரு சிறு கீறல்கூட விழவில்லையே... இந்துத்துவத்தின் விளைநிலமான சிவாஜி மகராஜின் மகாராஷ்டிராவில் ஒரு முஸ்லீம் கூடக் கொல்லப் படவில்லையே.

பஞ்சாப் பகுதியிலும் வங்காளப் பகுதியிலும் இருக்கும் இந்துக்கள் மட்டுமே பதிலடியாக... சரி இந்த உண்மையை நீங்கள் ஏற்கவில்லை யென்றாலும் அந்தப் பகுதி இந்துக்கள் மட்டும்தானே ஆயுதத்தைக் கையில் எடுத்திருக்கிறார்கள். சீக்கிய மதத்தின் புனிதப் பொருள்களில் ஒன்றாக வாள் எப்படி வந்து சேர்ந்தது என்பது உங்களுக்குத் தெரியாதா என்ன..? அஹிம்சையை நீங்கள் யாருக்கு போதிக்க வேண்டும்? இந்துவுக்கா..? இந்தியாவில் இருக்கும் 90 சதவிகித இந்துக்களிடமிருந்து இஸ்லாமியத் தீவிரவாதிகளே அஹிம்சையைக் கற்றுக்கொள்ளுங்கள்... இந்து அடிப்படைவாதிகளே நீங்களும் கற்றுக்கொள்ளுங்கள் என்றுதானே நீங்கள் சொல்லியிருக்க வேண்டும் என்ற ஒற்றைக் கேள்வியைக் கேட்டிருந்தால் போதும்... காந்தி அன்றே அம்பலப்பட்டு ஓரங்கட்டப்பட்டிருப்பார்.

அஹிம்சையை போதிப்பவர்கள் இரு தரப்பிலும் அப்பாவிகள் கொல்லப்படாமல் பாதுகாக்க போதிய நடவடிக்கைகள் எடுக்க வேண்டும்.இரு தரப்பு வன்முறைவாதிகளும் தண்டிக்கப்பட வழிசெய்யவேண்டும். ஓநாயை வருடிக் கொடுத்தபடி நாயின் மீது கல் எறியக்கூடாது.

இன்னும் சொல்லப்போனால், பழங்காலத்தில் மன்னர்களுக்கு இடையே சண்டைகள் நடக்கும்போது தனியாக ஒரு மைதானத்தில்

மோதுவதுபோல் தனியாகப் போய் சண்டை போட்டுக்கொள்ள ஓர் ஏற்பாடு செய்யவேண்டும். எல்லையில் நடக்கும் போர்களும் நாடுகளுக்கு இடையில் நடக்கும் போர்களும் ஒருவகையில் மரணத்தைத் துணிந்து ஏற்கும் வீரர்களுக்கு இடையில்தானே நடக்கின்றன. மதப் போருக்கும் கூட தனியாக குருஷேத்திரத்தை ஒதுக்கித் தந்துவிடலாம். அஹிம்சைவாதிகள் முன்னெடுக்க வேண்டிய முக்கியமான விஷயம் இது. காந்தியவாதிகள் நிச்சயம் இதை மறுக்க வாய்ப்பு இல்லை. ஏனென்றால் பிரிட்டிஷாரின் நலனுக்காக இரண்டு உலகப் போரிலும் இந்திய சிப்பாய்களை வீரத்திலகம் இட்டு அனுப்பியவர் அல்லவா..? (தென் ஆப்பிரிக்காவில் மட்டுமே அவர் மருத்துவ செஞ்சிலுவைப் படையை நடத்தினார். இந்தியாவில் இந்திய சிப்பாய்களை வீர மரணம் அடையவே அனுப்பினார்).

காந்தி பல முகங்கள் கொண்டவர். ஒரு காந்தி பசு பாதுகாப்பை முன்னெடுக்கக்கூடியவர். இன்னொரு காந்தி மத மாற்றத்தை எதிர்க்கக் கூடியவர். இன்னொரு காந்தி சாதி நல்லிணக்கத்தை முன்வைக்கக்கூடியவர். இன்னொரு காந்தி சுதேசியத்தை முன் வைக்ககூடியவர். இன்னொரு காந்தி எந்திரமயமாதல், நுகர்வுக் கலாசாரம், நகர்மயமாக்கம் ஆகியவற்றுக்கு எதிரானவர். ஒரு காந்தி பொது நலனை முக்கியமாகக் கொண்டவர். ஒரு காந்தி எளிமையை, சுய ஒடுக்குதலை இலக்காகக் கொண்டவர். ஒரு காந்தி இஸ்லாமிய அப்பீஸ்மெண்டை இலக்காகக்கொண்டவர்.

இன்றைய காலகட்டத்தில் துரதிஷ்டவசமாக மேலே சொன்ன அனைத்து காந்திகளும் உறைநிலைக்குச் சென்றுவிட இஸ்லாமிய அப்பீஸ்மெண்ட் காந்தி மட்டுமே பல உருவங்களில் மீண்டும் மீண்டும் உருவெடுத்து வருகிறார். எனவே, அதே அளவுக்கு கோட்ஸேக்கள் உருவாகியாக வேண்டிய நிர்பந்தம் ஏற்படுகிறது. எவ்வளவு அப்பீஸ்மெண்ட் காந்திகள் பிறந்துவிட்டிருக்கிறார்களோ அந்த அளவுக்கு கோட்சேக்கள் உருவாகிவிடவில்லை. அரவணைத்துச் செல்லும் கொள்கையையும் பன்மைத்துவத்தை ஏற்கும் குணமும் கொண்ட இந்து மதத்தின் மீது பெருமிதம் கொண்ட இந்துத்துவர் களால் அது ஒரு நாளும் சாத்தியமும் இல்லை என்பதால் இந்தப் பிரச்னையைத் தீர்ப்பதற்கான இன்னொரு நல்ல வழி இந்துத்துவர்கள் அவர்களுக்கு இணக்கமான நல்ல காந்திகளை அதிகம் உற்பத்தி செய்வதுதான். ஓரிரு கோட்ஸேக்களை உருவாக்கிவிட்டு ஒரு நூறு கோட்ஸேக்களை உருவாக்கியது போன்ற பழிச்சொல்லை ஏற்றுக்கொண்டு திரிவதற்கு பதிலாக ஒரு நூறு நல்ல காந்திகளை உருவாக்குவதே இந்துத்துவர்கள் செய்ய வேண்டிய செயல்.

இந்துத்துவவாதிகள் என்றால் காந்தியத்தைப் பழித்தே தீரவேண்டும் என்றும் காந்தியவாதி என்றால் இந்துத்துவத்தைப் பழித்தே தீரவேண்டும் என்றும் கங்கணம் கட்டிக்கொண்டு செயல்பட வேண்டிய அவசியமில்லை.இது என்னவோ இந்தியாவின் ஒரே பிரச்னை இஸ்லாமிய தீவிரவாதத்தைக் கையாள்வது மட்டுமே என்று சொல்வதற்கு இணையானது.

காந்தியவாதிகள்(ளும்) இந்துத்துவர்களைத் தனிமைப்படுத்துவதன் மூலமும் இந்துத்துவர்கள் காந்தியையே மறுதலிப்பதன் மூலமும் இரு தரப்புமே தமது இலக்குகளில் வெகுவாகத் தோற்றுப்போகவே செய்கிறார்கள்.

காந்தியத்துக்கும் இந்துத்துவத்துக்கும் இடையில் 90 சதவிகித விஷயங்களில் ஒற்றுமை இருக்கும் நிலையில் அந்த விஷயங்களில் எல்லாம் ஒன்றுகூடிப் போராடியாக வேண்டிய தேவையும் இருக்கும் நிலையில் இரு தரப்பினரும் நெருங்கிவரவேண்டியது மிக மிக அவசியமே. அந்த 90 % விஷயங்களில் உண்மையான அக்கறை இருந்தால் மட்டுமல்ல, இஸ்லாமியத் தீவிரவாதப் பிரச்னையில் உண்மையான கவலை இருந்தாலும் இந்த இரண்டு தரப்பும் இணைந்து செயல்பட்டாகவேண்டும். எதிரி எப்போதோ ஊருக்குள் புகுந்தாயிற்று. நேச சக்திகள் உண்மையான எதிரியை இனங்காண வேண்டியது மிக மிக அவசியம். இந்துத்துவ காந்தியம் அல்லது காந்திய இந்துத்துவம் இதுவே இந்தியாவுக்கான உலகுக்கான மீட்சிப்பாதை.

காந்தியின் சீடர் என்று சொல்லப்படும் நேருவும், இந்திய அரசியல் சாசனம் எழுதிய அம்பேத்கரும் காந்தியின் அந்த விழுமியங்கள் அனைத்தையும் நிராகரிப்பவர்கள். நவீன இந்தியா நேரு மற்றும் அம்பேத்கரின் கொள்கைகளுக்கு ஏற்பவே வளர முயற்சி செய்து வருகிறது. அதாவது காந்தியத்தையும் இந்துத்துவத்தையும் மறுதலித்த படி அது நுகர்வு கலாசாரம் மற்றும் தனி நபர் சுய நலம் சார்ந்த வாழ்க்கையையே முன்னெடுக்கிறது. அந்தவகையில் காந்தியின் பூத உடலை கோட்ஸே கொன்றார் என்றால் காந்தியின் கொள்கைகளை அம்பேத்கரும் நேருவும் குழி தோண்டிப் புதைத்திருக்கிறார்கள். கிராமங்களை சாதியத்தின் கோட்டையாகப் பார்த்த அந்த இருவரும் முன்வைத்த நவீன அதிகார அமைப்பானது இடை நிலை சாதிகளிடமே அதிகாரம் குவிய வைத்திருக்கிறது. காந்தி கொல்லப் படாமல் இருந்தாலோ வினோபாவே போன்ற காந்தியவாதி பிரதமராகியிருந்தாலோ சர்தார் படேல் போன்ற இந்துத்துவர் பிரதமராகியிருந்தாலோ உண்மையான காந்தியமும் இந்துத்துவமும்

இந்தியாவை வழிகாட்டியிருக்கும். போலி மதச்சார்பின்மையும் இந்து விரோதமும் ஓரங்கட்டப்பட்டு இந்து சமூகமும் இந்திய சமூகமும் மேலான நிலையை அடைந்திருக்கும். காந்தியைக் கொன்றதன் மூலம் கோட்சே இந்துத்துவர்களுக்கு பெரும் பின்னடைவை ஏற்படுத்திவிட்டார் என்பது உண்மைதான். ஆனால், காந்தி அத்தனை காலம் வாழ்ந்து காட்டிய கொள்கை ஓரங்கட்டப்பட நேருவும் அம்பேத்கரும்தான் முக்கிய காரணம். எனவே, பாரதத்தின் பழம் பெருமையை மீட்டெடுக்க இந்துத்துவர்களும் காந்தியர்களும் ஒன்று சேர்வது மிக மிக அவசியம்.

●

6

கும்பல் அரசியல்

'இந்து அடிப்படைவாதம் இந்தியாவில் தலைதூக்கியதால்தான் முஸ்லிம்கள் எதிர்வினை புரிந்திருக்கிறார்கள். ஆர்.எஸ்.எஸ் உருவானது தான் முஸ்லிம்களிடையே பாதுகாப்பின்மை உணர்வு தோன்றக் காரணம்' என்று இன்னொரு குற்றச்சாட்டு சொல்லப்படுகிறது.

இதுபோன்ற சரித்திர, அரசியல் புரட்டு வேறு எதுவுமே இருக்க முடியாது. பத்தாம் நூற்றாண்டில் இருந்து இந்தியாவில் நடந்துவந்த படுகொலைகள் எல்லாமே முஸ்லிம் மன்னர்களால் நிகழ்த்தப்பட்ட வையே. ஆர்.எஸ்.எஸ்.ஸோ இந்து அரசாங்கமோ எதுவும் அப்போது இருந்திருக்கவில்லை.

ஆர்.எஸ்.எஸ்ஸுக்கு வன்முறை மனோபாவம் இருந்திருந்தால், இன்று இந்தியா முழுவதும் இந்து இயக்கத் தொண்டர்கள் அருவாளால் வெட்டியும் கத்தியால் குத்தியும் துப்பாக்கியால் சுட்டும் துள்ளத் துடிக்கக் கொல்லப்படுவதைப் பார்த்துக்கொண்டு நிற்கிறார்களே... இதை எப்படிப் புரிந்துகொள்ள? கேரளாவில் கம்யூனிஸ்ட் ஆட்சியிலும், நெருக்கடி கால ஆட்சியிலும் ஆர்.எஸ்.எஸ். தொண்டர்கள் கொல்லப்பட்டதையும் அடித்து விரட்டப்பட்டதை யும் எப்படி ஒருவர் விளக்கமுடியும்? காந்தியின் மரணத்துக்குப் பின், காங்கிரஸ் தொண்டர்கள் ஆர்.எஸ்.எஸ். தொண்டர்களைத் தாக்கிய போது ஆர்.எஸ்.எஸ். ஏன் எல்லா ஸ்வயம் சேவகர்களையும் அமைதியாக இருக்கச் சொல்லவேண்டும்?

இஸ்லாமிய கிறிஸ்தவ அடிப்படைவாதங்கள் செய்யும் 80 சதவிகித வன்முறைகள் மறைக்கப்பட்டு அவை செய்யும் 20 சதவிகித நன்மைகள் முன்னிலைப்படுத்தப்படுகின்றன. இந்து அமைப்புகளின் 80% நன்மைகள் மறைக்கப்பட்டு அவை செய்யும் 20 சதவிகிதத் தீமைகள் ஊதிப் பெருக்கப்படுகின்றன.

உண்மையில் இந்து அடிப்படைவாதத்தை இஸ்லாமிய, கிறிஸ்தவ அடிப்படைவாதங்களுடன் ஒப்பிட்டுத்தான் ஒரு தீர்ப்பைச் சொல்ல வேண்டும். இந்து மிதவாதத்தோடும் நடுநிலை சக்திகளோடும் ஒப்பிட்டுச் சொல்லக்கூடாது. ஒரு நாட்டு ராணுவம் சரியா என்பதைப் பிற நாட்டு ராணுவங்களுடன் ஒப்பிட்டுத்தான் சொல்லவேண்டும். அந்த நாட்டு மருத்துவர்களுடனோ ஆசிரியர்களுடனோ ஒப்பிட்டு, 'ஏன் இப்படிக் கொலை செய்கிறாய்... ஆசிரியர்களைப்போல் அன்பாக நடந்துகொள்ளவேண்டியதுதானே' என்று கேட்கக்கூடாது. இந்து அடிப்படைவாதத்தைப் பலரும் பல நேரங்களில் அப்படித் தான் விமர்சிக்கிறார்கள்.

•

இந்துத்துவ சக்திகள் மாற்றிக்கொள்ளவேண்டிய இன்னொரு வழிமுறை, கும்பலை அது கையாளும் விதம். பாபர் கும்மட்ட விவகாரத்தை முன்வைத்து இந்துத்துவ கும்பல் வன்முறை நோக்கம் கொண்டது என்று முத்திரை குத்துபவர்கள்தான் வெற்றி பெற்றிருக் கிறார்கள். அந்த இடிப்புக்கு முன்பு பல மாதங்கள் நடந்த ரத யாத்திரையில் இந்துத்துவ தரப்பு எந்தவொரு வன்முறையையும் அதாவது அந்த கும்பலின் பிரமாண்டத்துக்கு இணையாக எந்தவொரு அசம்பாவிதமும் செய்திருக்கவில்லை. ராமர் கோயிலைக் கட்ட வேண்டும் என்பதே அவர்களின் ஒரே இலக்கு. அதற்குத் தடையாக இருந்த கட்டடத்தை அகற்றினார்கள். அதில் எந்தவொரு வன்முறை யும் இல்லை. பாகிஸ்தானில் மட்டுமல்ல இந்தியா சுதந்தரம் வாங்கித் தந்த பங்களாதேஷில் கூட நூற்றுக்கணக்கான கோயில்கள் இருந்த தடயம் தெரியாமல் இடிக்கப்பட்டுள்ளன. எனவே ஒற்றைக் கட்டடம் இடிக்கப்பட்டதில் எந்தப் பெரிய தவறும் இல்லை.

ஆனால், இந்து கும்பல் அத்துமீறி நடந்துகொண்ட நிகழ்வென்றால் அது குஜராத் கலவர நிகழ்வுகளே. தீவிரவாத இஸ்லாமியர்கள்மீது காட்ட வேண்டிய கோபத்தை அப்பாவி முஸ்லிம்கள்மீது காட்டியது நிச்சயம் கண்டிக்கத் தக்கதுதான். ஆனால், அந்தக் கும்பல் நடவடிக்கைகளில் இந்துத்துவர்கள் செய்த வன்முறையைவிட அவர்கள் செய்ததாக ஊடகங்கள் செய்த வன்முறைகள் மிக மிக அதிகம். உயிர் பிச்சை கேட்கும் இஸ்லாமியரின் புகைப்படத்தில்

ஆரம்பித்து கர்ப்பிணிப் பெண்ணின் வயிற்றைக் கிழித்து சிசுவைக் கொன்றதாகச் சொல்லப்பட்டதுவரை பெரும்பாலானவை ஜோடனை செய்யப்பட்டவையே. குஜராத் கலவரத்தில் ஆரம்பித்து தர்மபுரி, சேஷ சமுத்திரம் கலவரம்வரை நமக்குச் சொல்லாமல் சொல்லும் உண்மை அதுவே. எனவே, இந்துத்துவ சக்திகள் கைமீறிப் போவதைத் தடுக்கவும் ஊடகங்கள் மிக அவதூறுப் பிரசாரம் செய்வதைத் தடுக்கவும் கும்பல் கூ(ட்)டுவதை முடிந்தவரை தவிர்க்கவேண்டும்.

இப்போது தமிழகத்தில் புதிதாக ஒரு கும்பல் கூட்டும் வழிமுறையைக் கண்டுபிடித்து வெற்றிகரமாகச் செயல்படுத்திக் காட்டியிருக்கிறார்கள். இதில் பெரும் கும்பல் உண்டு... அதே நேரம் எந்த வெளிப்படையான வன்முறையும் கிடையாது. கருத்துரீதியான மிரட்டல் மட்டுமே உண்டு. அரசாங்கத்தை குறிப்பாக இந்து அரசாங்கத்தை மண்டியிடச் செய்யும் நோக்கமே இதில் பிரதானம்.

முதலில் ஏதேனும் ஒரு உணர்வுபூர்வமான பிரச்னையை எடுத்துக் கொள்ள வேண்டும். ஒரு சிலர் அது தொடர்பாக அவ்வப்போது போராட வேண்டும். மெள்ள மெள்ள இந்து விரோத சக்திகள் அனைத்துடனும் அந்த விஷயம் சார்ந்து ஒரு எதிர்ப்பு உணர்வு உருவானதும் ஒரு பெரிய மைதானமாகத் தேர்ந்தெடுத்து உட்காரவேண்டும். இளைஞர்களை அல்லது விவசாயிகளை அல்லது அரசுப் பணியாளர்களை என ஏதேனும் ஒரு குழுவின் போர்வையில் அரசியல் மூளைத் திணிப்பு செய்யப்பட்டவர்கள் களத்தில் உட்காரவேண்டும். ஊடகத்தைப் பயன்படுத்தி அந்தப் போராட்டத்தை பலப்படுத்தவேண்டும். ஒட்டு மொத்த தேசமே திரும்பிப் பார்க்கும்வகையில் இந்து/இந்திய அதிகார மையத்தை நெருக்கடிக்குத் தள்ளவேண்டும். அவர்கள் தரப்பில் முன்வைக்கப்படும் அனைத்து இடைநிலைத் தீர்வுகளையும் மூர்க்கத்தனமாக மறுதலிக்கவேண்டும். பிரச்னை பெரிதாக பெரிதாக இந்திய, இந்து வெறுப்பை மையப் பொருளாக்கி முடிந்தவரை கூக்குரலிடவேண்டும். இதுவே புதிய கும்பல் கூடுகையின் வழிமுறை. இதில் வன்முறை வெளிப்படையாக இல்லை. எனவே, எளிய மக்கள் ஏமாந்து இந்தக் கூட்டத்தின் பின் கூடிவிடும் அபாயம் மிக மிக அதிகமாக இருக்கிறது.

காந்தி உப்பு சத்யாகிரகப் போராட்டத்தில் பெருந்திரளான மக்களை சாத்விக இலக்குடனும் அஹிம்சை அணுகுமுறையுடனும் ஒருங்கிணைத்தார். அத்வானி ரத யாத்திரை என ஊர் ஊராகச் சென்று ஓர் கும்பல் இயக்கத்தை முன்னெடுத்தார். அதன் பிறகு இந்தியாவில் எந்த கும்பல் கூடினாலும் அது வன்முறையை நோக்கி நகர்த்தப் பட்டன... அந்த கும்பல் செய்த வன்முறையைவிட ஊடகங்கள் அதிக வன்முறையைச் செய்தன. இப்போது இந்து இந்திய எதிர்ப்புக்

குழுக்கள் ஒரே இடத்தில் உட்கார்ந்து தம் ரவுடித்தனத்தைக் காட்டி அரசியல் அதிகார வர்க்கத்தை முடக்கி புதிய கும்பல் அரசியலை உருவாக்கியிருக்கிறார்கள்.

இந்த கும்பல் அரசியல் செயல்பாடுகளில் காந்திய வழியே சிறந்தது. அவர் ஆண்களை ஒன்று திரட்டியபோதும் அவர்களை அஹிம்சை வழியில் ஒரு தாயின் மனதுடன் வந்து நிற்கச் சொன்னார். தவறான வழியில் செல்லும் மகனை ஒரு தாய் அன்பின் மூலம்தானே திருத்தப் பார்ப்பார். அந்த தாய்மையை, பெண்மையை காந்தி தனது போராட்டங்களின் ஆன்மாவாகக் கொண்டுவந்தார். அதுவே பிரிட்டிஷாரை நிலைகுலையச் செய்தது. பகத் சிங் போலவோ, வாஞ்சிநாதன் போலவோ, நேதாஜி போலவோ ஆயுதத்தை அனைவரும் தூக்கியிருந்தால் அதைவிடப் பெரிய ஆயுதத்தை வைத்திருக்கும் பிரிட்டிஷார் சண்டையிலும் ஜெயித்திருப்பார்கள். அவர்கள் பக்கமும் கணிசமான அளவு நியாயம் வந்து சேர்ந்திருக்கும். காந்தி அதற்கு இடம் கொடுக்கவில்லை. கிட்டத்தட்ட தன் பின்னால் திரண்டவர்களை அவர் பெண்களாகவே மாற்றினார் என்றுதான் சொல்லவேண்டும். தந்தை மைனஸ் கோபம் தாய் தானே. ஆண் மைனஸ் வன்முறை பெண்தானே.

இன்றைய நிலையில் ஆண்களை அப்படி அஹிம்சை வழியில் ஒன்று திரட்டுவது சிரமமென்றால் பெண்களை மட்டுமே அணி திரளச் செய்யவேண்டும். வன்முறைச் சம்பவங்கள் நடக்காமல் தடுக்கவும் பலத்தைக் காட்டவும் ஒரே வழி அதுவே. விநாயகர் சதுர்த்தி ஊர்வலத்தை பெண்கள் அணி திரண்டு நடத்தினால் அதை எந்த மசூதியும் தடுக்கமுடியாது அல்லவா. எனவே, இந்துத்துவ சக்திகள் இனிமேல் தமது பலத்தைக் காட்ட பெண் சக்தியையே பயன்படுத்த வேண்டும்.

இந்துத்துவர்கள் எதிர்கொள்ளும் இன்னொரு பிரச்னை என்னவென்றால், இந்துக்களில் பலர் அவர்களை எதிர்க்கிறார்கள். தமிழகம் போன்ற இந்து பக்தி மிகுதியாக இருக்கும் ஒரு மாநிலத்தில் இந்து அரசியல் சக்திகள் போதிய செல்வாக்கு பெற முடியாமல் இருப்பதற்கு என்ன காரணம்? இந்துக்களுக்கு மத உணர்வு இருக்கும் அளவுக்கு அரசியல் உணர்வு இல்லை என்பதை எப்படி எடுத்துக் கொள்வது? இந்து மத உணர்வென்பது இந்து நலன் சார்ந்து அணிதிரளாமல் இந்துக்களுக்கு என்ன பலன் தந்துவிடமுடியும்? 'சிறுபான்மை' கிறிஸ்தவர்களுக்கும் இஸ்லாமியர்களுக்கும் இருக்கும் அரசியல் உணர்வில் பத்தில் ஒரு பங்குகூட இந்துக்களுக்கு இல்லாமல் இருப்பது காலப்போக்கில் பெரும் அபாயத்தையே ஏற்படுத்தும்.

தமிழகத்தின் பெரும்பான்மை இந்துக்களே இந்து அரசியல் சக்திகளைப் புறக்கணிக்க என்ன காரணம்? இந்துத்துவர்கள் மீது ஊடகங்களால் சுமத்தப்பட்டிருக்கும் மிகையான அவதூறுக் குற்றச்சாட்டுகளினால் எளிய மக்கள் இந்துத்துவத்தை வன்முறை இயக்கமாகவே பார்க்கிறார்கள். இதை முதலில் மாற்றவேண்டும்.

ஊடகங்கள், அறிவுப்புலங்கள் ஆகியவற்றில் இந்துத்துவத்துக்கு எதிரான செயல்பாடுகள் படு தீவிரமாக முன்னெடுக்கப்படுகின்றன. கோரக்பூரில் சமீபத்தில் மருத்துவமனையில் 63 பிஞ்சுக் குழந்தைகள் உயிர் இழந்தனர். அது வேதனைக்குரிய விஷயம் தான். ஆனால், அந்த நிகழ்வின் பின்னால் வேறு சில அம்சங்களும் இருக்கின்றன. கடந்த பத்து ஆண்டுகளில் அதாவது இஸ்லாமியர்களின் நண்பரான முலாயம் சிங் யாதவ் ஆட்சி செய்த பத்து ஆண்டுகளில் ஒவ்வொரு ஆண்டும் சுமார் 600-800 குழந்தைகள் அந்த நோயினால் உரிய சிகிச்சை இன்றி இறந்துவந்திருக்கிறார்கள். இறக்கும் குழந்தைகள் மீது அக்கறை இருந்திருந்தால் பத்து வருடத்துக்கு முன்பே இந்த விஷயம் தலைப்புச் செய்தியாகி அது சார்ந்த முன்னெச்சரிக்கை நடவடிக்கைகள் எடுக்கப்பட்டு நிலைமை இன்று அந்த விஷயத்தில் மேம்பட்டிருக்கவேண்டும். அதாவது, பத்து ஆண்டுகளுக்கு முன்பே ஆதித்ய நாத் யோகி இந்தப் பிரச்னையை முன்னெடுத்தபோதே முதலமைச்சரான முலாயம் சிங்கோ ஊடகங்களோ நீதிமன்றமோ பிற கல்விப்புல அதிகார மையமோ அந்த விஷயத்தை வெளிச்சத்துக்குக் கொண்டுவந்திருந்தால் இந்தப் பிரச்னை எப்போதோ தீர்ந்திருக்கும். எத்தனையோ குழந்தைகளின் உயிர் காப்பாற்றப்பட்டிருக்கும். ஆனால், யாரும் எதுவும் செய்யவில்லை.

யோகி முதல்வராகி அந்த நோய்க்கான சொட்டு மருந்து கொடுக்கும் திட்டத்தைப் பெரிய அளவில் தான் பதவி ஏற்ற உடனேயே முன்னெடுக்கத் தொடங்கியதைப் பார்த்து அவரையும் அவருடைய இந்துத்துவ சார்பையும் அவதூறு செய்யும் நோக்கில் இப்போதைய மரணத்தை மட்டும் ஊதிப் பெருக்கியிருக்கிறார்கள். எப்போதும் இல்லாதவகையில் சுதந்தர தினமும் கிருஷ்ண ஜெயந்தியும் அருகருகே வரவே இந்து தேசியவாதியான மோதிஜி சுதந்தர தின விழாவில் குட்டி கிருஷ்ணர்களை அணிவகுக்கச் செய்யப்போகிறார் என்று தெரிந்ததும் பச்சிளம் குழந்தைகளை சாகவிட்டு அதை தலைப்புச் செய்தியாக்கியிருக்கிறார்கள். ஆக இத்தனை வருடம் இந்தக் கஷ்டத்தை மூடி மறைத்தது ஒரு குற்றம்... அதை தீர்க்க முன்வந்த யோகியை அவமானப்படுத்த என்றும் இந்திய சுதந்தர தினம் இந்துச் சார்புடன் முன்னெடுக்கப்படுவதைச் சீர்குலைக்க என்றும் திட்டமிட்டுச் செய்த கொடூரச் சதி இரண்டாவது மாபெரும்

குற்றம். இனிவரும் ஒவ்வொரு சுதந்தர தினத்தன்றும் இந்து விரோத இந்திய விரோத அல்லக்கைகளும் அடிவருடிகளும் ஃபேஸ்புக்கில் போட்டு மகிழ 63 குழந்தைகள் ஒரு இஸ்லாமிய மருத்துவ நிர்வாகியால் கொலை செய்யப்பட்டு ஊடகங்களால் உலகெங்கும் கொண்டு செல்லப்பட்டிருக்கிறது. இதில் கொடூர நகைச்சுவையாக அந்த இஸ்லாமிய மருத்துவர் தனியார் மருத்துவமனைகளில் இருந்து ஆக்ஸிஜன் சிலிண்டர் வாங்கி பல குழந்தைகளைக் காப்பாற்றியதாக கொடூரக் கதையாடல்கள் உருவாக்கி உலவவிடப்பட்டுள்ளன. ஆக்ஸிஜன் சிலிண்டர் நிறுவனங்களுக்கு உரிய தொகையை கொடுக்காமல் இழுத்தடித்துக் கொன்றவனே காப்பாற்றவந்தவனாகச் சொல்லப்படும் கொடூரம்.

இந்துத்துவர்கள் இந்த ஊடக, அறிவுப்புல அவதூறுகளைத் தாண்டியே மக்களிடம் தன்னைக் கொண்டுசெல்ல வேண்டியிருக்கிறது. எளிய மனங்களுக்கு இந்து சாமியாரான யோகியின் ஆட்சியில் குழந்தைகள் கொல்லப்பட்டுவிட்டார்கள் என்ற செய்தி மட்டுமே மனதில் சென்று பதியும். குழந்தையைக் கொல்ல வந்த விஷப் பாம்பைக் கடித்துக் கொன்ற நாயை யோசிக்காமல் தடியால் அடித்துக் கொல்லும் அப்பாவி தாய் போல் இந்துப் பெரும்பான்மையினர் இந்துத்துவர்களை தடியால் அடித்துவருகிறார்கள். கதையில் பாம்பைக் கொன்ற பிறகே நன்றியுள்ள நாய்க்கு மரணம் சம்பவித்தது. நிஜத்தில் நாய் விரட்டியடிக்கப்பட்டுவிடுகிறது. விஷப்பாம்புகள் வீட்டின் இருண்ட மூலைகளில் தீப்பொறி போன்ற கண்மணிகள் மின்ன மறைந்து உலவிக்கொண்டிருக்கின்றன.

●

அடுத்ததாக, இந்துத்துவர்கள் இந்து மதத்தின் சகிப்புத்தன்மையைப் பின்பற்றுவதில்லை. இந்து மதம் பல்வேறு மாற்றுக் கருத்துகளுக்கும் எதிர்மறைக் கருத்துகளுக்கும் இடம் கொடுத்துவந்திருக்கிறது. இந்துத்துவர்கள் அந்த ஜனநாயகத் தன்மையை சீர்குலைக்கிறார்கள் என்று ஒரு விமர்சனம் முன்வைக்கப்படுகிறது. சரஸ்வதி தேவியை நிர்வாணமாக வரைய எம்.எஃப்.ஹுசேனுக்கு இந்து மதம் சுதந்தரம் தந்திருக்கிறது. அதனால் அவர் வரைகிறார். அல்லாவின், முஹமது நபியின் உருவத்தை வரையக்கூடாது என்று இஸ்லாம் சொல்லியிருக்கிறது. எனவே அதை அவர் வரைவதில்லை. அவரைப்போய் சரஸ்வதியை நிர்வாணமாக வரையாதே என்று தடுப்பது தவறு. இந்து மதம் வழங்கியிருக்கும் சுதந்தரத்தையும் அதன் ஜனநாயகத் தன்மையையும் இந்துத்துவர்கள் தடுக்கிறார்கள் என்று நடுநிலையாளர்களும் பல இந்து அறிவுஜீவிகளும்கூடச் சொல்கிறார்கள்.

உண்மையில் இந்து மதம் வழங்கியிருக்கும் சுதந்தரமும் ஜனநாயகமும் பாதுகாக்கப்பட வேண்டியதுதான். ஆனால், அதில் வேறு சில அம்சங்களையும் பரிசீலித்துப் பார்க்கவேண்டும்.

இந்து மதம் அந்த ஜனநாயகத்தையும் சுதந்தரத்தையும் தந்த பழங்கால கட்டத்தில் இந்து மதம் மட்டுமே இந்தியாவில் இருந்தது. இந்தியாவில் இருந்த பௌத்தம், சமணம் எல்லாம் இந்து மதத்தின் கிளை மதங்கள் போன்றவையே... அம்பேத்கரை இந்து மதத்தில் இருந்து பௌத்தத்துக்கு மாற்றிய பௌத்த துறவி, 'அம்பேத்கர் தன் வீட்டை மாற்றிக்கொள்ளவில்லை... வீட்டின் ஒரு அறையில் இருந்து இன்னொரு அறைக்குப் போயிருக்கிறார்' என்றுதான் சொல்லியிருக் கிறார்.

அப்படி இந்து மதம் செல்வாக்குடன் இருந்த காலகட்டத்தில் இந்து மதத்தை சீர்திருத்தும் வகையிலான மத இயக்கங்கள் நடந்த கால கட்டத்தில் இந்து மதம் தந்த ஜனநாயகமும் சுதந்தரமும் முறையாகப் பயன்படுத்தப்பட்டன. நல்ல பலனையும் தந்தன. அதாவது, அவையெல்லாம் ஒரு ஆரோக்கியமான விவாதத்தின் பல்வேறு தரப்புகளாக இருந்தன. எனவே, அவற்றை இந்துமதம் அனுமதித்தது. ஆனால், இன்றைய நிலை அப்படியல்ல. இஸ்லாம், கிறிஸ்தவம் என இந்து மதத்தை அழிக்க விரும்பும் சக்திகள் இங்கு வேரூன்றி விட்டிருக்கின்றன. இப்போது இந்து மதத்துக்கு எதிராக முன்வைக்கப் படும் விமர்சனங்கள் ஆக்கபூர்வ நோக்கம் கொண்டவை அல்ல. எனவே, அவற்றுக்கு இடம் தர முடியாது. தேவையுமில்லை.

இந்து மதம் தந்த சுதந்தரம் என்பது அன்றைய அதிகார மையத்தைத் துணிந்து எதிர்த்த நேர்மையான கலகக் குரலுக்குக் கொடுத்த அங்கீகாரமும்கூட. இன்று இந்தியாவில் இஸ்லாம், கிறிஸ்தவம், கம்யூனிஸம் என பல அதிகார மையங்கள் காலூன்றியிருக்கின்றன. இந்து மதத்தை விமர்சிக்கும் ஒருவர் இந்த அதிகார மையங்களையும் எதிர்க்கவேண்டும். அப்படியில்லையென்றால் இந்து மதத்தை எதிர்க்கும் தார்மிக நியாயத்தை அவர் இழந்துவிடுவார். அப்படியான நேர்மையற்ற விமர்சனங்களுக்கு இடம் தரவேண்டிய அவசிய மில்லை. அதைத் தடுக்கும் இந்துத்துவர் அடிப்படைவாத நோக்கில் செயல்படவில்லை. அவர் உண்மையான கருத்துச் சுதந்தரத்தை வலியுறுத்துகிறார். அது உங்களுக்குத் தேவையென்றால் அந்த இந்துத்துவரே உங்களுக்கு எல்லா வசதிகளும் செய்துதருவார். இந்து மதத்தைமட்டுமே விமர்சிக்கும் உரிமை போதும் என்று நீங்கள் அரசியல் பேசினால் அவரும் அரசியல் மொழியிலேயே பதில் சொல்வார்.

●

7

இந்துத்துவத்தின் மறைக்கப்பட்ட பக்கம்

இந்துத்துவம் என்ற ஒன்றை முன்வைக்கும்போது அப்படியான ஒன்று என்றுமே இருந்ததில்லை, அது ஒரு பொய்யான ஒருங்கிணைப்புத் தத்துவம் என்றும் சொல்கிறார்கள். அது அப்படி ஒரு வலிந்து உருவாக்கிய அரசியல் தத்துவமாகவே இருக்கட்டும். பெண் கல்வி, ஜாதி வேறுபாடின்மை, தேச பக்தி, சுதேசிப் பொருளாதாரம் என அது முன்வைக்கும் சீர்திருத்த மதிப்பீடுகள் எல்லாம் நவீன மதிப்பீடுகள்தானே. சமஸ்கிருத மேலாண்மை, ஒற்றை ஆட்சி மொழி, பசு பாதுகாப்பு, விநாயகர் ஊர்வலங்கள் என அவர்கள் முன்வைக்கும் அனைத்துமே ஆக்கபூர்வ அடிப்படை களைக் கொண்டவையே.

சமஸ்கிருத மொழியில்தான் இந்தியாவின் அனைத்து பழங்கால நூல்களும் எழுதப்பட்டிருக்கின்றன. இந்து மதத்தை சீர்திருத்திய ஆனால், இந்து மதத்தை எதிர்த்தவராக முன்னெடுக்கப்படும் புத்தருடைய நூல்களும் அவருக்கு பின் வந்த பௌத்தர்கள் எழுதிய நூல்களும் சமஸ்கிருதத்தில்தான் இருக்கின்றன. உண்மையில் அது இந்தியாவின் அறிவுச் சேகர மொழி. அதன் மத அம்சங்களை நீக்கிவிட்டு ஒருவர் நிச்சயம் அதைத் தனது மொழியாக ஏற்றுக் கொள்ள முடியும். நேற்று அதை அனைவருக்கும் கற்றுத் தரவில்லை என்று அந்த அதிகார மையத்தை விமர்சிப்பவர்கள் இன்று அதை

அனைவருக்கும் கற்றுத் தர முன்வரும்போது அதை எதிர்ப்பது ஏன்? அது நிச்சயம் ஆட்சி மொழியாக ஆக்கப்படப்போவதில்லை. நம் முன்னோர்களின் அறிவு முழுவதும் அதில்தான் சேகரமாகி யிருக்கிறது. அதை ஆங்கிலத்தில் மொழிபெயர்த்து அதன் பிறகு படிப்பதைவிட நேரடியாகவே சமஸ்கிருந்தத்தில் இருந்தே தெரிந்து கொள்வதுதானே நல்லது.

உலக நாடுகளில் இருக்கும் பெரும்பாலான பல்கலைக்கழகங்களில் இந்தியவியல் பற்றிப் படிப்பவர்கள் அனைவருக்கும் சமஸ்கிருதம் முக்கியமான பாடமாக வைக்கப்பட்டிருக்கிறது. இந்தியாவின் அறிவு வளத்தைத் தெரிந்துகொள்ளவேண்டுமென்றால் சமஸ்கிருதம் படிப்பதுதான் ஒரே வழி. அது இந்துக்களின் மொழி மட்டுமோ பிராமணர்களின் மொழி மட்டுமோ அல்ல. அது இந்தியாவின் கடந்த கால அறிவுச் சேகர மொழி. ஆர்.எஸ்.எஸ். அதை மத ரீதியாக முன்வைத்தால் அறிவுஜீவிகள் அதை அறிவுரீதியாக, கலாசாரரீதியாக ஏற்றுக்கொள்ளமுடியும். நேருவில் ஆரம்பித்து அம்பேத்கர் வரை இன்று இடதுசாரிகள் உயர்வாக மதிக்கும் தலைவர்கள் அனைவருமே சமஸ்கிருதத்தின் மேன்மையை ஏற்றுக்கொண்டவர்களே. எனவே, அதை இந்துத்துவர்கள் சொல்கிறார்கள் என்பதற்காகவே வெறுக்கத் தேவையில்லை.

இன்று சமஸ்கிருதம் யாராலும் அல்லது பெரும்பலானவர்களால் பேசப்படுவதில்லை. எனவே, அது இறந்த மொழி என்று சொல்கிறார்கள். உண்மையில் சமஸ்கிருதம் என்றுமே பொதுமக்கள் மொழியாக இருந்திருக்கவில்லை என்றே தோன்றுகிறது. அது கல்விக்கான மொழி. மக்களின் அனுபவ அறிவுகள், தத்துவ ஞானங்கள், தர்க்கங்கள், கலை சூத்திரங்கள், தொழில் நெறிகள் எல்லாம் அந்தமொழியில் பதிந்து வைக்கப்பட்டுள்ளன. சம்பந்தப் பட்டவர்கள் அதைத் தேடிக் கற்றுக்கொண்டு எழுதிச் சேர்த்திருக் கிறார்கள். வேத வேதாந்திகள் ஜோதிடர்கள், வான சாஸ்திரர்கள், தச்சர்கள், அரசர்கள், காவியகர்த்தாக்கள், பாணர்கள், மருத்துவர்கள், நடனக் கலைஞர்கள் என பல்வேறு தொழில் பிரிவினர் தத்தமது துறை சார்ந்த நூல்களை எழுதியும் பாதுகாத்தும் வந்திருக்கிறார்கள். ஒரு பிரிவின் புத்தகம் இன்னொரு பிரிவினருக்குக் கிடைக்காமல் கூட இருந்திருக்கிறது. அதோடு அந்த நூல்களும் மொழியும் கற்றுக் கொள்வதற்கான மொழியாக இருந்திருக்கிறதே தவிர பேச்சு மொழி யாக அவர்களுக்குள்ளும் இருந்திருக்கவில்லை. ஒரு தமிழ் புரோகிதர் சமஸ்கிருத மந்திரங்களைப் படிப்பார். ஆனால், வீட்டில் தமிழில் தான் பேசிக் கொள்வார். இதுதான் எல்லா சம்ஸ்கிருதத்துறைகளிலும் இருந்திருக்கிறது. அது ஒருவகையில் விதை நெல் போல்

இருந்திருக்கிறது. தினம் தினம் பொங்கிச் சாப்பிடும் சாதமாக இருந்திருக்கவில்லை. விதை நெல்லைப் போய் ஒன்றுக்கும் பயனற்றது என்று சொல்பவனைத்தான் செத்தவன் என்று சொல்ல முடியுமே தவிர விதை நெல்லை அல்ல.

அதோடு சமஸ்கிருதம் மத வழிபாட்டு மொழியாகவும் இருக்கிறது. கடவுள் நம்பிக்கை என்ற விஞ்ஞானத்தால் விளக்க முடியாத விஞ்ஞானத்தால் விளக்கவேண்டிய தேவையில்லாத ஓர் உணர்வுக்கு புரியாத மொழி என்று சொல்லப்படும் சமஸ்கிருதம் கூடுதல் புதிரையும் புனிதத்தையும் ஏற்றுகிறது. கடவுளே இவருக்கு காசு பணம் கொடு என்று அப்பட்டமாகச் சொல்வதைவிட 'தன தான்ய பிராப்திரஸ்து' என்று சொல்லும்போது அது மந்திரமாகிவிடுகிறது.

தினமும் பார்க்கும் மனிதரிடம் பேசும் லௌகீக மொழியில் இறைவனிடமும் பேசக்கூடாது என்ற எளிய நம்பிக்கையே இந்தியர்களின் பேச்சு மொழியாக இல்லாத, புரியாத மொழியாக இருக்கும் சமஸ்கிருதத்தை வழிபாட்டு மொழியாக நீடிக்கச் செய்துவருகிறது. கறுப்பன் என்றால் சற்று மனம் திடுக்கிடும். அதையே கிருஷ்ணன் என்றால் மனம் நிறைந்துவிடும். இதனால்தான் அரசியல் கதையாடல்களில் மட்டுமே சமஸ்கிருதம் எதிர்க்கப்படுகிறது. எளிய மக்களின் கோயில்களில் தாய்மொழிக்கும் மேலாக தந்தை மொழி கோலோச்சுகிறது. இது ஆர்.எஸ்.எஸ். முன்னெடுத்த சதி அல்ல. உண்மையில் எளிய மக்களின் சமஸ்கிருத பக்தியை ஆர்.எஸ்.எஸ். புரிந்துகொண்டு அங்கீகரிக்கிறது என்றுதான் சொல்லவேண்டும்.

அடுத்ததாக பசு பாதுகாப்பு. விவசாய பூமியான பாரதத்தில் டிராக்டர்கள் கண்டுபிடிக்கப்படாத காலகட்டத்தில் மாடுகளே விவசாயத்துக்கு அதி அத்தியாவசியமாக இருந்திருக்கின்றன. மேய்ச்சலில் ஈடுபட்ட மக்களுக்கும் அதுவே முக்கிய விலங்காக இருந்திருக்கிறது. அந்த மாடுகளைக் காப்பது தொழில்ரீதியாக, பொருளாதாரரீதியாக நமக்குத் தேவையாகவே இருந்திருக்கிறது. ஆடு, கோழி, பன்றிகளைப்போல் மாடுகளையும் அனைத்து இந்துக்களும் சாப்பிட்டிருந்தால் விவசாயம் நிச்சயம் பாதிக்கப்பட்டிருக்கும். பனி படர்ந்த மேற்குலகில் நம் அளவுக்கு விவசாயம் கிடையாது. ஆடு, கோழி, பன்றிகளைவிட ஒரு மாடு அவர்களுக்கு அதிக இறைச்சியைத் தரும் என்பதால் அதை அவர்கள் சாப்பிட்டார்கள். நம் நாட்டில் நமது தட்பவெப்பநிலைக்கும் தொழிலுக்கும் ஏற்ப மாட்டுக்கறியைத் தவிர்த்து வந்திருக்கிறோம்.

இந்து மதம் எந்தவொரு விஷயத்தின் பயன்பாட்டிலும் ஓர் ஒழுங்கைக் கொண்டுவர அதைப் புனிதப்படுத்துவதை ஒரு வழிமுறையாக

வைத்திருக்கிறது. நீராதாரங்களைப் பேணிக்காக்க வேண்டும் என்பதை நதிகள் புனிதமானவை என்று சொன்னதன் மூலம் சாத்தியப் படுத்தி யிருக்கிறது. மரங்களை வெட்டக்கூடாது என்பதை மரங்கள் புனிதமானவை என்று சொன்னதன் மூலம் ஒழுங்குபடுத்தி யிருக்கிறது. அதுபோலவே மாடுகளைக் கொல்லக்கூடாது என்பதை மாடுகள் புனிதமானவை என்று சொல்லி நடைமுறைப்படுத்தி யிருக்கிறது. பிராமணர்கள் பசுக்களை புனிதமானது என்று சொன்னாலும் இடைநிலைச் ஜாதியினர் காளை, எருமை போன்ற வற்றையும் சாப்பிடாமல்தான் இருக்கிறார்கள். மாடுகளை வளர்த்த யாதவர்கள் அதை ஒருபோதும் உண்டதில்லை.

தலித்களிலேயே பள்ளர் போன்ற விவசாய நில உடைமை ஜாதியினர் பசுக்களைக்கூடச் சாப்பிடுவதில்லை. பறையர்களிலும் பூஜைகள் செய்யும் பிரிவினர் மாடுகளை உண்பதில்லை. மேலும் மாமிசம் உண்ணக்கூடாது என்று பிராமணர்கள் மட்டுமே சொல்லவில்லை. இந்து மத ஆதிக்கத்தை மறுதலித்ததாகச் சொல்லப்படும் புத்தரும் திருவள்ளுவரும் வள்ளலாரும்கூட அதையேதான் சொல்லியிருக் கிறார் கள். எனவே, பசு பாதுகாப்புக்கு ஆர்.எஸ்.எஸ். தரும் முக்கியத் துவத்தை அவர்கள் சொல்லும் காரணங்களுக்காக ஏற்காவிட்டாலும் அவர்கள் சொல்லும் ஒரே காரணத்துக்காக எதிர்க்கவும் வேண்டாம்.

இன்று டிராக்டர்கள் கண்டுபிடிக்கப்பட்டுவிட்டன. இன்று காளைகளின் பயன்பாடு வெகுவாகக் குறைந்துவிட்டது. பசுக்களும் எருமைகளும் பாலுக்காக வைத்துக்கொள்ளப்பட்டு ஆண் வர்க்க மாடுகளை கொல்வதில் என்ன தவறு இருக்கமுடியும் என்று ஒருவர் கேட்கக்கூடும். இந்த இடத்தில் மக்களின் உணர்வுக்கும், கலாசாரத்துக்கும் மரியாதை கொடுத்து அதை உண்ணாமல் இருப்பதே நல்லது என்றுதான் சொல்லமுடியும்.

இஸ்லாமியர்கள் முஹமது நபி சொல்லியிருக்கிறார் என்பதால் பன்றியை உண்பதில்லை. திராவிடக் கழகத்தினரும் தலித் போராளிகளும் இடதுசாரிகளும் யாரும் பன்றியை உண்ணும் போராட்டம் எதுவும் நடத்தியதாகத் தெரியவில்லை. இஸ்லாமியரின் மனம் புண்படும் என்ற போர்வையில் தனது உடல் புண்படக்கூடாது என்ற உண்மைக் காரணத்தினால், பன்றியும் இறைச்சிதான் என்று அங்குபோய் உணவு அறிவியல் பேசுவதில்லை. எனவே, மாடுகளைக் கொல்லாமை என்பதை இடைநிலை ஜாதிகளின் கலாசார உணர்வுகளுக்கு மதிப்பு கொடுத்து ஏற்றுக்கொள்ளலாம்.

அடுத்ததாக பெண்கள் கல்வி; பெண் சுதந்தரம். இது தொடர்பாக ஆர்.எஸ்.எஸ். தலைவர்கள் சிலர் அவ்வப்போது உதிர்க்கும்

முத்துக்களைக் கோர்த்து அவர்களைப் பிற்போக்குவாதிகள் என்று சொல்பவர்கள் அதே ஆர்.எஸ்.எஸின் உந்துதல் பெற்று கல்வி, மருத்துவ மையங்கள் நடத்தும் நிறுவனங்களில் பெண்களே மிக அதிகமாகப் பணிபுரிகிறார்கள் என்பதையும் கணக்கில் கொள்ள வேண்டும். ஜெயேந்திரர் வேலைக்குச் செல்லும் பெண்களை வேசிகள் என்று சொல்லிவிட்டார் என்பதாகப் பொங்கிப் பிரவகிப்பவர்கள், சங்கர வித்யாலயாக்கள், சங்கர மருத்துவமனை கள் என நடத்தப்படுபவற்றில் 80 சதவிகிதம் பெண்களே பணி புரிகிறார்கள் என்பதையும் யோசித்துப் பார்க்கவேண்டும். இந்துத்துவ பழமை வாதம் என்பது வஹாபிஸ, தாலிபானிய பழமை வாதம் போன்றதல்ல. அங்குதான் பெண்கள் வெளியே வரக்கூடா தென்று அல்லா சொல்லியிருக்கிறார் என்று வீட்டுக்குள்ளேயே பூட்டி வைப்பார்கள். இந்துத்துவத்தின் பழமைவாதம் என்பது விஷமில்லாத நாகம் போன்றது.

அதுபோல் இந்துத்துவத்தின் கிளை நிறுவனங்கள் செய்யும் வன்முறைகளுக்கு தலைமையைப் பழிப்பவர்கள் அவை செய்யும் சேவைக்கு தலைமையகத்தைப் பாராட்டுவதே இல்லை. உண்மையில் கிறிஸ்தவ நிறுவனங்களில் இருந்து இந்துத்துவம் கற்றுக் கொண்டிருக்கும் மிக முக்கியமான விஷயம் என்று அதன் சேவை நடவடிக்கைகளைச் சொல்லலாம். அதோடு கிறிஸ்தவ நிறுவனங்கள் போலவே மையத்தில் அதிகாரத்தைக் குவித்தல், ஒற்றைப்படைத் தன்மை என அவர்கள் செயல்பட்டுவருகிறார்கள். உலகம் முழுவதை யும் வெ(கொ)ல்லப் போகிறேன் என்று அவர்கள் புறப்படாமல் இந்துக்களை மட்டும் ஒன்றுசேர்க்கப் போகிறேன் என்று எளிய, நியாயமான ஓர் இலக்கையே முன்வைத்திருப்பதால் இஸ்லாமிய, கிறிஸ்தவ வல்லாதிக்க சக்திபோல் இந்துத்துவம் ஒருநாளும் வன்முறையை வாழ்க்கை முறையாகக் கொண்டுவிடாது என்று நம்பலாம்.

சங் பரிவார் என்பது அரசியல், கல்வி, மருத்துவம், கலாசாரம், சூழலியல், இயற்கை விவசாயம், சுதேசிப் பொருளாதாரம் என பல்வேறு துறைகளில் செயல்பட்டும் வரும் வானவில் நிறுவனங் களின் கூட்டணி. இந்து தேசியம், இந்திய ஒற்றுமை, இந்திய கலாசாரம், இந்திய நலன் என்பவற்றை அடிப்படையாகக் கொண்டு இயங்கும் பேரமைப்பு. அரசியல் தளத்தில் பாரதிய ஜனதா கட்சி, ஜம்மு அண்ட் காஷ்மீர் பிரஜா பரிஷத், பாரதிய ஜன சங் போன்றவை இருக்கின்றன. வித்யா பாரதி, விவேகானந்த கேந்திரா, சிக்ஷா பாரதி, சரஸ்வதி சிசு மந்திர், விஞ்ஞான பாரதி, ஏகல் வித்யாலயா என கல்வி நிறுவனங்கள் இந்தியாவின் மூலை முடுக்குகளில் எல்லாம் நடந்துவருகின்றன.

வனவாசி கல்யாண், ஃப்ரண்ட்ஸ் ஆஃப் டிரைபல்ஸ் சொசைட்டி என பழங்குடிகளுக்கும் அனுசூசித் ஜாதி ஆரக்ஷன் சமிதி என பட்டியல் ஜாதியினருக்கான சேவை அமைப்புகளும் இயங்கிவருகின்றன. பொருளாதார வர்த்தகத் தளத்தில் சுதேசி ஜாக்ரன் மன்ச் என்ற அமைப்பு செயல்படுகிறது. இந்த ஒவ்வொரு அமைப்பும் தேசம் தழுவியதாக இருப்பதுடன் சமூகத்தின் அனைத்து பிரிவினரின் ஆதரவுடனும் அனைத்து பிரிவினரின் நலன் சார்ந்து இயங்கி வருகின்றன. இஸ்லாமியர்களுக்கென்று தனியாக ராஷ்ட்ரிய முஸ்லிம் மஞ்ச் என்று ஒரு அமைப்பும் இருக்கிறது.

சங் பரிவார் அமைப்புகளின் கல்விச் சேவையானது மேற்கத்திய கலாசார-பொருளாதார-மதவாத வல்லாதிக்கத்தில் இருந்து இந்தியாவைக் காக்கும் கேடயமாகத் திகழ்ந்துவருகிறது. தேசியம், ஆன்மிகம், இறை நம்பிக்கை இவற்றை அடிப்படையாகக் கொண்ட அந்தக் கல்வி மையங்கள் நவ இந்தியாவின் அஸ்திவாரமாக அமைந்திருக்கின்றன. அதிலும் வட கிழக்கு மாநிலங்களில் நடந்துவரும் விவேகானந்த கேந்திரா போன்ற சங் பரிவார் அமைப்புகள் மட்டும் இருந்திருக்கவில்லையென்றால் அந்த மாநிலங்கள் என்றோ இந்தியாவில் இருந்து பிரிந்து சென்றிருக்கும். கன்னியா குமரி, கன்னி மேரி மாவட்டமாகியிருக்கும். இடது சாரி, நேருவிய, நாத்திக சக்திகள் இந்தியக் கல்வியை எந்த அளவுக்கு மேற்கத்திய நலன் சார்ந்ததாக ஆக்கியிருக்கிறார்களோ அதற்கு எதிர் நிலையாக இந்து, இந்திய கல்வியை முன்னெடுத்துவருவதில் இந்த சங் பரிவார் அமைப்புகளின் பங்கு கணிசமானது.

சுதேசி ஜாக்ரன் மன்ச் என்பது உரிய பலம் இன்றி ஓரங்கட்டப் பட்டிருக்கும் ஓர் அமைப்புதானே தவிர அதன் கோட்பாடுகள் இந்தியாவுக்கு மிக மிக அவசியமானவையே. சந்தை, அரசு ஆகிய நவீன அமைப்புகளைக் கட்டுப்படுத்தி குடும்பம், ஜாதி, சமூகம் ஆகிய பாரம்பரிய அமைப்புகளை பலப்படுத்தி சட்ட திட்டங் களுக்குப் பதிலாக தர்மத்தை வழிகாட்டி நெறியாக முன்வைக்கும் அமைப்பு அது.

நடுநிலையான, மத நீக்கம் பெற்ற சட்டத்துறை, காவல் துறை என்பவையெல்லாம் அவசியம்தான். ஆனால், என்னதான் உயரிய, நடுநிலையான சட்டத்தை உருவாக்கினாலும் மனிதர்கள் பிழையானவர்களாக இருந்தால் அல்லது மனிதர்களில் அந்த மாற்றம் வராமல் அவற்றால் எந்தவொரு பலனும் இருக்காது அல்லவா... காவல் துறை, நீதித் துறைக்கான தேர்வுகளை நியாயமாக நடத்தினால் மட்டும் நல்ல காவலரும் நல்ல நீதிபதியும் கிடைத்துவிடுவார்கள்

என்று சொல்லமுடியுமா என்ன? எனவேதான் சட்டத்தைவிட தர்மத்துக்கு முக்கியத்துவம் தரவேண்டும் என்ற பார்வை முன்வைக்கப்படுகிறது.

குடும்பமும் ஜாதியும் ஒரு நல்ல மனிதனை உருவாக்கவேண்டும். ஒவ்வொரு வேலைக்கும் ஒரு தர்மம் இருக்கும். அது அந்த வேலையைச் செய்பவர்களை வழி நடத்த வேண்டும். மருத்துவத் தொழில் என்றால் கருவில் இருக்கும் குழந்தை பெண் என்றால் கலைக்காதே என்று சட்டம் போட்டுத் தடுப்பதைவிட பெண் குழந்தைகளைக் கொல்வது பாவம் என்று சொல்லும் தர்மம் உயர்ந்தது. சட்டத்தை மீற ஒருவன் எப்போது வேண்டுமானாலும் முயலக்கூடும். தர்மத்தின் வழி பயிற்சி பெற்றவனுக்கு எந்தவிதப் புற கண்காணிப்பும் தேவையில்லை.

இன்றைய மருத்துவத்துறையில் சட்டத்துக்கு உட்பட்டும் சட்டத்தை மீறியும் பல்வேறு ஊழல்களும் முறைகேடுகளும் நடக்கின்றன. இது மருத்துவக் கல்வியை வெறும் ஒரு அறிவியல் துறையாக மத நீக்கம் அதாவது தர்ம நீக்கம் செய்ததால் வந்த வினை. சங் பரிவார் அமைப்பில் கல்வி கற்ற ஒரு மாணவர் ஒருபோதும் இப்படியான முறைகேட்டுக்குத் துணை போகமாட்டார். இதுவே தர்மத்தின் இலக்கு... சாதனை.

அதுபோல் மேற்கத்திய வர்த்தகக் கோட்பாடுகள் சட்டத்தை மதிப்பது உண்மைதான். என்றாலும் நுகர்வு வெறி, கொள்ளை லாபம், பெருந் தொழில் முனைவு, குறுந்தொழில் அழிப்பு, எந்திரச் சார்பு அதாவது ஆட்குறைப்பு போன்ற தவிர்க்க முடியாத அடிப்படைகளையும் பின்விளைவுகளையும் கொண்டவை. இவற்றுக்கு மாறாக உள் நாட்டு மூலப்பொருள்கள், அடிப்படைத் தேவை, மிதமான லாபம் அல்லது சேவை மனப்பான்மை, சிறியதே அழகு, இயற்கையோடு இணைந்த வளர்ச்சி ஆகியவற்றை சங் பரிவாரின் சுதேசி ஜாக்ரன் மன்ச் முன்வைக்கிறது.

விஷ்வ ஹிந்து பரிஷத் போன்ற அமைப்புகள் ராமர் கோயிலை இடித்துக் கட்டப்பட்ட பாபர் கும்மட்ட இடிப்பு போன்ற வன்முறைச் செயல்பாடுகளை அடிப்படையாக வைத்து விமர்சிக்கப்படுகின்றன. உண்மையில் அந்த அமைப்புதான் இந்து மதத்தின் அனைத்து மடாலயத் தலைவர்களையும் அழைத்து, 'ஜாதி உணர்வு மிகப் பெரிய தவறு. இந்து தர்ம சாஸ்திரத்தில் எங்குமே அதற்கு இடம் கிடையாது. இந்துகள் அனைவரும் சகோதரர்களே' என்று உறுதிமொழி எடுக்க வைத்தது. இன்றும் இந்தியாவில் ஜாதி உணர்வு பார்க்காத ஒரே பெரு நிறுவனம் சங் பரிவார் அமைப்புகளே.

இத்தனைக்கும் சங் பரிவார் அமைப்புகளை அவமானப்படுத்த ஒரு பிரமாண்ட செயல் திட்டத்துடன் அனைத்துத் தளங்களிலும் இடைவிடாத முயற்சிகள் நடைபெற்றே வருகின்றன. இருந்தும் ஒற்றைக் குற்றச்சாட்டுகூட முன்வைக்கப்பட முடியவில்லை.

இந்தியாவில் எங்கு இயற்கைப் பேரழிவு நடந்தாலும் உயிர் காக்கும் மருத்துவ சேவைகள், உணவு உடை வழங்கலில் ஆரம்பித்து உடல் தகனம் வரை அனைத்தையும் மேற்கத்திய நிதியூட்டங்களின் தூண்டுதல், மத மாற்ற உந்துதல், பின்னாளைய முன்னாளைய வன்முறைச் செயல்பாடுகளுக்கான கேடயம் என்பது போன்ற எந்தவொரு உள்நோக்கமும் இல்லாமல் சக இந்தியர் மீதான நேசத்தினால் மட்டுமே செய்யும் ஒரே அமைப்பு சங் பரிவார்தான்.

•

8

இந்துத்துவமும் கம்யூனிஸமும்

இந்துத்துவத்தை இந்தியாவில் தீவிரமாக எதிர்க்கும் ஓர் அமைப்பு என்றால் கம்யூனிஸ்ட் கட்சிகளைத்தான் சொல்லவேண்டும். கம்யூனிஸ்ட்களுக்கு இந்துத்துவம் பற்றிய சரியான புரிதல் இல்லை என்பதைக்கூட ஒருவர் புரிந்துகொள்ளமுடியும். ஆனால், உண்மையான கம்யூனிஸம் தொடர்பான புரிதல்கூட இந்திய கம்யூனிஸ்ட்களுக்கு இருப்பதாகத் தெரியவில்லை. உலகம் முழுவதிலுமே கூட நிலைமை இப்படித்தான் இருக்கிறது. கம்யூனிஸத்தை ஒரு முற்போக்கு சக்தியாக அதைப் பற்றிப் புரியாதவர்களே சொல்ல முடியும். சிலுவையில் அறையப்பட்ட இயேசு, கர்த்தரே இவர்களை மன்னியும். இவர்கள் தாம் செய்வது இன்னதென்று அறியார் என்று மன்றாடியதாகச் சொல்வார்கள். கம்யூனிஸத்தை நியாயப்படுத்துபவர்களைப் பற்றியும் அப்படிச் சொல்ல முடியும். அவர்களுக்கு கம்யூனிஸ வரலாறு, கோட்பாடு எதுவும் தெரியாது. அதனால்தான் அதைப் பின்பற்றி வருகிறார்கள் என்று தான் சொல்லமுடியும்.

கம்யூனிஸத்துக்கு அப்படியான முற்போக்கு பிம்பம் கிடைக்கப் பல காரணங்கள் இருக்கின்றன. முதலாவதாக, கம்யூனிஸத்தின் பெரும் தலைவரான ஸ்டாலினின் படைகள்தான் ஹிட்லரை அழித்து ஒழித்தது. எனவே உலகத்தாரின் மனங்களில் கம்யூனிஸம் ஒரு மீட்பு சக்தியாகவே பதிந்திருக்கிறது.

இரண்டாவதாக, கம்யூனிஸத்தின் கொடுங்கோல் ஆட்சியானது ஹிட்லரின் கொடுங்கோன்மையைவிடக் கொடூரமாக இருந்த போதிலும் அது உச்சத்தில் இருந்த காலத்தில் அழிக்கப்படவில்லை.

ஸ்டாலினின் காலம் முடிந்து கம்யூனிஸ ஆட்சிகள் சுமார் ஒரு தலைமுறை ஆட்சி செய்த பிறகே கம்யூனிஸம் ரஷ்யவில் அழிவை சந்தித்தது. அதற்குள் கம்யூனிஸ தலைவர்கள் ஸ்டாலினிஸ வன்முறையின் தடயங்களை வெகு அழகாக அழித்துவிட்டனர். எனவே, நாஜி படுகொலைகளும் அது தொடர்பான ஆவணங்களும் கண்காட்சிகளும் அரங்கங்களும் நூல்களும் புத்தகங்களும் உருவான அளவுக்கு கம்யூனிஸ அராஜகம் பற்றி எதுவுமே உருவாக முடிந்திருக்கவில்லை.

மூன்றாவதாக நாஜி படுகொலைகளைத் தொடர்ந்து நூரன்பர்க் சர்வ தேச நீதி விசாரணை நடத்தப்பட்டு பல உண்மை நிகழ்வுகள் வெளி உலகுக்குத் தெரியவந்தன. பல ஹிட்லரிய அதிகாரிகள் தண்டிக்கப் பட்டனர். ஸ்டாலினிய கம்யூனிஸ வன்முறை தொடர்பாக இப்படியான எதுவும் நடக்கவில்லை. எனவே கம்யூனிஸத்தின் வன்முறைகள் எதுவுமே வெளியில் தெரியவில்லை. அல்லது தெரியவந்தவற்றையெல்லாம் முதலாளித்துவ சதி என்று கம்யூனிஸ்ட்கள் எளிதில் தாண்டிவிட முடிந்திருக்கிறது.

சீனாவிலும் இதுவே நடந்தது. ஒரு சர்வாதிகாரி தனது கொடுஞ்செயல் குறித்த தடயங்கள் எதுவும் வெளியே தெரிந்துவிடக்கூடாது என்பதில் தெளிவாக இருந்தால், ஒரு தலைமுறைக்கு அவர்களுடைய ஆட்சியே நீடித்துமிருந்தால் அதன் பிறகு அந்த சர்வாதிகாரி இயல்பான மரணம் அடைவதுபோல் அவருடைய சித்தாந்தமும் மெள்ள வலுவிழந்து மக்கள் மனங்களில் இருந்து விடைபெற்றால் அவரை முற்போக்கானவராக நிலை நிறுத்துவது மிகவும் எளிது. கம்யூனிஸத்துக்கு அந்த கொடுப்பினை இருக்கிறது. எனவே, கொள்கையளவில் எளிய பாட்டாளிகளுடைய நலனைப் பேசும் கம்யூனிஸம் நடைமுறையில் அந்த பாட்டாளிகளையே கொன்று குவித்திருந்தநிலையிலும் அதன் கொள்கையின் படி பலருடைய மனங்களில் பெரும் கனவைத் தரும் சக்தியாக நீடித்துவருகிறது.

உண்மையில் ரஷ்ய, சீன நாடுகளில் நில உடமை சமுதாயத்தில் இருந்து கம்யூனிஸ சமுதாயத்தை உருவாக்க முயன்றதால்தான் இவ்வளவு வன்முறை தேவைப்பட்டுவிட்டது. ஜெர்மனி, இங்கிலாந்து, அமெரிக்கா போன்ற நாடுகளில் தொழிலாளர் நல சட்டங்கள், உரிமைகள் எல்லாம் அதிக வன்முறையின்றி எளிதில் கிடைத்துவிட்டிருக்கின்றன. ஜெயகாந்தன் அமெரிக்காவுக்குச் சென்று வந்தபோது, ரஷ்யா உருவாக்க விரும்பிய பொன்னுலகம் இதுதான் என்று சொன்னார். மார்க்ஸின் கோட்பாட்டின்படியும் தொழில் சமூகத்தில் உபரி ஒரு பக்கம் குவிந்து பாட்டாளிகள் அதிருப்தியின் விளிம்புக்குத் தள்ளப்பட்டு அதன் பிறகே பாட்டாளிவர்க்கத்தினரின் புரட்சியால் அவர்கள் கையில் அதிகாரம் வந்து சேரும். அவர்கள் பொது உடமை

சமுதாயத்தை உருவாக்குவார்கள் என்பதுதான் மார்க்ஸ் முன் வைத்த கணிப்பு. ஆனால், ரஷ்யாவிலும் சீனாவிலும் நிலவுடமை சமுதாயம் அழியாத நிலையிலேயே கம்யூனிஸம் திணிக்கப்பட்டுவிட்டது.

ஜார் மன்னரை எதிர்த்து நடந்த மக்கள் புரட்சியை பொலிட் பீரோ எளிதில் ஹைஜாக் செய்ததும் தனது லட்சியக் கனவை மக்கள் மீது திணிக்க ஆரம்பித்தது. முதல் புரட்சியை முன்னின்று நடத்திய ஒரு ஏக்கர், இரண்டு ஏக்கர் நிலம் வைத்திருந்த சிறு விவசாயிகளும் நாலைந்து ஆடு வளர்த்து வந்த இடையர்களும் புதிய பொலிட் பீரோவின் வரையறைப்படி பூர்ஷ்வாக்களாக ஆகிவிட்டனர். இருப்பதையெல்லாம் கொடுத்துவிட்டு கூட்டுப்பண்ணைக்கு வந்து வேலை செய் என்று கமிஷார்கள் சொன்னபோது அந்த எளிய விவசாயிகள் எதிர்த்து நின்றனர். பாட்டாளி அரசை எதிர்ப்பவர் வர்க்க எதிரி என்ற வரையரையின் படியும் எதிரிகளை அழிப்பதே எதிர்ப்பை அழிக்க இருக்கும் ஒரே வழி என்ற தீர்மானமும் சேர்ந்துகொண்டு விடவே ரஷ்யா மயானமானது. ஆனால், இந்திய கம்யூனிஸ்ட்கள் வன்முறை வழியிலான கம்யூனிஸத்தை ஒருபோதும் விமர்சிக்க வில்லை. தவிர்க்க முடியாத நடவடிக்கைகள் என்றும் முதலாளித்துவ சதி என்றும் உண்மைகளை மூடி மறைத்துவருகின்றனர். ஆனால், இந்த உண்மைகள் அவர்களுடைய ஆன்மாவில் அடி மனதில் ஒரு மவுன எரிமலையாக அவ்வப்போது மெள்ளச் சீறியபடி எச்சரித்து வருகிறதுபோலிருக்கிறது. அதை மறைக்கத்தான் இந்துத்துவர் மீது மிகை கோபம் கொண்டு அவதூறுப் பிரசாரம் செய்துவருகிறார்கள்.

இந்தியாவில் இந்து மதம்தான் ஆதிக்க சக்தியாக இருக்கிறது. எனவே, ஓர் இடதுசாரி முற்போக்காளருடைய இயல்பான, முழுநேர மற்றும் உடனடித் தாக்குதல் இலக்காக அதுவே இருக்கிறது. உலக அளவில் பிரமாண்ட ஆதிக்க சக்திகளாக இருக்கும் இஸ்லாமும் கிறிஸ்தவமும் இந்தியாவில் இரண்டாம் நிலை ஆதிக்க சக்திகளாக இருப்பதால் அவற்றின் மீதான விமர்சனம் மிக மிகக் குறைவாகவே வைக்கப்படுகிறது. இவை எந்த அளவுக்கு சரி? இதற்கு என்ன காரணம்? இவை என்ன விளைவை ஏற்படுத்தும்?

இந்து சக்திகளை விமர்சிப்பதில் தவறில்லை. ஆனால், இந்து சக்திகளைமட்டுமே விமர்சிப்பதுதான் தவறு. இப்படியான போக்குக்கு மூன்று காரணங்கள் உண்டு. முதலாவது கிறிஸ்தவ, இஸ்லாமிய சக்திகளின் கையூட்டு பெற்றுப் பேசப்படும் கருத்துகள் அவை. இன்று இந்தியாவின் பெரும்பான்மை ஊடகங்களை நடத்துவது அவையே. எனவேதான் அவர்கள், அவர்களுக்குப் பரம விரோதியான இடதுசாரி சக்திகளுக்குக்கூட, இந்து சக்திகளை எதிர்க்கும் ஒரே காரணத்துக்காக, மேடை அமைத்துக் கொடுத்துவருகிறார்கள்.

அந்தக் காரணத்தினால்தான் எஜமான விசுவாசத்தோடு இடது சாரிகளும் கிறிஸ்தவ, இஸ்லாமிய சக்திகளைச் செல்லமாகக் கண்டிப்பதோடு நிறுத்திக்கொள்கிறார்கள்.

இந்து சக்திகள் மட்டுமே விமர்சிக்கப்படுவதற்கான இரண்டாவது காரணம், இந்தியாவில் இந்து சக்திதான் ஆதிக்க சக்தியாக இருக்கிறது. கிறிஸ்தவ, இஸ்லாமிய சக்திகளின் குறைகளை விமர்சித்தால் அது இந்து சக்திகளுக்குத்தான் சாதகமாகும் என்று நினைக்கிறார்கள்.

மூன்றாவது காரணம், இஸ்லாத்தையும் கிறிஸ்தவத்தையும்விட இந்து மதமே மிகவும் கொடூரமானது. அதன் சாதி வழி வாழ்க்கையே அனைத்து வாழ்க்கை முறைகளிலும் கேடு கெட்டது என்ற தவறான நம்பிக்கை. இந்து அடிப்படைவாத சக்திகளே மிகவும் அபாயகர மானவர்கள் என்ற மிகையான பயம்.

முதல் காரணமே பிரதானம்; மூன்றாவது காரணத்தின் சூட்சுமக் கயிறும் அதுவே. எனவே முதல் வகையினரை முற்றாக நிராகரிக் கலாம். மூன்றாவது வகையினருக்கு முடிந்தவரை சில உண்மை களைப் புரியவைக்கலாம். இரண்டாவது வகை எண்ணம் கொண்டவர்கள் குறைவுதான் என்றாலும் அதில் குறைந்தபட்ச தர்க்க நியாயம் இருப்பதால் அவர்களுடன் சில விஷயங்களை விரிவாகப் பேசுவது அவசியமாகிறது.

கிறிஸ்தவம் வேறு... கிறிஸ்தவ அடிப்படை வாதம் வேறு. இஸ்லாம் வேறு... இஸ்லாமியத் தீவிரவாதம் வேறு... ஆனால் இந்து என்று வரும்போதுமட்டும் இந்துத்துவம் என்றாலே இந்து அடிப்படை வாதம்தான் என்பது போன்ற ஒரு வெறுப்பை இந்திய அறிவுஜீவி, முற்போக்கு, இடதுசாரி, ஊடக வர்க்கம் உருவாக்கி வைத்திருக் கிறது. இந்தியாவில் இந்து சக்திகள் ஆதிக்கத்தில் இருப்பதால்தான் அவற்றையே கூடுதலாக எதிர்க்கவேண்டும்; இஸ்லாமிய கிறிஸ்தவ சக்திகளை விமர்சித்தால் அது இந்து சக்திகளுக்கே நன்மையில் போய் முடியும் என்பது அம்பேத்கர், ஈ.வே.ரா., காலத்திலேயே பொருந்தாத ஒன்றுதான். ஆனால், இன்று உலகமயமாக்கமும் தகவல் தொழில்நுட்பமும் போக்குவரத்து வசதிகளும் பெருகி உலகம் ஒரு கிராமமாகக் குறுகிவிட்டிருக்கும் நிலையில் இஸ்லாத்தையும் கிறிஸ்தவத்தையும் செல்லம் கொஞ்சிக் கொண்டிருப்பது மிகவும் தவறு. ஆடுகளைக் கடிக்கும் நாயை எதிர்க்கும் ஒருவர் ஓநாய்களின் பிடரி மயிரைத் தடவிக் கொடுத்துக்கொண்டிருந்தால் அவரை ஆடுகளின் காவலனாக ஒருபோதும் சொல்லமுடியாது.

இந்தப் போக்குக்கு நீண்ட நெடிய பாரம்பரியம் உண்டு. இஸ்லாமிய ஆட்சி காலத்தில் எந்தவிதப் பேச்சுக்கும் தேவை இருந்திருக்க

வில்லை. வாளாலே அவர்கள் தங்கள் இலக்குகளை எட்டிவிட்டார்கள். ஆனால், கிறிஸ்தவ சக்திகள் "ஜனநாயக" வழிமுறைகளில் நம்பிக்கைகொண்டவர்கள். அவர்கள் ஒரு நாயைக் கொல்வதென்றால் அதற்குப் பைத்தியம் பிடித்திருக்கிறது என்று கதை பரப்பி அதைக் கட்டிப்போடுவார்கள். அதில் இருந்து தப்பிக்க அந்த நாய் எடுக்கும் முயற்சிகள் அனைத்தையுமே பைத்தியத்தின் வெளிப்பாடுகளாகக் காட்டி, வளர்த்தவர்களைக் கொண்டே கல்லெறிந்து கொல்ல வைப்பார்கள். அப்படியாக தாம் ஆட்சியில் இருந்த காலகட்டத்தில் கருத்தியல்ரீதியாக இந்து வெறுப்புப் பிரசாரத்தைத் தொடங்கி வைத்தார்கள் அது இன்று ஆல் போல் தழைத்து அருகு போல் வேரோடி நிற்கிறது.

உண்மையில் மதங்களின் போரில் இந்து மதம் கிறிஸ்தவக் கழுகுகளாலும் இஸ்லாமிய ஓநாய்களாலும் வேட்டையாடப்படும் பசுவாக மிரண்டு ஓடிக்கொண்டிருக்கிறது. ஆனால், சாதிப் போரில் இந்து மதம் ஆடுகளைக் கடிக்கும் நாயாகக் குற்றவாளிக்கூண்டில் நிற்கிறது. ஆனால், இஸ்லாமிய கிறிஸ்தவ வல்லாதிக்க சக்திகளின் மூலமே இந்தியாவின் கலகப் பாரம்பரியம் முன்னெடுக்கப்படுவதால் ஓநாய்களையும் கழுகுகளையும் விட நாயே கொடூரமானது என்று சொல்லப்படுகிறது. அதுதான் இந்துக்களின் பக்கம் இருக்கும் நியாயத்தை மறைத்துவிடுகிறது.

மதவெறி, இனவெறி, நிறவெறி, மொழி வெறி, தேச வெறி ஆகியவற்றோடு ஒப்பிடும்போது சாதி வெறி மிகவும் குறைவானது தான். என்றாலும் சாதி அடையாளம் மட்டுமே செய்யும் தொழிலையும் பிறப்பின் அடிப்படையில் தீர்மானிப்பதால், அதில் மீட்சிக்கான வழியே இல்லை என்று சொல்லி சாதியை ஆகக் கொடிய வடிவமாகச் சொல்கிறார்கள். உண்மையில் ஒருவருடைய இனமும் நிறமும் கூடப் பிறப்பின் அடிப்படையில் தீர்மானமாகிறவைதான். மொழி, மதம், தேசம் ஆகியவையும் பெரிதும் பிறப்பின் அடிப்படையில்தான் தீர்மானமாகின்றன.

சாதி தவிர பிற அடையாளங்களில் இருக்கும் ஒரு சாதகமான அம்சம் என்னவென்றால் அந்த அடையாளத்தைச் சேர்ந்த கடைநிலை மனிதருக்கு அதே அடையாளத்தின் மேலடுக்குக்கு உயர வழி உண்டு. உதாரணமாக, கடைநிலையில் இருக்கும் கிறிஸ்தவருக்கு கிறிஸ்தவ மேல் அடுக்குக்குச் செல்ல முடியும். கடைநிலையில் இருக்கும் தமிழருக்கு தமிழினத்தின் மேல் அடுக்குக்குச் செல்ல முடியும். கடைநிலையில் இருக்கும் அமெரிக்கக் கறுப்பருக்கு அமெரிக்காவின் மேலடுக்குக்குச் செல்ல முடியும். ஆனால், இந்திய சாதி அமைப்பில் அது சாத்தியமில்லை. கடைநிலையில் பிறந்த தலித் இந்து சமயத்தின்

மேலடுக்குக்குப் போகவே முடியாது என்று சொல்லித்தான் இந்து சாதி அமைப்பை முற்றாக நிராகரிக்கிறார்கள். விஷயம் என்னவென்றால், பிற அடையாளங்களிலும் இந்த மேல் நிலையாக்கம் தனிப்பட்ட நபர்களின் விதிவிலக்கான சாதனையாகவோ மிக சமீபகாலத்திய நிகழ்வாவோ மட்டும்தான் இருந்திருக்கின்றன. 100-200 வருடங்களுக்கு முன்புவரை ஒரு கறுப்பரின் மேல் நிலையாக்கம் என்பது அந்தத் தனி நபரின் முன்னேற்றமாக மட்டுமே இருந்திருக்கிறது. சமீப காலமாகத்தான் ஒரு சமூகமாக கறுப்பர்கள் முன்னேற முடிந்திருக்கிறது. இந்து சமூகத்திலும் தலித்கள் இன்று குடியரசுத் தலைவராகவே ஆகும் அளவுக்கு உயரவும் செய்திருக் கிறார்கள். ஒரு சமூகமாக முன்னேறவும் தொடங்கியுள்ளனர். எனவே, இந்து சாதி சமூகத்தைக் கொடுங்கோல் அமைப்பாகச் சொல்வதில் எந்த நியாயமும் இல்லை.

கண்டதேவியில் தலித்களைத் தேர் இழுக்க விடுவதில்லை என்று போர் முரசு கொட்டுபவர்கள் அதே தமிழகத்தில் பிற நூற்றுக் கணக்கான தேர்களை இழுக்க தலித்களுக்கு எந்தத் தடையும் இல்லை என்பதைச் சொல்லிவிட்டே போராட்டத்தைத் தொடங்கவேண்டும். மேலவளவு முருகேசனை வெட்டிக் கொன்றவர்களை எதிர்க்கும் அதேநேரத்தில் கே.ஆர்.நாராயணன் தேசத்தின் முதல் மனிதராக வரமுடிந்ததைப் பாராட்டவும் வேண்டும். மாதொருபாகன் நாவலுக் கான தடையை எதிர்த்துப் பேசும் அதே நேரத்தில் பி.கே. படத்துக்கு ஆர்.எஸ்.எஸின் செல்லப்பிள்ளை மோதியின் ஆட்சி நடக்கும் போதே இந்துக்கள் தந்த ஆதரவை வரவேற்றுப் பேசவேண்டும். டாவின்ஸிகோட், விஸ்வரூபம் படங்களுக்கு தமிழகத்தில் எழுந்த எதிர்ப்பையும் பேசவேண்டும். திருச்செங்கோட்டு மக்கள் மனம் புண்பட்டிருக்க வாய்ப்பு இருக்கிறது என்ற உண்மையையும் பேச வேண்டும். பாரிஸில் ஒரு கார்ட்டூனுக்காகக் கொல்லப்பட்டவர் களைப் பற்றியும் அதற்குக் காரணமான இஸ்லாமிய தீவிரவாதம் பற்றியும் பேசவேண்டும். அப்போதுதான் ஒருவர் சுய புத்தியுடன் செயல்படுகிறார் என்று அர்த்தம். இல்லையென்றால் அவருடைய செயல்பாடுகள் நிதியூட்டம் பெற்றவையாக மட்டுமே பார்க்கப்படும்.

சாதி சார்ந்த போரில் பிராமண, மேல் சாதி இந்துக்களை மட்டுமே சாதிய வாழ்க்கையின் இழிவுகளுக்கும் வேதனைகளுக்கும் காரணமாகச் சொல்கிறார்கள். சூத்திர சாதிகளில் இருக்கும் சாதி வெறிகளைப் பற்றி அதிகம் பேசுவதில்லை. ஏனென்றால், அப்படிப் பேசினால் அது பிராமண, மேல் சாதி ஆதிக்க இந்துக்களுக்கே நன்மை பயக்கும் என்று நினைக்கிறார்கள். இதே அளவுகோலின்படிப் பார்க்கும்போது மதம் சார்ந்த போரில் இந்து மதத்தை மட்டுமே விமர்சிப்பது இஸ்லாமிய, கிறிஸ்தவ சக்திகளுக்குத்தான் சாதகமாக அமையும்

என்பதுதான் உண்மை. ஆனால், சாதி சார்ந்த போரில் ஆதிக்க சக்தியான இந்து மதத்தையும் மதம் சார்ந்த போரில் பாதிக்கப்பட்டவர்களின் இடத்தில் இருக்கும் நிலையிலும் அதே இந்து மதத்தையும் விமர்சிக்கிறார்கள். இதனால்தான் இடதுசாரிகளின் செயல்பாடுகள் அவர்களால் தீர்மானிக்கப்படுகின்றனவா அல்லது அவர்கள் கொடுக்கப்படும் சாவிக்கு ஏற்ப ஆடும் பொம்மைகளா என்ற கேள்வி எழுகிறது.

இந்து ஆதிக்க சக்தியை வீழ்த்தி முடித்த பிறகு இஸ்லாமிய கிறிஸ்தவ சக்திகளை எதிர்த்துக் கொள்ளலாம் என்று அவர்கள் நினைத்தால், அதைப் போன்ற முட்டாள்த்தனம் வேறு எதுவுமே இருக்க முடியாது. இந்தியாவில் சிறுபான்மையாக இருக்கும்போதே இவ்வளவு அழிவுகளை ஏற்படுத்துபவர்கள் ஆதிக்க சக்தியானால் என்ன ஆகும் என்பதுதான் உண்மையான பயமாக இருக்கவேண்டும். இஸ்லாமும் கிறிஸ்தவமும் உலகில் எவ்வளவு ரத்த ஆற்றைப் பெருகெடுக்கச் செய்து பரவியிருக்கின்றன என்பது உலக வரலாறை மேலோட்டமாகப் புரட்டிப் பார்த்தாலே தெரிந்துகொண்டுவிட முடியும். அதே இந்தியாவில் இருந்து பவுத்தம் உலகை வெல்லப் புறப்பட்டிருக்கிறது. ஒற்றை ரத்தத் துளி சிந்தாமல்தான் அது பரவியிருக்கிறது. அதுதான் இந்திய கலாசாரம். அதே இந்தியாவில் பவுத்தம் இடம் பெயர்க்கப்பட்டதும் சாத்விகமான முறையில் நடந்த ஒன்றுதான். கொல்லாமையையும் துறவையும் அதிகமாக போதித்ததாலும் நல்ல கணவர்/மனைவி வேண்டும், குழந்தை வேண்டும், செல்வம் வேண்டும் என்பது போன்ற லவுகிகத் தேவைகளுக்கு புத்தரிடம் எந்தப் பிரார்த்தனையும் செல்லுபடியாகாது என்பதாலும் பவுத்தம் இந்திய சூத்திர (தலித்) சாதிகளிடையே செல்வாக்கை இழந்தது. அது தத்துவ ஞான மார்க்கமாகவே இருந்தது. எனவே, இந்து மதத்தின் பக்தி மார்க்கம் அதை இயல்பாக வென்றது. இந்து மதத்தின் பாரம்பரியம் அதுதான்.

உண்மையில் இந்தியாவில் இந்து அடிப்படைவாதத்துக்கு இடம் குறைவே. அதிலும் கிறிஸ்தவ, இஸ்லாமிய, (உலக அளவிலான) கம்யூனிஸ அடிப்படைவாத, தீவிரவாதங்களைவிட ஒப்பீட்டளவில் மிகவும் குறைவுதான். இஸ்லாமிய கிறிஸ்தவ சக்திகளை எதிர்கொள்ளும் நோக்கிலேயே ஒற்றை தெய்வம்-ஒற்றை தேசியம் என்பதை இந்து மதம் முன்வைக்கிறது. மையம் அழிக்கப்பட்ட, அதிகாரக் குவிப்புக்கு எதிரான சாதிய அணுகுமுறைதான் இந்து மதத்தின் அடிப்படை. அது பன்மைத்துவத்தை மரபணுவிலேயே கொண்டது. இந்திய தேசியத்துக்கு மாறாக பிராந்திய மொழித் தேசியங்கள் பலம் பெறுவது சாதிக் கட்டமைப்பின் நீட்சியே. இயேசுவே கடவுள்.... அல்லாவே கடவுள் என்று சொல்பவர்கள்தான் பன்மைத்துவத்துவத்துக்கு எதிரானவர்கள்.

இந்து மதத்தின் சீர்திருத்தப்பட்ட வடிவமே இந்துத்துவம் என்பதைப் புரிந்துகொண்ட முதல் மேதை டாக்டர் அம்பேத்கர்தான். அவர் ஜாதி அமைப்புக்கு எதிரான தனது போரில் இந்துத்துவர்களைத் தனது சக போராளியாகவே பார்த்திருக்கிறார். எத்தனையோ இந்துத்துவர் களுடன் அவர் வெளிப்படையான நட்பு பாராட்டியிருக்கிறார். அம்பேத்கர் முன்னெடுத்த இந்து மத விமர்சனப் போக்கை இந்து மதத்தை சீர்திருத்தும் நடவடிக்கைகளாகவே இந்துத்துவ இயக்கங்கள் ஏற்றுக்கொண்டிருக்கின்றன. இன்று கம்யூனிஸ்ட்கள் தாங்களும் அம்பேத்கரின் நண்பர்களே என்று ஒட்டிக்கொள்ள ஓடிவருகிறார்கள். ஆனால், அம்பேத்கர் தேர்தலில் நின்றபோது அவருக்கு வாக்களிக்கக்கூடாது என்று வீதி வீதியாகப் பிரசாரம் செய்தார்கள் இதே கம்யூனிஸ்ட்கள்.

கம்யூனிஸ தத்துவத்தின் வன்முறை வழிமுறையை அவர் வெறுத்தார் என்பதாலும் அவருடைய பொருளாதாரக் கொள்கைகள் வலது சாரித்தனம் கொண்டவை என்பதாலும் கம்யூனிஸ்ட்கள் அவரை குட்டி பூர்ஷ்வா என்றே முத்திரைகுத்தி ஓரங்கட்டினர். ஆனால், இந்து மதத்தின் மீது கடுமையான விமர்சனத்தை வைத்த அம்பேத்கரை வெற்றி பெறச் செய்ய அதே இந்து மதத்தை சீர்திருத்த விரும்பிய இந்துத்துவர்கள் தெருத்தெருவாக ஆதரவு கேட்டு பிரசாரம் செய்தார் கள். இன்று ஆர்.எஸ்.எஸின் அன்றாட பிரார்த்தனைப் பாடலில் அம்பேத்கரின் பெயர் மிகுந்த மரியாதையுடன் உச்சரிக்கப்படுகிறது. இதெல்லாம் அம்பேத்காரிய அலை வீசத் தொடங்குவதற்கு முன்பே இந்துத்துவம் அம்பேத்கரை ஏற்றுக்கொண்டுவிட்டதற்கான அடை யாளங்கள். எனவே, இந்துத்துவம் பற்றிய உண்மையைப் பேசி அரசியல் செய்ய முடியாதவர்களே அதன்மீது அவதூறு சேறு பூசி அழிக்க நினைக்கிறார்கள்.

நேற்றைய இந்து மதத்தின் சாதகமான அம்சங்களை வளர்த்தெடுத்தல், ஜாதிக் கொடுமை போன்றவற்றில் ஆத்மார்த்தமான சீர்திருத்த முயற்சிகள், இந்து மற்றும் இந்திய விரோத சக்திகளுக்கு அவர் களுக்குப் புரியும் மொழியில் பதில் சொல்ல முயற்சி செய்தல் என இந்து மதத்தின் இன்றைய வடிவமாக இந்துத்துவம் திகழ்கிறது. அதனால்தான் அது இந்து மதத்தையும் விட கூடுதல் வன்மத்துடன் விமர்சிக்கவும்படுகிறது. ஆனால், காலம் எப்போதும் உண்மைக்கும், பொறுமைக்கும் நேர்மைக்கும் சாதகமாகவே இருந்துவந்திருக்கிறது. எது நடந்ததோ அது நன்றாகவே நடந்தது என்று தலை நிமிர்ந்து சொல்ல முடியாவிட்டாலும் எது நடக்கப்போகிறதோ அது நன்றாகவே நடக்கும். நடக்கவைப்போம். ஜெய் ஹிந்(துத்துவம்).

●

பாகம் 3

ஜாதி

1

தீப்பிடிக்காமல் ஓடட்டும் ஜாதித் தேர்

இந்தியாவின் கடந்தகாலத்தை எடுத்துக்கொண்டாலும் நிகழ்காலத்தை எடுத்துக்கொண்டாலும் மிகப் பெரிய பிரச்னையாகச் சொல்லப் படுவது ஜாதிதான். வருங்காலத்தில் இந்தியா எதிர்கொண்டாக வேண்டிய மிக முக்கியமான பிரச்னையாகவும் அதுவே இருக்கப் போகிறது. மதங்களுக்கு இடையிலான ஒற்றுமையைப்போல் பெரும்பாலான தளங்களில் ஜாதிகளுக்கிடையிலும் ஒற்றுமை வந்து விட்டிருக்கும் நிலையிலும் ஆலய நுழைவு, ஜாதி கடந்த திருமணம் போன்றவற்றில் (மட்டுமே) தற்போது மிகப் பெரிய அளவில் வன்முறைகள் அவ்வப்போது வெடிக்கின்றன. எனவே, ஜாதி சார்ந்த பிரச்னைகளை அவற்றின் அடிப்படையில் பார்ப்போம்.

ஜாதி சார்ந்த பிரச்னைகளுக்கு இன்று இரண்டு விஷயங்கள் அடிப்படையாக இருக்கின்றன. ஒன்று நேரடியான ஜாதி வெறி. இன்னொன்று ஜாதியைப் பயன்படுத்திக்கொள்ளும் பிற ஆதிக்க சக்திகளின் செயல்பாடுகள். ஒரு கிராமப் பஞ்சாயத்தில் எடுக்கப்படும் ஒடுக்குமுறைத் தீர்ப்புக்கு ஜாதி நேரடியான காரணம். ஆனால், அரசுத்துறையிலோ, பிற தனியார் துறையிலோ, நகர்ப்புறத்திலோ நடக்கும் ஜாதி சார்ந்த பிரச்னைக்கு ஜாதி காரணமல்ல. ஏனென்றால், கிராமத்தில் இருப்பது மட்டுமே ஜாதி அமைப்பு. பிற இடங்களில் இருப்பவை ஜாதியின் விதிமுறைகள் வலுவிழந்துவிட்ட வேறுவகை அதிகார அமைப்புகள். எனவே, வேறு அதிகார அமைப்புகள் ஜாதியைப்

பயன்படுத்திக்கொண்டு வன்முறையிலோ ஒடுக்குமுறையிலோ ஈடுபட்டால் அதை வேறுவகையில்தான் அணுகவேண்டும்.

இப்போதைய ஜாதிச் சண்டைகள் உண்மையில் ஜாதியின் போர்வையில் நடக்கும் கட்சி அரசியல் சண்டைகளே. இழந்த செல்வாக்கை மீட்க அல்லது செல்வாக்கை உருவாக்கிக்கொள்ள ஒவ்வொரு கட்சியும் பல வழிகளில் முயற்சி செய்கின்றன. ஜாதி சார்ந்த அணுகுமுறை அதில் ஒன்று. இதை நாம் ஜாதியின் தன்னியல்பான பிழையாகப் பார்க்கக் கூடாது.

மேலும் இன்றைய ஜாதி, மத மோதல்களைப் பற்றிப் பேசும்போது நாம் ஊடகங்களின் பங்கையும் கவனத்தில் கொள்ளவேண்டும். அனைத்துச் செய்திகளையும் பரபரப்பாக்கும் நோக்கத்தோடு வேறு பல அரசியல் நோக்கங்களும் அவர்களுக்கு இருக்கின்றன. இந்து மதத்தையும் இந்திய தேசத்தின் பெருமையையும் இழிவுபடுத்துவதென்பது அவர்களுடைய எஜமானர்களின் அரசியல் இலக்கு என்பதால் அதைச் செவ்வனே நிறைவேற்றும் நோக்கில் ஜாதி, மதச் சண்டைகளை மிகைப்படுத்தியே செய்திகளை வெளியிடுகிறார்கள்.

இப்படிச் செய்வதன் மூலம் நமது வரலாற்றையும் அவர்கள் திருத்தி அமைக்கிறார்கள். ஐம்பது அறுபது வருடங்கள் கழித்து இன்றைய செய்தித்தாள்களை எடுத்துப் பார்க்கும் ஒருவருக்கு தமிழகத்தில் தலித்களுக்கு தேர் இழுக்க உரிமை இல்லை (சேஷபுரம், கண்டதேவி வரலாறுகள் மூலமாக) என்ற செய்தி மட்டுமே கிடைக்கும். பிற இடங்களில் ஆயிரம் தேர்கள் தலித்களால் இழுக்கப்பட்ட விவரம் இருட்டடிப்பு செய்யப்பட்டுவிட்டிருக்கும்.

ஜாதி, மதரீதியிலான கட்சிகளைச் சீர்குலைக்க விரும்பும் பிற அரசியல் சக்திகள், அந்தக் கட்சிகளின் கூட்டங்கள், ஊர்வலங்கள் ஆகியவற்றை சமூக விரோதிகளின் மூலம் திசைதிருப்பும் வேலையும் நடக்கின்றன. தனி நபர்களாக இருக்கும்போது செய்யத் துணியாத பல விஷயங்களை கும்பலாகச் சேர்ந்ததும் செய்ய முற்படுவார்கள். கும்பலின் குணமே அதுதான் என்றாலும் அந்தக் கும்பலைச் சாக்காக வைத்து எதிரணியினர் மற்றும் தேச, சமூக விரோத சக்திகள் செய்யக் கூடிய, செய்ய வாய்ப்புள்ள கொடுஞ்செயல்களையும் கவனத்தில் கொண்டாக வேண்டும்.

எனவே, இப்போது நடக்கும் ஜாதி மோதல்களில் இந்த அரசியல் அதிகார வேட்கை, ஊடக மிகைப்படுத்தல், எதிர் குழுக்களின் சமூக விரோத நடவடிக்கைகள் ஆகியவற்றின் பங்கையும் கணக்கில் கொள்ளவேண்டும். அரசியல் சக்திகளின் வன்முறையாக இருக்கும்

பட்சத்தில் இது ஒரு சட்ட ஒழுங்கு பிரச்னையே. இதற்கான தீர்வு காவல் மற்றும் நீதித்துறையிடம் மட்டுமே இருக்கிறது.

மேலும் அரசியல் பிரச்னை எனும்போது அதை உள்ளூர் அரசியல் கட்சிகள் சார்ந்த விஷயமாகமட்டுமே பார்க்கக்கூடாது. ஏனென்றால் இந்தியாவில் இருக்கும் அரசியல் கட்சிகள் எல்லாமே உலக அரசியல் சக்திகளின் பகடைக்காய்களே. உலகின் எங்கோ ஒரு மூலையில் ஒரு சர்வாதிகார அரசு இருக்குமென்றால் அது நமக்கு எதிராக எப்போது வேண்டுமானாலும் திரும்பக்கூடும்; எனவே, உலகின் எல்லா இடங்களிலும் 'ஜனநாயகம்' மலர நாம் உதவி செய்தாகவேண்டும் என்பது அமெரிக்காவின் அயலுறவுக்கொள்கை. இயேசுவின் பக்கம் திரும்பாதவர்கள் சாத்தானின் வாரிசுகளே... ஒன்று அவர்களை இயேசுவின் பக்கம் திருப்பவேண்டும். அல்லது அவர்களை அப்புறப் படுத்தவேண்டும் என்ற இறைக்கோட்பாட்டின் அரசியல் வடிவமே அமெரிக்கா.

இதன் மறு முனையில் உலகம் முழுவதையும் இஸ்லாமிய மயமாக்கி விடவேண்டும் என்ற பெரிய பொறுப்புடன் இன்னொரு சக்தி செயல் பட்டுவருகிறது. உலகத் தொழிலாளர்கள் அனைவரையும் ஒன்று சேர்த்தாகவேண்டும் என்று கம்யூனிஸம் முயன்றுவருகிறது. உலகம் முழுவதையும் ஒரே கிராமமாக ஆக்கவேண்டும் என பொருளாதார உலகமயமாக்க சக்திகள் விரும்புகின்றன. இந்த ஒற்றை அதிகார வல்லாதிக்க சக்திகள் அனைத்துமே இந்தியாவில் வலுவாகக் காலூன்றியிருக்கின்றன. எனவே, இங்கு நடக்கும் எதுவுமே இந்த ஆதிக்க சக்திகளின் தூண்டுதல் இன்றி நடக்க வாய்ப்பில்லை. அப்படியே ஏதேனும் தப்பித் தவறி நடந்தால் அதை அவர்கள் பக்கம் திருப்பிக்கொள்ளும் வலிமையும் அந்த ஆதிக்க சக்திகளுக்கு இருக்கின்றன. இதற்கான சிறிய உதாரணம் காந்தியவாதி அன்னா ஹசாரேயின் இயக்கத்தை கெஜ்ரிவால் கைப்பற்றிய கதை.

●

2

டிரினிடி அபாயம்

மத்தியில் காங்கிரஸ், பி.ஜே.பி போன்ற கட்சிகளும் மாநிலங்களில் திமுக, அதிமுக போன்ற கட்சிகளும்தான் ஆட்சியில் இருக்கின்றன. ஆனால், இந்தியாவை உண்மையாக ஆள்வது டிரினிட்டி ஆட்சியே. அதாவது, மேற்கத்திய, ஆக்கிரமிப்பு மத (கிறிஸ்தவ, இஸ்லாமிய), முதலாளித்துவ ஆட்சியே மத்தியிலும் மாநிலங்களிலும் நடக்கின்றன. இந்த டிரினிடி சக்திகள் காங்கிரஸ், பிஜேபி, அதிமுக, திமுக போன்றவற்றை ஒன்றுக்கொன்று மோதவிட்டுத் தமது நலன்களை சாமர்த்தியமாக முன்னெடுத்து வருகின்றன. பிரிட்டிஷாரின் கால கட்டத்தில் இந்த டிரினிட்டி சக்திகள் நேரடியாக இந்தியா போன்ற நாடுகளை ஆட்சி செய்தன. இன்றைக்கு அமெரிக்க - ஐரோப்பிய சக்திகள் இந்திய எடுபிடிகளை உருவாக்கி அதன் மூலம் மறைமுக மாக ஆட்சி செய்கின்றன.

இந்தப் பணியை அவர்கள் ஒரு நூற்றாண்டுக்கு முன்பாகவே தொடங்கிவிட்டார்கள். முஸ்லிம் அடிப்படைவாத சக்திகளை அவர்களுடைய தரப்பின் பிரதிநிதிகளாக அங்கீகரித்ததன் மூலம் இந்து தரப்பிலும் அப்படியான சக்திகள் உருவாகவேண்டிய நிர்பந்தத்தை உருவாக்கினார்கள். சுமார் எட்டாம் நூற்றாண்டிலேயே இந்தியாவுக்கு வரத்தொடங்கிய இஸ்லாமிய சக்திகள் மிகக் கொடூரமான ஆட்சியை நடத்தியநிலையிலும் இந்துப் பெரும் பான்மை அவர்களை இந்தியர்களாக ஆக்கித் தமக்குள் கலக்கச் செய்திருந்தன. ஆனால், பழைய காயங்களின் தழும்புகள்

இருக்கத்தான் செய்தன. பிரிட்டிஷார் அதை எளிதில் கீறிப் புண்ணைப் பெரிதாக்கினார்கள். இன்று இந்தியாவும் பாகிஸ்தானுமாக இரு தேசங்களாகப் பிரிந்து இரு நாடுமே தமது பணத்தில் பெரும்பகுதியை ராணுவத்துக்காகச் செலவிட்டு இரண்டுமே தமது சக்திக்கு ஏற்ற வளர்ச்சியைப் பெற முடியாமல் திணறிக்கொண்டிருக்கின்றன.

இந்துவும் முஸ்லிமும் ஒன்று சேர்வதும் இந்தியாவும் பாகிஸ்தானும் நட்புறவைப் பேணுவதுமே இரு நாட்டுக்கும் நல்லது. இந்த இரண்டு தரப்பு மக்கள் விரும்புவதும் அதுவே. இந்த இரண்டு தரப்பிலும் அப்படியான நல்லெண்ணம் கொண்ட நபர்கள் ஏராளமுண்டு. ஆனால், அவர்கள் ஓரங்கட்டப்பட்டு இரு தரப்பின் அடிப்படை வாதிகள் மட்டுமே ஊடக, அறிவுப்புல, நிதி ஆதரவுகள் தரப்பட்டு அவர்களே இரண்டின் உண்மையான பிரதிநிதிகள்போல் முன்னிலைப் படுத்தப் படுகிறார்கள். சமூக நல்லிணக்கத்தை முன்னிறுத்தும் காந்திய இயக்கங்களுக்கும் மத நல்லிணக்க சக்திகளுக்கும் கிடைக்கும் நிதி ஆதரவைக் காட்டிலும் கிறிஸ்தவ மிஷநரிகளுக்கும் இஸ்லாமிய தீவிரவாத இயக்கங்களுக்கும் கம்யூனிஸ இடதுசாரி இயக்கங்களுக்கும் கிடைக்கும் நிதி ஆதரவு மிக மிக அதிகம்.

இந்த இடத்தில் இன்னொரு முக்கிய விஷயத்தைக் குறிப்பிட வேண்டும். இஸ்லாமுக்கும் இந்துத்துவத்துக்குமாவது சரித்திரப் பகைமை உண்டு. ஆனால், இந்தியாவில் புதிதாக அமல்படுத்தப்பட்ட கம்யூனிஸ இடதுசாரி சக்திகளுக்கும் இந்துத்துவத்துக்கும் இடையில் அப்படியான எந்தப் பழங்காலப் பகையும் கிடையாது. ஆனால், இரண்டுமே 1920களில் தோன்றியதிலிருந்தே பரம விரோதிகளாகவே தமது அரசியலை முன்னெடுத்துவருகின்றன.

கம்யூனிஸம், மதத்துக்கு எதிரானது என்ற வகையில் இந்துத்துவ சக்திகளுக்கு அது எதிராக இருப்பது இயல்பானதாகத் தோன்றும். ஆனால், அது கிறிஸ்தவத்துக்கும் இஸ்லாத்துக்கும் எதிரானது. ஐரோப்பிய அமெரிக்க நாடுகளில் இடதுசாரி சக்திகள் மிகவும் துணிச்சலாகவும் அழுத்தமாகவும் அந்த ஊரின் ஆதிக்க சக்தியான கிறிஸ்தவத்தைக் கடுமையாக விமர்சித்திருக்கிறார்கள். இஸ்லாமிய நாடுகளில் அது சாத்தியமில்லையென்றாலும் இந்தியா போன்ற நாடுகளிலாவது இடதுசாரிகள் இஸ்லாமிய அடிப்படைவாதத்தை துணிந்து எதிர்த்திருக்கவேண்டும்.

இந்தியாவில் தோன்றிய இடதுசாரி சக்திகள் உண்மையில் அமெரிக்க ஐரோப்பிய கலக மரபின் நீட்சியாகவே இந்தியாவில் காலூன்றி யிருக்க வேண்டும். அதாவது, அடிப்படை கிறிஸ்தவமும் சர்ச்சும் இஸ்லாமும் நச்சு சக்திகளே. இன்னும் சொல்லப்போனால் இந்து

ஆதிக்க சக்திகளைவிட அவை பல மடங்கு அழிவை ஏற்படுத்தியவை. ஏற்படுத்தி வருபவையும் கூட என்ற புரிதல் அவர்களுடைய ஒவ்வொரு சொல்லிலும் செயலிலும் இருந்திருக்கவேண்டும். ஆனால், அவர்கள் அந்தக் கலக மரபுடன் கை கோர்ப்பதற்குப் பதிலாக அமெரிக்க ஐரோப்பிய ஆதிக்க கிறிஸ்தவத்துடனும் இஸ்லாமிய அடிப்படைவாதத்துடனும் கைகோர்த்திருக்கிறார்கள். இந்திய இடதுசாரிகள் தோற்கும் இடம் இதுவே. அவர்கள் இந்து ஆதிக்க சக்தியை எதிர்ப்பதை யாரும் தவறென்று சொல்லவே முடியாது. ஆனால், இந்து ஆதிக்க சக்தியை மட்டுமே எதிர்ப்பதுதான் தவறு. அதிலும் அவர்கள் சர்ச்சுடனும் வஹாபிகளுடனும் சேர்ந்துகொண்டு அதைச் செய்வது மாபெரும் தவறு. மெக்காவிலேயே அணிய மறுக்கப்பட்ட கைலியை அணிந்துகொண்டு கோயிலுக்குச் செல்வே னென்று உரிமை முழக்கம் செய்பவர்கள் பர்தா குறித்து எதுவும் பேசாமல் இருப்பது கடைந்தெடுத்த அயோக்கிய அரசியலே.

இந்து அடிப்படைவாதத்தின் பேரடையாளமாகச் சொல்லப்படும் ஆர்.எஸ்.எஸ்ஸூம் அதை எதிர்க்கும் இந்திய இடதுசாரிசக்திகளும் அடிப்படையில் ஆக்கபூர்வ சக்திகளே. அவர்கள் இருவருடைய பொது எதிரிகள் கிறிஸ்தவமும் முதலாளித்துவமும் மேற்கத்திய மயமாக்கமும் இஸ்லாமிய அடிப்படைவாதமுமே. ஆனால், அந்த டிரினிட்டி சக்திகளை எதிர்ப்பதற்கு பதிலாக ஆர்.எஸ்.எஸ்ஸூம் இடதுசாரி சக்திகளும் தமக்குள் சண்டையிட்டு தமது பலத்தை இழந்துவருகிறார்கள்.

ஆர்.எஸ்.எஸ்.காரர்கள் ரஷ்யாவிலும் சீனாவிலும் கம்யூனிஸ்ட்கள் நிகழ்த்திய படுகொலைகளை அடிப்படையாக வைத்து இடதுசாரி சக்திகளை ஒரேயடியாக நிராகரிக்கிறார்கள். 1920-30களில் இப்படி யான எதுவும் பெரிய அளவுக்கு நடந்திருக்கவில்லை. எனினும் அப்போதிருந்தே ஆர்.எஸ்.எஸ்.காரர்கள் கம்யூனிஸ்ட்களை வெறுத்தே வந்திருக்கிறார்கள்.

இந்தியாவில் கம்யூனிஸ ஆட்சி கேரளாவிலும் மேற்கு வங்காளத்திலும் பல ஆண்டுகள் நடந்திருக்கின்றன. இந்திய தேசியத்தையும் இந்து கலாசாரத்தையும் அப்படியொன்றும் அவர்கள் அழித்துவிடவில்லை. இன்றும் கேரளபூமி ஐயப்பனின் பூமியாகவும் ஓண ஆகோஷங்களின் பூமியாகவுமே இருக்கிறது. மேற்கு வங்காளம் காளியின் பூமியாகவும் நவராத்திரிக் கொண்டாட்டங்களின் பூமியாகவுமே இருந்துவருகிறது. இரண்டு மாநிலங்களுமே இந்திய தேசியத்தை வலுவாக ஆதரிப்ப வையே. நவீன கலையான திரைப்படத்தில் இன்று இந்தியாவின் அடையாளமாகத் திகழ்வது

அந்த இரு மாநிலங்கள் மட்டுமே. மரிச்சபி போன்ற சில கொடூரமான உதாரணங்கள் உண்டு.

கேரளா போன்ற மாநிலங்களில் இந்து இயக்கத்தவர் மீதான தாக்குதல்கள் இன்றும் நடக்கின்றன என்றாலும் ரஷ்ய, சீன கம்யூனிஸ்ட்களை ஒப்பிடும்போது இந்திய கம்யூனிஸ்ட்களும் இடதுசாரிகளும் ஆயிரம் மடங்கு மேலானவர்கள். இந்த விஷயத்தை ஆர்.எஸ்.எஸ். பொருட்படுத்துவதே இல்லை. உண்மையில் இந்து சக்திகளும் இடதுசாரி சக்திகளும் ஒன்று சேர்ந்துவிடக்கூடாது என்பதற்காக டிரினிட்டி சக்திகள் செய்யும் வன்முறைகளாக இருக்கவும் வாய்ப்பு அதிகம். இந்தப் புரிதல் ஆர்.எஸ்.எஸ்ஸிடம் இல்லை.

அதுபோல் இஸ்லாமியத் தீவிரவாதத்துக்கு எதிராக ஆர்.எஸ்.எஸ். செய்த/செய்யும் தற்காப்பு வன்முறைகளை அடிப்படையாக வைத்து கம்யூனிஸ்ட்களும் இடதுசாரிகளும் இந்து அடிப்படைவாதத்தையும் அதனால் இந்து மதத்தையுமே நிராகரிக்கிறார்கள். உண்மையில் ஆர்.எஸ்.எஸ். தோன்றியதே இஸ்லாமிய தீவிரவாதத்துக்கு பதிலடி கொடுக்கும் முகமாகத்தான். அன்றிலிருந்து இன்றுவரை முதல் தாக்குதல் என்பது இஸ்லாமிய தீவிரவாதத்தின் பக்கமிருந்தே இருந்திருக்கிறது. இஸ்லாமிய தீவிரவாதம் 100 இடங்களில் குண்டு வைத்தால் இந்து அடிப்படைவாதம் 10 இடங்களில் எதிர்வினை புரிகிறது. அந்தப் பத்தை மட்டும் தனியாக எடுத்துக்கொண்டு கம்யூனிஸ்ட்கள் இந்து அடிப்படைவாத சக்திகளை நிராகரிக்கிறார்கள்.

ஆர்.எஸ்.எஸ். அவர்களுக்குக் கிடைக்கும் சொற்ப நிதி உதவிகளை வைத்து இந்தியாவில் செய்துவரும் சேவைப் பணிகளுக்கு இணையாக எந்தவொரு சேவை அமைப்பையும் சுட்டிக்காட்ட முடியாது. கிறிஸ்தவ மிஷனரிகளைப்போல் ஆர்.எஸ்.எஸ்ஸுக்கு மட்டும் நிதி உதவியும் ஊடக உதவியும் கிடைத்தால் உலகத்தை மட்டுமல்ல ஒட்டுமொத்த பால் வீதியையே இந்துமயமாக்கி விடுவார்கள். அந்த அளவுக்கு தியாகமும் அர்ப்பணிப்பும் மிகுந்தவர் கள் ஆர்.எஸ்.எஸ். காரர்கள். மேலும் ஆர்.எஸ்.எஸ்.காரரான மோதி குஜராத்தில் பத்து ஆண்டுகாலம் நடத்தியிருக்கும் ஆட்சியானது 'அனைவருடனும் கை கோர்த்து... அனைவருக்குமான வளர்ச்சியை நோக்கி' என்பதுதான்.

இவ்வளவுக்குப் பிறகும் இந்திய கம்யூனிஸ இடதுசாரி சக்திகள் இந்துத்துவத்தை எதிர்மறை சக்தியாகவே பார்க்கிறார்கள். ஆக, ஆர்.எஸ்.எஸ்ஸும் சரி, கம்யூனிஸ்ட்களும் சரி தமது பொது எதிரியான கிறிஸ்தவத்தையும் முதலாளித்துவத்தையும் இஸ்லாத்தை யும் ஒன்று சேர்ந்து எதிர்ப்பதற்குப் பதிலாக தமக்குள் சண்டையிட்டு மடிந்து வருகிறார்கள்.

மேற்கத்திய கிறிஸ்தவ சக்திகள் இடதுசாரிகளுக்கு நிதி உதவியும் ஊடக ஆதரவும் தந்து கொம்பு சீவிவிடுகிறார்கள். மேற்கத்திய முதலாளித்துவ சக்திகள் ஆர்.எஸ்.எஸ். போன்ற வலதுசாரிகளுக்கு நிதி உதவியும் ஊடக ஆதரவும் தந்து கம்யூனிஸ்ட்களுக்கு எதிராக அவர்களைக் கொம்புசீவிவிடுகிறார்கள். அப்படியாக இரண்டு பேரும் பொது எதிரியை மறந்து தமக்குள் சண்டையிட கிறிஸ்தவமும் முதலாளித்து வமும் இந்தியாவைச் சத்தம் போடாமல் விழுங்கிவரு கின்றன. வரலாற்றுணர்வும் சர்வதேச அரசியல் புரிதலும் உள்ள ஒருவர் ஆர்.எஸ்.எஸ்ஸும் கம்யூனிஸ்ட்களும் இணைந்து தமது பொது எதிரியை எதிர்கொள்ளவேண்டும் என்றுதான் சொல்வார்.

இரண்டு தரப்பிலுமே மிதவாத சக்திகளும் இணக்கமான பொது இலக்குகளும் உண்டு. கம்யூனிஸத்தின் பாட்டாளிவர்க்க நலனுக்கும் ஆர்.எஸ்.எஸின் சுதேசி (தொழில்) நலனுக்கும் இடையில் எந்தப் பெரிய வேறுபாடும் கிடையாது. இருவருமே 'மாஸ் ப்ரொடக்ஷன்' என்பதற்கு பதிலாக 'ப்ரொடக்ஷன் ஃபார் மாஸ்' என்பதைத்தான் வெவ்வேறு வார்த்தைகளில் சொல்கிறார்கள். கம்யூனிஸம் பொருள் குவிப்பையும் ஆடம்பர நுகர்வையும் எதிர்க்கிறது. ஆர்.எஸ்.எஸ்ஸும் அதையேதான் சொல்கிறது. கிறிஸ்தவமும் இஸ்லாமும் இந்தியாவைப் பொறுத்தவரையில்தான் சிறுபான்மை. உண்மையில் உலக அளவில் அவர்கள் ஏகாதிபத்திய மதங்கள். ஆதிக்க சக்திகளை எதிர்க்கும் கலகக் கோட்பாடான கம்யூனிஸம் குட்டி பூர்ஷ்வாவான இந்து மதத்தை எதிர்ப்பதை விடுத்து உலக கார்ப்பரேட் மதமான இஸ்லாத்தையும் கிறிஸ்தவத்தையும்தான் எதிர்க்கவேண்டும்.

இந்த வியூகத்தைத் தமிழக ஜாதியப் போராளிகளுக்குப் புரியும் மொழியில் சொல்வதென்றால் தேவர்களும் பள்ளர்களும் தமது 'பொது எதிரியான' பிராமணரை விட்டுவிட்டுத் தமக்குள் சண்டை யிடுவதைப் போல என்று சொல்லலாம் (உண்மையில் பிராமண சக்தி தேவரையும் பள்ளரையும் ஒருங்கிணைத்து முன்னேற்றும் ஆக்கபூர்வ சக்தி என்பது வேறு விஷயம். பிராமண மேலாதிக்கத்தை ஏற்றுக் கொண்ட பிறகும் தேவர், பள்ளர்களுடைய தெய்வ நம்பிக்கை, வழிபாட்டு, கலாசார வாழ்க்கைமுறைகள் எந்தப் பெரிய மாற்ற மில்லாமல் தொடர்ந்து வருவதில் இருந்து ஒருவர் இதைப் புரிந்து கொள்ள முடியும். இப்படியான ஜனநாயகத் தன்மையை கிறிஸ்தவத்தில் எதிர்பார்க்க முடியாது. அது ஐய்யனாரையும் இசக்கியையும் கள்ளழ கரையும் மாடனையும் ஒரேயடியாகக் குத்திக் கொன்றுவிடும்).

இந்தியாவின் இடது, வலதுசாரி சக்திகள் இரண்டுமே தமது அரசியலைத் தீவிரமாக முன்னெடுப்பதாகத் தம்மைத்தாமே ஏமாற்றிக்கொள்கிறார்கள். ஆனால், இந்த இரண்டு தரப்புகளின்

ஆட்சியின்போது டிரினிட்டி சக்திகளின் பல்வேறு செயல்திட்டங்கள் எந்தவொரு தடங்கலும் இல்லாமல் முன்னெடுத்துச் செல்லப்படு கின்றன.

உதாரணமாக, அணு சக்தித் திட்டம் என்பது இந்தியர்களுக்குத் தரும் நன்மைகளைவிட பன்னாட்டு சக்திகளுக்குக் கூடுதல் லாபத்தைத் தரும். ஏனென்றால் அவர்களுக்கு இதில் முழுக்க முழுக்க லாபம் மட்டுமே. விபத்து ஏற்பட்டால் இந்தியர்கள் மட்டுமே பாதிக்கப்படு வார்கள். ஆனால், காங்கிரஸ் (இடதுசாரி) ஆட்சியில் இருந்தபோதும் சரி பிஜேபி ஆட்சியில் இருக்கும்போதும் சரி இந்த அணு உலைகளுக்கு எந்த இடையூறும் வந்ததே கிடையாது.

விவசாயத்தை பிரதானமாகக் கொண்ட இந்தியாவில் விவசாயத்தை ஓரங்கட்டுவதில் காங்கிரஸும் பி.ஜே.பி.யும் போட்டியிடுகின்றன. அவை தரும் உர மானியம், டிராக்டர் மானியம் போன்றவை யெல்லாம் அதைத் தயாரிக்கும் பன்னாட்டு, உள்நாட்டு கார்ப்பரேட் நிறுவனங்களுக்கான சலுகைகளே. இந்திய பாரம்பரிய விவசாயிக்கும் விவசாயத்துக்கும் அதனால் கிடைக்கும் நன்மை சொற்பமே. கோயில்கள், அறக்கட்டளைகள், பெரு விவசாய முதலாளிகள் ஆகியோரிடம் குவிந்து கிடக்கும் நிலங்களைப் பிரித்து விவசாயக் கூலி வேலை செய்யும் மக்களுக்குக் கொடுப்பதும் ஐந்து ஏக்கருக்குக் கீழாக இருக்கும் விவசாயிகளுக்கு மட்டுமே அனைத்து சலுகைகளும் தருவதும், விளை பொருள்களுக்கு கணிசமான விலை கிடைக்கச் செய்வதுமே (விவசாயிகளே விற்பனையாளர்களாக - அமுல் இந்தியா போல்) விவசாயம் சார்ந்து ஒரு அரசு செய்ய வேண்டிய பணிகள்.

ஆனால், அப்படிச் செய்யப்பட்டால் உர நிறுவனங்கள், டிராக்டர் நிறுவனங்கள் போன்றவற்றுக்கு பெரிய லாபம் கிடைக்காது. எனவே இந்திய விவசாயத்தை முன்னேற்றும்போதுகூட மேற்கத்திய நிறுவனங்களின் நலன் சார்ந்தே காங்கிரஸும் பி.ஜே.பி.யும் செயல் படுகின்றன.

மாநில அளவில் பார்த்தால் 2-ஜி வழக்குக்கு அதீத முக்கியத்துவம் தந்து திமுகவைக் கட்டம்கட்டி அதிமுகவுக்கு சாதகமாக நடந்து கொண்டவர்கள் திமுகவுக்கும் உரிய நேரங்களில் சாதகமாக நடந்துகொள்வார்கள். அதேநேரம் கூடங்குளம், வேதாந்தா, மீத்தேன், ஹைட்ரோ கார்பன் திட்டம் என தங்களுக்கு சாதகமான வற்றை அந்த ஆட்சிகளை வைத்தே சாதித்துக்கொள்வார்கள். காங்கிரஸ், பி.ஜே.பி, திமுக, அதிமுக முதலான சக்திகள் எல்லாம் தமக்குக் கிடைக்கும் அற்ப சொற்ப வெற்றிகளிலேயே மனம் மயங்கி

நிற்கும் வேளையில் டிரினிட்டி சக்திகள் தமது நலன்களை இவர்களைக்கொண்டே சத்தமில்லாமல் பூர்த்திசெய்துகொண்டு விடுகிறார்கள்.

மேட் இன் அமெரிக்கா (ஐரோப்பா) பொருள்களே உலக சந்தையை ஆக்கிரமிக்கவேண்டும் என்பது டிரினிட்டி சக்திகளின் இலக்கு. மன்மோகன் சிங் மூலம் அந்நியப் பொருள்களின் விற்பனைக்கு இந்தியக் கதவுகள் திறந்துவிடப்பட்டன. அந்நிய பொருள்கள் மட்டுமல்லாமல் அந்நிய நிறுவனங்கள்கூட இந்தியாவில் ஆழமாகக் கால் பதித்துவிட்டிருக்கின்றன. இப்போது டிரினிட்டி சக்திகள், உலகின் மலிவான உழைப்புகளைச் சுரண்டும் நோக்கில் மேக் ஃபார் அமெரிக்கா (ஐரோப்பா) என தங்கள் முத்திரை முழக்கத்தை மாற்றிக் கொண்டிருக்கிறார்கள். மோதி அதையே மேக் இன் இந்தியா என்று தேச பக்தி மொழியில் சொல்கிறார். மேக் ஃபார் இந்தியா என்பதை நோக்கி அவர் போகாமல் பார்த்துக்கொள்வதில் டிரினிட்டி குழுவினர் தெளிவாக இருக்கிறார்கள்.

நினைத்துப் பாருங்கள்... போபால், என்ரான் என எவ்வளவு பெரிய இழப்புகளும் ஊழல்களும் சர்வதேச நிறுவனங்களால் இங்கு நடந்தன. ஆனால், அதனால் அந்த மேற்கத்திய பொருளாதார சக்திகளுக்கு எந்தவொரு சிராய்ப்பாவது ஏற்பட்டதா...? குஜராத் கலவரத்துக்காக பி.ஜே.பி. பத்து ஆண்டுகள் மத்தியில் ஆட்சி அமைக்க முடியாமல் போனது. 2-ஜியினால் திமுக தோற்றது. காங்கிரஸும் அதிமுகவும் கூட இதுபோல் சர்வ தேச சக்திகளால் பந்தாடப்பட்டதும் உண்டு. ஆனால், யார் ஆட்சியில் இருந்தாலும் டிரினிட்டி சக்திகளின் நலனுக்கு மட்டும் என்றுமே பாதிப்பு வந்ததில்லை.

இன்னும் சொல்லப்போனால் போபாலுக்குப் பிறகுதான் அந்நிய நாட்டு முதலீட்டுக்கும் நிறுவனங்களுக்கும் இந்தியாவின் கதவுகள் மேலும் அகலமாகத் திறக்கப்பட்டன. அனைத்து அரசுகளும் ஒரே மொழியில் விவசாயத்தைப் பின்னுக்குத் தள்ளுகின்றன. ஏனென்றால் டிரினிட்டி சக்திகளுக்கு இந்திய மென்பொருள் எடுபிடிகள் தேவை. அதனால்தான் தாய்மொழிக் கல்வி பின்னுக்குத் தள்ளப்பட்டு ஆங்கிலம் முன்னிலைப்படுத்தப்படுகிறது. இளநீரும் பதநீரும் மோரும் பின்னுக்குத் தள்ளப்பட்டு கோக்கும் பெப்ஸியும் அந்த இடத்தைப் பிடிக்கின்றன. காலப்போக்கில் தீபாவளியும் பொங்கலும் பின்னுக்குத் தள்ளப்பட்டு கிறிஸ்துமஸ் முன்னுக்குக் கொண்டுவரப் படும். உலகளாவிய கார்ட்டூன் கதாபாத்திரங்கள் எல்லாம் கொண்டாடும் ஒரே திருவிழா கிறிஸ்துமஸ் மட்டுமே. அது அடுத்த தலை முறையைக் குறிவைத்து முன்னெடுக்கப்பட்டிருக்கும் கார்ட்டூன் சதி.

ஏற்கெனவே இந்திய ஆடைகள் திருமண, திருவிழா ஆடையாக ஓரங்கட்டப்பட்டுவிட்டன. பேண்ட், ஷர்ட், ஷூ, டை தான் நம் உடையாக ஆகிவிட்டிருக்கிறது. வேட்டி கட்டி உள்ளே வரக்கூடாது என்று சொன்ன நிறுவனத்தை எதிர்த்து தமிழக அரசு ஒரு கிம்மிக் கிளர்ச்சி செய்ததே... தமிழக ஐ.டி. கம்பெனிகளில் வேட்டி சட்டை தான் சீருடை என்று அதனால் சொல்லமுடியுமா?

குளிர் நிறைந்த அமெரிக்க ஐரோப்பிய உடையை வெப்பம் நிறைந்த நம் பூமியில் ஏன் அணிந்துகொள்கிறோம். நாளை தமிழ் தேசிய சக்திகள் ஆட்சிக்கு வந்தால் இந்த மேலோட்டமான மாற்றத்தைக் கொண்டுவர அனுமதிக்கப்படுவார்கள். ஆனால், வேறு வகைகளில் கார்ப்பரேட் நலன்கள் இதைவிடப் பெரிய அளவில் பாதுகாக்கப் பட்டுவிடும். இந்தியாவுடனான தமிழகத்தின் போர் என்பதாக அது தூண்டப்பட்டு இரு தரப்பையும் ஆயுதக் குவிப்பை நோக்கி நகர்த்தும்.

அப்படியாக சர்வதேச ஆயுத நிறுவனங்களுக்கான அறுவடை நிலமாக இந்தியா ஆக்கப்படும். புலிகளின் தமிழ் தேசிய முழக்கங் களும் சிங்கள அரசின் பேரினவாத நடவடிக்கைகளும் இலங்கையைச் சீரழித்து ஆயுத நிறுவனங்களுக்கு ஈட்டித்தந்த லாபம் காயாத ரத்தமும் உலராத கண்ணீருமாக நம் கண் முன்னால் இருக்கின்றன. அதே விளையாட்டு இந்தியாவிலும் நடக்காது என்ற உத்தரவாதம் அந்த ஆயுத நிறுவனங்கள் தந்தால்தான் உண்டு.

டிரினிட்டி சக்திகள் சில நேரங்களில் பணத்தாசை காட்டியும் சில நேரங்களில் நம் அரசியல் கட்சிகள் செய்யும் ஊழல்களுக்கான ஆதாரங்களை வைத்து மிரட்டியும் தங்கள் நலன்களை பூர்த்தி செய்து வந்திருக்கிறார்கள். காங்கிரஸைக் கைப்பற்ற இந்திரா, சஞ்சய் காந்தி, ராஜீவ் காந்தி ஆகியோரின் படுகொலை நீங்கலாக அவர்களுக்கு எந்த விசேஷ முயற்சியும் எடுக்கவேண்டிய தேவையே இருந்திருக்க வில்லை. உலக வங்கி பிரதிநிதியை ஆட்சியில் அமர்த்தியதை வேண்டுமானால் இன்னொரு நடவடிக்கை என்று சொல்லலாம்.

அரவணைக்கும் இந்துத்துவத்துக்கு மாற்றாக அடிப்படைவாத இந்துத்துவத்தைத் தூண்டிவிட்டதில் டிரினிட்டி சக்திகளுக்கு வேறொரு நலனும் இருக்கிறது. பின்லாடன், அல்கொய்தா போன்றவை அமெரிக்க, ஐரோப்பிய கிறிஸ்தவ உலகைத் தாக்குவதில் இருந்து தற்காத்துக்கொள்ள இந்தியாவைக் கேடயமாகப் பயன்படுத்தத் திட்டமிட்டிருக்கிறார்கள். இந்து - இஸ்லாமிய பகையைத் தூண்டுவதன் மூலம் அமெரிக்க ஐரோப்பிய சக்திகள் தம்மைத் தீவிரவாதத்தில் இருந்து தற்காத்துக்கொள்ளத்

திட்டமிட்டுள்ளன. ஐ.எஸ்.ஐ.எஸ். இன்று ஐரோப்பாவில் நடத்தும் தாக்குதல்கள் அப்படியே இந்தியா பக்கம் திரும்ப வெகு நேரம் ஆகாது.

சுருக்கமாகச் சொல்வதானால், டிரினிட்டி சக்திகள் தமது பொருளாதாரச் சுரண்டல், கலாச்சார ஆதிக்கம், மத விரிவாக்கம் ஆகியவற்றுக்கு வழிவகுக்கும் வகையில் உலகில் ஒவ்வொரு பகுதிகளிலும் இருக்கும் அமைப்புகள் அனைத்தையும் அடிப்படை வாதத்தை நோக்கி நகர்த்துகிறார்கள். இஸ்லாமிய தீவிரவாத இயக்கங்களின் எழுச்சிக்குப் பின்னால் அமெரிக்க நிதியூட்டம் நிச்சயமாக இருக்கிறது.

இஸ்லாமிய தேசங்களின் எண்ணெய் வளத்தைச் சுரண்ட வேண்டு மென்றால் இஸ்லாமிய தேசங்களில் அடிப்படைவாத சக்திகள் வளர்ந்தால்தான் நவீனத்துவத்தையும் ஜனநாயகத்தையும் கொண்டு வரும் போர்வையில் அங்கு அமெரிக்கா காலூன்ற முடியும். கூடவே இஸ்லாமிய பிரிவுகளுக்கு இடையே சண்டைகளைத் தூண்டவும் வழி பிறக்கும். தாமாகவே பற்றியெரியும் பாஸ்பரஸுக்கு எண்ணெய் ஊற்றவோ திரி கொளுத்தவோ தேவையில்லை என்றாலும் அதை நீரில் இருந்து வெளியே போட்டபடி இருக்க ஒருவர் தேவை. டிரினிட்டி சக்திகள் அதைத் தொடர்ந்து செய்துவருகின்றன.

இந்திய அளவில் மாவோயிஸ இயக்கங்களுக்குப் பின்னால் அவர்களின் கை இருக்கிறது. ஆசிய பிராந்தியத்தில் சீன இந்திய விரிசலுக்குப் பின்னால் டிரினிட்டி சக்திகள் இருக்கின்றன. இலங்கையின் தமிழ் தேசிய சக்திகளின் வன்முறைப் போராட்டங் களுக்குப் பின்னால் ஐரோப்பிய, அமெரிக்க நிதியூட்டம் நிச்சயம் இருந்தது/இருக்கிறது. இவ்வளவு ஏன் இந்திய இந்துத்துவ அடிப்படைவாத சக்திகளின் வளர்ச்சிக்குப் பின்னாலும் ஜாதிய சக்திகளின் வளர்ச்சிக்குப் பின்னாலும் அவர்களின் கரங்கள் இருக்கின்றன.

எல்லாமே அந்நிய சக்திகளால் நம் மனித, இயற்கை வளங்கள் சுரண்டப்படுவதிலேயே போய்முடிகின்றன. பழங்காலத்தில் கொள்ளைக்கூட்டத்தினர் ஒரு ஊருக்குள் திருட வரும்போது இரண்டு பேர் போய் கிழக்கு பக்கத் தெருவில் இருக்கும் வைக்கோல் போருக்குத் தீவைத்து மக்களின் கவனத்தை அந்தப் பக்கம் திருப்பி விட்டு மேற்குப் பக்கத் தெருவுக்குள் நுழைந்து கொள்ளையடித்து விட்டுப் போவார்களாம். அதுபோல் தலித் - ஜாதி இந்து, இந்து - முஸ்லிம், வடக்கு - தெற்கு, மத்திய - மாநில பிராந்தியக் கட்சிகள் என ஏற்கெனவே இருக்கும் இருமைகளைப் பயன்படுத்தி இரு

தரப்புக்கும் ஆதரவு அளித்து இரண்டின் இடைவெளிகளையும் பெரிதுபடுத்துகிறார்கள்.

இந்த அரசியல் சக்திகள் அனைத்திலுமே பரஸ்பர நல்லிணக்கத்தை முன்வைக்கும் சக்திகள் ஓரங்கட்டப்பட்டு இரண்டில் இருக்கும் அடிப்படைவாத சக்திகள் முன்னுக்குக் கொண்டுவரப்படுகின்றன. ஒரு தரப்புக்கு ஆதரவளித்து அவர்களை ஆட்சியில் அமர்த்தியும் அடுத்த தடவை எதிர் தரப்புக்கு ஆதரவு தந்து அதை ஆட்சியில் அமர்த்தியும் வருகிறார்கள். உள்ளூர் அரசியல் சக்திகள் ஒவ்வொன்றுக்கும் தாமே வெற்றி பெற்றதாக ஒரு போலி பெருமிதத்தைக் கொடுத்துவிட்டு டிரினிட்டி சக்திகள் தமது நலன்களை மெள்ள மெள்ள வென்றெடுத்து வருகிறார்கள்.

எனவே, பாமக, முலாயம், நிதிஷ்-லாலு, ரெட்டி, கம்மவா, ஒக்கலிக போன்ற இடைநிலை ஜாதிய சக்திகளின் வளர்ச்சி என்பது இந்த உலகளாவிய அரசியல் நலன்களின் அடிப்படையில் பார்க்கப்பட வேண்டும். உத்தரபிரதேசத்தில் இடைநிலை ஜாதிகளும் இஸ்லாமும் கை கோர்த்து இந்துக்களையும் குறிப்பாக தலித்களையும் ஒடுக்கு கின்றன. தமிழகத்தில் தலித் திருமாவளவன் இஸ்லாமிய சக்திகளுடன் கூட்டுச் சேர்ந்து இந்துத்துவத்தையும் பா.ம.க.வையும் எதிர்க்கிறார். உண்மையில் பிரச்னை தலித் வன்னியர் சார்ந்ததோ பாமக விசிக சார்ந்ததோ அல்ல.

இன்று இந்தியாவில் பி.ஜே.பி. அரசியல்ரீதியாக வலிமை பெற்று வருகிறது; மற்றொரு முக்கிய தேசிய கட்சியான காங்கிரஸ் பின்னடைவைச் சந்தித்திருக்கிறது. அதன் மூலம் இந்தியா இந்து தேசியமாகி வருகிறது என்பதுபோன்ற ஒரு தோற்றம் உருவாகியிருக் கிறது. ஆனால், இது மேலோட்டமான மாற்றமே. சோனியா காங்கிரஸ் தன்னளவில் வெற்றி பெறவில்லையே தவிர அதன் அரசியல் சித்தாந்தமான போலி மதச்சார்பின்மை, தேசிய விரோதம், மேற்கத்திய பொருளாதார நலன், ஊழல் போன்றவை அனைத்து மட்டத்திலும் ஊடுருவிக் கிடக்கிறது.

இந்து பா.ஜ.க.வை எதிர்க்கும் போர்வையில் இந்து மதத்தையும் இந்தியாவையும் எதிர்க்கும் குரல் இன்று ஓங்கி ஒலிக்கத் தொடங்கி யிருக்கிறது. தலித் அடிப்படைவாதிகளும் இஸ்லாமிய அடிப்படை வாதிகளும் இடைநிலை ஜாதி வெறியர்களும், கம்யூனிஸ்ட்களும், நவீனத்துவர்களும், பிராந்திய மொழி அடிப்படைவாதிகளும் ஓரணியில் திரண்டு நிற்கிறார்கள். இது சோனியா காங்கிரஸின் மறைமுக வெற்றியையே காட்டுகிறது. அதாவது சோனியா காங்கிரஸ் அரசியல் செல்வாக்கை இழந்திருக்கலாம். ஆனால், அதன்

கொள்கைகள் மேலும் மேலும் பலப்பட்டு வருகின்றன. இந்து, இந்திய தேசிய சக்திகள் இந்த ஆழமான புரிதலுடன் செயல்பட வேண்டியது மிகவும் அவசியம்.

ஒரு சிறிய உதாரணம்: நேற்றுவரை தமிழ் ஜாதி (தேவர்) அடையாள மாகத் திகழ்ந்த ஜல்லிக்கட்டு இன்று தமிழர் அடையாளமாக முன்னெடுக்கப்பட்டுவிட்டிருக்கிறது. எந்த தமிழ் சர்ச்சிலும் தமிழ் மசூதியிலும் ஜல்லிக்கட்டு நடத்தப்படுவதில்லை. ஆனால், அது தமிழ் கிறிஸ்தவ, இஸ்லாமியரின் அடையாளமாகவும் சொல்லப் படுகிறது. தேவர் ஜாதி வெறியோ இந்து அடையாளமாக முத்திரை குத்தப்பட்டுவிட்டிருக்கிறது. ஆக, தமிழர்களிடம் இருக்கும் 'அனைவரும்' ஏற்கும் ஓர் அம்சத்துக்கு தமிழர் என்பது காரணம். அனைவரும் வெறுக்கும் கெட்ட அம்சத்துக்கு இந்துதான் காரணம். இந்த அரசியல் வெற்றி பெறும்போது இந்து, இந்திய தேசியம் வெற்றி பெறுவதாக எப்படிச் சொல்லமுடியும்?

இந்துத்துவ பி.ஜே.பி. ஜல்லிக்கட்டு நடத்தப்படவேண்டும் என்று பெரு முயற்சி எடுத்தது. சுப்பிரமணியம் சுவாமி இது வெறும் விளையாட்டு அல்ல... இந்து கலாசார அடையாளம் என்று நீதிமன்றத்தில் வாதிட்டார். பி.ஜே.பி.யின் ஹெச்.ராஜா உச்ச நீதிமன்றத் தடை இருந்தபோதிலும் அதை மீறி ஜல்லிக்கட்டு விளையாட்டுக்கு தான் வளர்த்த காளையுடன் களம் இறங்கினார். நிர்மலா சீதாராமன் இந்தப் பிரச்னை பெரிதாகும் முன்பே மாநில அரசே ஒரு சட்டத் திருத்தம் கொண்டுவந்து ஜல்லிக்கட்டை நடத்தி விட முடியும் என்று யோசனை சொன்னார் (அதுதான் கடைசியில் பின்பற்றவும் செய்யப்பட்டது).

இப்படி ஆதி முதல் அந்தம்வரை ஜல்லிக்கட்டுக்கு ஆதரவாக இருந்த பி.ஜே.பி.யையும் இந்துத்துவ சக்திகளையும் இந்திய தேசியத்தையும் எதிர்த்துத்தான் மெரினாவில் முழக்கங்கள் எழுப்பப்பட்டன. சிகிச்சை தர வந்த மருத்துவரையே கத்தியால் குத்துவது போன்ற துரோகம் இது. ஆனால், அதுதான் வென்றது. காளைகளை வைத்து காட்சி விளையாட்டுகள் கூடாது என்று தடைபோட்டது சோனியா காங்கிரஸ் அரசு. ஆனால், மெரினா போராட்டத்தில் காங்கிரஸை எதிர்த்து ஒரு வார்த்தைகூட பேசப்படவில்லை. இந்திய தேசியக் கொடியுடன் கூட்டத்தில் பங்கேற்க வந்தவர்கள் அடித்துவிரட்டப் பட்டார்கள். இஸ்லாமியர்கள் தொழுகை நடத்த மெரினா கடற்கரையில் தனி இடம் அமைத்துத் தரப்பட்டது.

சட்டப்படி என்னவோ பாரதிய ஜனதா கட்சிதான் ஜல்லிக்கட்டு நடக்க அனுமதி வழங்கியது என்று சொல்லலாம். ஆனால் அந்த இரண்டு

வாரங்களில் தமிழ் தேசிய, இந்திய விரோத சக்திகள் பெற்ற உச்சம் அபாயகரமானது. புதுவகையான கும்பல் அரசியலின் அச்சுறுத்தும் வெற்றிக்கான உதாரணம் அது. அன்று உயரத்தில் பறந்த கொடி சோனியா காங்கிரஸின் தந்திர பிரிவினைவாதக் கொடிதான். டிரினிடி சக்திகளின் சாமர்த்தியமே அதுதான். அவர்கள்தான் செய்தார்கள் என்பதை நிரூபிக்கவே முடியாது. மிகத் தெளிவான திரைக்கதையாக இருக்கும்.

இதில் இன்னொரு வருந்தத்தக்க வேடிக்கை என்னவென்றால், எப்படியும் பா.ஜ.க. அரசு ஜல்லிக்கட்டுக்கு ஆதரவாக சட்டம் கொண்டு வந்துவிட முடியும். எனவே இந்தப் போராட்டத்தினரின் முழு ஆதரவையும் நாம் பெற்று, தமிழ் மண்ணில் அழுத்தமாக பா.ஜ.க. கால் ஊன்றிவிட முடியும் என்று நினைத்து அவர்களும் இந்தப் போராட்டத்துக்கு மறைமுகமாகப் பெரும் ஆதரவு கொடுத்தார்கள். ஆக, கையைக் கொண்டே கண்ணைக் குத்திக்கொண்ட கதை.

அந்த மெரினா போராட்டத்தின் மூலம் இந்து, இந்திய தேசிய சக்திகளுக்கு எந்த நன்மையும் விளையவில்லை. தமிழ் தேசிய பிரிவினைவாத சக்திகளே பெரு ஊக்கம் பெற்றுள்ளன. இனிமேல் எதற்கெடுத்தாலும் இப்படி அராஜகமாக மிரட்டுவதுதான் சரி என்ற எண்ணம் கொண்ட ஒரு சில இளைஞர்களை (அதுவே கொரில்லா போர்களுக்குப் போதுமானது) அழுத்தமாக வென்றெடுத்திருக்கிறது. பொது புத்தியில் பிரிவினைவாதம் எழவில்லை என்று இந்து சக்திகள் நிம்மதிப் பெருமூச்சுவிடுகின்றன. ஆனால், இலங்கையில் இருந்த லட்சக்கணக்கான தமிழர்களில் ஐயாயிரம் பேர்தான் புலிப்படையில் இருந்தனர். அதுவே பேரழிவுக்குப் போதுமானதாகவும் இருந்தது என்பதை நாம் மனதில் கொண்டாக வேண்டும்.

●

3

ஜாதிக் கலவரங்களும் பிராமணமயமாக்கமும்

இப்போது நடக்கும் ஜாதிக் கலவரங்கள், வன்முறைகள் ஜாதி வெறியினால் நடந்திருக்காது என்று சொல்ல சில காரணங்கள் இருக்கின்றன.

இந்திய அரசியல் சாசனத்தின்படி தலித்களுக்குத் தரப்பட்டிருக்கும் சலுகைகள், வசதி வாய்ப்புகள் பிற ஜாதிகளைவிட மிக மிக அதிகம். அதை எந்த மேல் ஜாதிக்காரரும் தடுக்கவில்லை (ஒரு தலித் தலைவர் அரசுத் திட்டங்களின் நலன்களை தலித் மக்களுக்குக் கிடைக்கச் செய்வதில் முழு கவனமும் செலுத்தினால் அவரால் வெகு சீக்கிரமே மாபெரும் தலைவராக வந்துவிட முடியும். இந்து மதத்தைப் பலப்படுத்த நினைக்கும் சக்திகளும்கூட இந்த எளிய வழியில் இந்து ஒற்றுமையை வெகு சீக்கிரம் கொண்டுவந்துவிட முடியும். இஸ்லாமிய அடிப்படைவாதிகளின் அராஜகத்தை நம்பிக் காத்திருக்கத் தேவை யில்லை. இரு தரப்புமே அதைச் செய்வதில்லை என்பது வேறு விஷயம்).

சமபந்தி விருந்து, சூத்திரர்களின் தெருவுக்குள் தலித்கள் செருப்பணிந்து செல்லுதல், வாகனங்களில் செல்லுதல், ஒரே குவளையில் தேநீர் அருந்துதல், பள்ளியில் அருகருகே அமர்ந்து படித்தல், மேல் நிலைப் பணிகளில் தலித்கள் இடம்பெறுதல், தலித் தலைவர்கள் ஆட்சியில் இடம்பிடித்தல் என பல விஷயங்களில் ஜாதி ஏற்றத் தாழ்வுகள்

மறைந்துவிட்டிருக்கின்றன. ஆனால், இன்று கலப்புத் திருமணம், கோயில் வழிபாட்டு உரிமை, ஒரே சுடுகாடு போன்றவற்றில் மட்டுமே ஜாதி தன் கோர முகத்தைக் காட்டிவருகிறது. இந்த அம்சங்களில்கூடப் பல இடங்களில் சமத்துவம் வந்து விட்டிருக்கிறது. என்றாலும் அரசியல் சக்திகள் மோதலுக்கான களமாகத் தேர்ந்தெடுப்பது இந்த அம்சங்களை மட்டுமே.

பிரச்னை பெரும்பாலும் கிராமக் கோயில்களில் மட்டுமே நடக்கின்றன. இதற்கு முக்கிய காரணம் கிராமக் கோயில்கள் குறிப்பிட்ட ஜாதியைச் சேர்ந்தவையாக இருக்கின்றன. இந்தியாவில் ஒவ்வொரு ஜாதியும் தமக்கான கோயில்களைக் கொண்டவையாக இருந்திருக்கின்றன; இருந்துவருகின்றன. இந்து மதம் அனுமதித்த ஆன்மிக சுதந்தரமே அப்படியான பல தெய்வ இருப்பை (வழிபாட்டை) சாத்தியப்படுத்தியிருக்கின்றன. இஸ்லாமும் கிறிஸ்தவமும் அவை தோன்றிய பகுதிகளில் இருந்த அனைத்து பழங்குடி தெய்வங் களையும் நம்பிக்கைகளையும் அழித்தே பூதாகர வடிவத்தை அடைந்திருக்கின்றன. இந்து சமயம் அப்படிச் செய்யவில்லை.

இன்று இந்து மதமும் ராமர், விநாயகர், சிவன் என பெருந் தெய்வத்தின் கீழ் அனைத்து இந்துக்களையும் ஒருங்கிணைக்க முயற்சி செய்கிறது என்றாலும் உன் குல தெய்வத்தைக் கும்பிடுவதை நிறுத்து என்று ஒருபோதும் சொல்வதில்லை. இசக்கியையும் மாடனையும் சிவ கணங்களாக சிவன் மைந்தர்களாக அது மரியாதையுடன் அரவணைக்கிறது. கிறிஸ்தவராகவும் இஸ்லாமி யராகவும் மாறிய பிறகும் உங்கள் குல தெய்வ வழிபாட்டைத் தொடர்ந்து கொள்ளலாம் என்று அவையும் சொல்லுமென்றால் அவற்றை ஏற்பதிலும் எந்தத் தவறுமில்லை. ஒரு தேவாலயத்தில் சொடலை மாடனுக்கும் ஒரு தனி சன்னதி அமைக்கப்படும் என்றால் ஒரு மசூதிக்குள் இசக்கிக்கு ஒரு சுவர் ஒதுக்கப்படுமென்றால் அதைப்போல் முற்போக்கு அம்சம் வேறெதுவும் இருக்கமுடியாது.

இன்று ஒரு கிராமத்தில் இருக்கும் தலித்களும் மேல் ஜாதியினரின் கோயிலில் கும்பிட முன்வருகிறார்கள். பல இடங்களில் அது சுமுகமாக எடுத்துக்கொள்ளப்படுகிறது. சிற்சில இடங்களில் அது கௌரவப் பிரச்னையாக எடுத்துக்கொள்ளப்படுகிறது. பிரச்னை உள்ள இடங்களிலும்கூட இரு ஜாதியினரும் தமக்குள் ஒருவித ஒத்திசைவை உருவாக்கிக்கொண்டு சுமுகமாக இந்தப் பிரச்னையைத் தீர்த்துவருகிறார்கள். சில இடங்களில் மேல் ஜாதியினர் நாங்கள் தீ மிதிக்கும் நாளில் நீங்கள் தீ மிதிக்கக்கூடாது என்று முதலில் சொல்கிறார்கள். அதன் பிறகு, நீங்கள் வேறொரு இடத்தில் பூக்குழி வெட்டி தீ மிதித்துக் கொள்ளுங்கள் என்று சொல்கிறார்கள். இப்படி

ஏதோ ஒரு சமரசத்தை ஏற்றுக்கொண்டு உரிமைகளை மெள்ள மெள்ள தலித்கள் வென்றெடுத்து வந்திருக்கிறார்கள். அப்படி முடியாத இடங்களில் இரு தரப்புக்கும் இல்லாமல் கோயிலானது பூட்டிவைக்கவும்படுகிறது. பிள்ளையார், பெருமாள், சிவன் போன்ற பெருந்தெய்வக் கோயில்கள் அந்த ஊர்களில் கட்டப்பட்டு இரு தரப்பினரும் அருகருகே நின்று கும்பிட்டுச் செல்கிறார்கள்.

ஆனால், இதை அரசியல் சக்திகள் கையில் எடுக்கும்போதுதான் பிரச்னை பெரிதாகிறது. இங்கு போராட்டமானது ஒருவித ஈகோ மோதலாக, வறட்டு கௌரவப் பிரச்னையாக, அரசியல் செயல் பாடாகவே வடிவம் பெறுகிறது. இதை வெறும் அரசியல் செயல் பாடு என்று ஏன் சொல்கிறேன் என்றால் ஒவ்வொரு ஜாதிக்காரரும் தனது குல தெய்வத்தை மட்டுமே ஆத்மார்த்தமாக வணங்கும் மனநிலை கொண்டவராக இருக்கிறார். அவர் வேறொரு ஜாதியின் தெய்வத்தைக் கும்பிடுவதை சுமார் 50-100 வருடங்களுக்கு முன்புவரை விரும்பியிருக்கவும் இல்லை. மேல் ஜாதித் தெய்வம் தன் தெருவுக்குள் வராததையோ மேல் ஜாதி தெய்வத்தைக் கும்பிட அனுமதிக்காததையோ அவர்களுடைய தெருவின் வழி தங்கள் தெய்வத்தின் ஊர்வலம் செல்ல முடியாததையோ இழப்பாகவோ ஒடுக்குமுறையாகவோ நினைத்திருக்கவும் இல்லை.

எப்படி ஒரு இஸ்லாமியர் சர்ச்சுக்கு போக விரும்புவதில்லையோ எப்படி ஒரு கிறிஸ்தவர் மசூதிக்குப் போக விரும்பவில்லையோ அதுபோல் இந்து மதத்தின் ஒவ்வொரு ஜாதியும் தத்தமது தெய்வங் களைத் தத்தமது இடங்களில் கும்பிட்டு வந்திருக்கிறார்கள். அந்த வகையில் ஒவ்வொரு ஜாதியும் ஒவ்வொரு மதம்போல் இந்தியாவில் முழு சுதந்தரத்துடன் இருந்துவந்திருக்கின்றன.

இந்து மதத்தின் ஆன்மாவானது அனைத்து ஜாதிகளின் தனி அடையாளங்களையும் சடங்குகளையும் அழித்து மேலோட்டமான சமத்துவத்தைத் திணிப்பதில் அல்ல; ஒவ்வொன்றின் வாழ்க்கை அனுபவங்களை, ஆன்மிக தரிசனங்களை, வழிபாட்டுச் சடங்குகளை மதிப்பதில் அடங்கியிருக்கிறது. இந்த ஜாதிகள் அனைத்தும் அவரவர் ஜாதிக்கான தனிப்பட்ட தெய்வத்தையும் கும்பிடலாம். இந்து மதத்துக்கான பொதுவான தெய்வத்தையும் கும்பிடலாம் என்ற உடன் படிக்கை மூலமே இந்து மதத்துக்குள் இணைந்திருக்கின்றன. இந்த உடன்படிக்கை பிராமணர்களை மையமாக வைத்தே வெற்றிகரமாக முன்னெடுக்கப்பட்டிருக்கிறது.

பொதுவாக, ஒரு குறிப்பிட்ட ஜாதியினருக்கு மட்டுமே சொந்தமாக இருக்கும் கோயிலானது ஆரம்பகட்டத்தில் திறந்தவெளியில்தான்

அமைக்கப்பட்டிருக்கும். அசைவ படையல்கள் தரப்படும். அதன் சக்தி அதிகரிக்க அதிகரிக்க கூரையும், கட்டடமும் கட்டப்படும். பிராமண பூசாரிகள் கொண்டுவரப்படுவார்கள். சமஸ்கிருத ஸ்லோகங்கள், சைவப் படையல்கள் என இயற்கையான வளர்ச்சி நிலைகளை அடையும். எப்போது பிராமண பூசாரி வருகிறாரோ அதன் பிறகே அனைத்து ஜாதியினரும் வந்து கும்பிடுவது அதிகரிக்கும். ஆன்மிகரீதியிலும் பொருளாதாரரீதியிலும் அனைவரும் ஒன்று சேர்ந்து வழிபடுவதே நல்லது என்ற புரிதல் பிராமணர்களுக்கு ஏற்பட்டுப் பல காலம் ஆகிவிட்டது. அப்படியாகத்தான் குறிப்பிட்ட ஜாதிக்கான கோயில் அனைவருக்குமானதாகி ஜாதிகளுக்கிடையிலான சண்டைகள் முடிவுக்கு வந்திருக்கின்றன. இன்று பிராமணர்கள் நிர்வகிக்கும் மற்றும் பூஜை செய்யும் கோயில்களில் ஜாதி சார்ந்த சண்டைகள் அறவே இல்லாதிருப்பதிலிருந்து இந்த உண்மையை ஒருவர் (விரும்பினால்) புரிந்துகொள்ளமுடியும்.

பிராமணர்கள் தமது மேலாதிக்கத்தைத் தற்போது வேறுவழிகளில் நிறுவிக் கொள்கிறார்கள். ஆனால், தமது கோயில்களை சமத்துவபுரமாக்கி விட்டிருக்கிறார்கள். அங்கும் கருவறைக்குள் நுழைய அனைவருக்கும் அனுமதி இல்லைதான். ஆனால், அந்த அனுமதி பிராமணர்களிலும் எல்லாருக்கும் கிடையாது. பூஜை செய்ய பரம்பரை பரம்பரையாக உரிமை உடையவர்கள் மட்டுமே அங்கும் கருவறைக்குள் நுழைய முடியும். அதுவும் காலப்போக்கில் மாறும். இவ்வளவு ஏன், இன்றும் வட இந்தியாவில் ஒவ்வொரு பக்தரும் நேராக கருவறைக்குள் சென்று அபிஷேகமே செய்து வணங்க முடியும், 'ஆரிய பூமி'யான வட இந்தியாவில் இருக்கும் கோயில்களில் இருக்கும் இந்த வழிபாட்டு சமத்துவம் திராவிட ஈவேராயிஸ்ட்களின் பூமி (?!) யில் இல்லை என்பது விந்தையான விசித்திரமே. உண்மையில் இந்த கருவறை நுழைவு என்பதை திராவிட நாத்திக கம்யூனிஸ சக்திகள் முன்வைப்பதால்தான் தமிழகத்தில் அது சாத்தியமாகாமல் இருக்கிறது.

இந்த இயல்பான பிராமணமயமாக்கத்தை மீறி அரசியல் சக்திகள் குறுக்கே புகும்போதுதான் பிரச்னை பெரிதாகிறது.

பழங்கால ஜாதி அமைப்புக்கு ஒரு முக்கிய குணம் உண்டு. ஒரு மன்னரோ பெரும் செல்வந்தரோ என்னதான் தலைகீழாக நின்றாலும் தனது மகனுக்கு அல்லது தனக்கு பிராமண அந்தஸ்த்தைப் பெற்றுத் தந்துவிட முடியாது. இது மேலோட்டமாகப் பார்க்கும்போது தவறானதாகத் தோன்றக்கூடும். ஆனால், சமூகத்தின் தலைமையானது செல்வத்தைக் குவிக்க விரும்புபவரிடமோ நாட்டை

விரிவாக்க விரும்பும் மன்னரிடமோ சேராது. அவர்கள் அல்ல சமூகத்தின் தலைவர்கள் என்பது அந்த சமூகத்தைப் பேராசையின் பிடியில் இருந்து விலக்கிவைக்கிறது. சமூகத்தின் தலைமைக்குத் தகுதியான பிராமணர்களுக்கு தர்மத்தையும் தியாகத்தையும் எளிமையையும் முன்வைத்ததன் மூலம் சமூகத்தையும் அப்படி யானதாகவே ஆக்கியிருக்கிறது.

பிராமணர்களின் பூணூல் மீதான வெறுப்பும் ஒவ்வாமையும் மிக மிக அதிகம். எந்தவொரு ஜாதியினரோ மதத்தினரோ பத்து ரூபாய் பெறுமானமுள்ள அந்த நூலை நானும் அணிந்துகொள்வேன் என்று சொல்ல முடிந்திருக்கிறதா? கோயிலுக்குள் அனுமதிக்க மாட்டாயா... அத்துமீறி நுழைவேன்; குடிநீராகப் பயன்படுத்த முடியாத குளத்தில் இறங்கக் கூடாதென்கிறாயா குடத்துடன் அப்படித்தான் இறங்குவேன் என்றெல்லாம் சமத்துவ முழக்கம் செய்த யாரும் அப்படித்தான் பூணூல் போட்டுக்கொள்வேன் என்று ஒரு காலத்திலும் சொன்னதில்லை.

அப்படியானால் பிராமணர்கள் போட்டுக்கொண்டால்தான் மரியாதை... பிராமணர் போட்டுவிட்டால்தான் மதிப்பு என்று கலக மரபினரும் நினைத்திருக்கிறார்கள் என்றுதானே அதற்கு அர்த்தம். பிராமணர் களுக்கு அப்படி ஒரு மரியாதையும் பூணூலுக்கு அப்படி ஒரு முக்கியத் துவமும் தரப்படும் சமூகத்தில் அந்த பிராமணர்கள் அதைப் பெருமிதமாக அணிவதிலும் தக்கவைப்பதிலும் என்ன தவறு இருக்கமுடியும்?

விஷயம் என்னவென்றால், பூணூல் என்பது மேட்டிமை சின்னம் மட்டுமல்ல. அது சமூகத்தின் தலைமைப் பொறுப்பில் இருப்பவர் களின் கீழ்மைகள் நோக்கி ஓடும் மனதை அடக்கி, சமூகத்தில் அவர்களுடைய பொறுப்பையும் முக்கியத்துவத்தையும் சதா சர்வ காலமும் நினைவுபடுத்தும் ஓர் கடிவாளக் கயிறும்கூட. யானைக்கு அங்குசம் போல். அந்த சத்தியத்துக்கு அவர்கள் கட்டுப்பட்டு நடந்ததால்தான் அவர்களுக்கும் அந்தப் பத்து ரூபாய் கயிறுக்கும் இந்த அளவு முக்கியத்துவம் இந்த சமூகத்தில் தரப்பட்டிருக்கிறது.

பிரிட்டன் முதலான ஐரோப்பிய தேசங்களின் தலைமை அதன் ஏகாதிபத்திய வெறிகொண்ட மன்னர்களிடம் இருந்தது. உலகையே தன் காலடியில் வீழ்த்தக் கிளம்பினார்கள். அலெக்ஸாண்டர், ரோமானிய சக்கரவர்த்திகளில் ஆரம்பித்து நேற்றைய ஹிட்லர்வரை அவர்களுடைய வரலாறென்பது போர் வெறி கொண்ட மன்னர்களின் வரலாறுதான். இன்றைய அமெரிக்காவின் ஆன்மா உலகைச் சுரண்டிக் கொழுக்கும் வைசிய (வர்த்தக) மனநிலையில் இருக்கிறது. அந்த சமூகங்களின் புரோகித-பாதிரி வர்க்கத்தின் முக்கிய பணி அந்தந்த சத்ரிய, வைசியத் தலைமைகளின் பேராசைகள் எளிதில்

வெற்றிபெற உகந்த சூழலை உலகம் முழுவதும் சென்று உருவாக்கித் தருவதுதான்.

இஸ்லாமிய சமூகங்களில் புரோகித வர்க்கத்துக்குத் தனியான இருப்பே கிடையாது. அந்த மன்னர்களே தமது சாம்ராஜ்ஜிய விஸ்தரிப்போடு மதப் பரப்பலையும் முன்னெடுப்பார்கள். இஸ்லாமியரல்லாதவருக்கு வரி விதிப்பு என்ற அடிப்படைக் கொடுமையில் ஆரம்பித்து சீக்கிய மத தலைவர்களைக் கொன்று குவித்ததுபோல் பிற மதத்தினரைக் கொன்று குவிப்பதுவரை அனைத்தையும் மன்னரே செய்வார். வாள் கொண்டு பரவிய மதம் என்று விவேகானந்தர் இஸ்லாமைச் சொன்னது இன்று மேம்படுத்தப்பட்டு துப்பாக்கிகள் மற்றும் வெடிகுண்டுகள் கொண்டு பரப்பப்படுகிறது. இந்த நவீன உலகிலும்கூட இஸ்லாத்தின் அடையாளமாகத் திகழ்வது ஒஸாமா பின்லடன், ஐ.எஸ்.ஐ.எஸ்., தாலிபன் போன்ற சத்ரிய வன்முறைத் தலைமைகளே.

பாரத சமூகத்தின் ஆன்மா உலகை வென்று அடக்கும் சத்ரிய குணமோ உலகைச் சுரண்டிக் கொழுக்கும் வைசிய குணமோ அல்ல... பிராமணிய குணமே. ராமர் முன்வைத்த தர்மம் என்ன? அவருடைய காலத்தில் மன்னர்கள் பல தார மணம் செய்வது சகஜமாக இருந்தது. அவர் ஏக பத்தினி விரதத்தை லட்சியமாக முன்வைத்தார். வாலியைத் தோற்கடித்துப் பெற்ற நாட்டை சுக்ரிவனிடம் கொடுத்தார். ராவணனிடம் இருந்து வென்ற இலங்கையை விபீஷணனிடம் ஒப்படைத்தார். குகன் என்ற பட்டியல் ஜாதி தலைவரைத் தனது சகோதரராகச் சொன்னார். சபரி என்ற பழங்குடிப் பெண் எச்சில் படுத்திக் கொடுத்த மாங்கனியை ருசித்து உண்டார். வானர சேனை என்பது முழுக்க முழுக்க வனவாசி அதாவது இன்றைய பட்டியல் ஜாதியினர்தான். ராமருடைய வெற்றிகளின் மூல காரணம் அந்த பழங்குடியினரின் உதவிதான். அந்த பழங்குடிகள் செய்த உதவிக்கு பிரதியுபகாரமாக வானர ராஜன் அனுமனை ராமனுக்கு இணையாக, சில நேரங்களில் ராமரைவிடவும் மேலாக மதித்தே, ராமரும் அவருடைய பக்தர்களும் போற்றிவருகிறார்கள். இவையெல்லாம் பிராமண நெறிகளின் அடிப்படையில் அமைந்த சத்ரிய நீதியே.

புராணங்களுக்கு அடுத்ததாக சரித்திர காலத்தை எடுத்துக் கொள்வோம். புத்தர் சத்ரியரா... வைசியரா... பிராமணரா? என்ற கேள்விக்கு பதில் யோசித்துப் பாருங்கள். மன்னராகப் பிறந்தவர் முதலில் செய்த வேலை அதைத் துறந்ததுதான். அவரும் அவருடைய சீடர்களும் தம் மதத்தைப் பரப்ப மேற்கொண்ட வழி இந்த உலகில் எந்த மதமுமே பின்பற்றியிராத வழி. ஒரு சொட்டு ரத்தம்கூடச் சிந்தாமல்தான் ஊர்களை வென்றார்கள். ஞான மார்க்க வாத

பிரதிவாதங்கள் மூலம் ஒரு சமூகத்தின் அறிவார்ந்த குழுவை வென்றனர். மன்னர்களை எளிய வழியில் மதம் மாற்றியதன் மூலம் ஒட்டு மொத்த தேசத்தை மதம் மாற்றினர். இது முழுக்க முழுக்க பிராமணிய வழிமுறையே.

மகாவீரர் உயிர்க்கொலை கூடாதென்பதை அதன் முழு அர்த்தத்தில் கொண்டு சென்றார். ஆடு மாடுகள், கோழி, பன்றிகள் என எந்தவொரு உயிரையுமே கொல்லக்கூடாது என்று சொன்னார். பாரத மக்களில் பெரும்பாலானவர்கள் அவர் சொன்னதைக் கேட்டு புலால் உண்ணாமையை வாழ்க்கை முறையாகவே முன்னெடுத்து வந்திருக் கிறார்கள். புலனடக்கத்தை அடிப்படையாகக் கொண்ட அந்த மதம் சத்ரிய, வைசிய மனோபாவங்களுக்கு எதிரான பிராமணிய எளிமையை யும் தியாகத்தையுமே முன்னிறுத்தியது. Thou shall not murder என்று சொல்லாமல் Thou shall not kill என்றுதான் சொல்லியிருக்கிறார். அதையும் தமக்கு உகந்த வகையில் திரித்துத்தான் உலகின் பிற பகுதிகளில் வழிகாட்டிகள் மதிக்கப்பட்டிருக்கிறார்கள்.

வைதிக இந்து மதத்தை மறுமலர்ச்சி அடையச் செய்த சங்கரரும் ராமானுஜரும் மத்வரும் எந்த மன்னரையும் உலகை வெல்லும்படித் தூண்டியிருக்கவில்லை. பக்தி மார்க்க வழிகாட்டிகள் எல்லாரும் குளம் வெட்டுதல், கோயில்களைப் புனரமைத்தல், அன்னதானம் செய்தல், மருத்துவ சேவைகள் செய்தல் எனச் சொல்லித்தான் தமது செல்வாக்கை மக்கள் மத்தியில் அதிகரித்தனர். இன்று கிறிஸ்தவம் பின்பற்றும் மத மாற்றச் செயல்பாடுகளில் இருக்கும் மேலோட்ட மான முதல் கட்ட சேவைப் பணிகளுக்கான வேர்கள் இந்திய மதங்களில்தான் இருக்கின்றன.

உலகம் முழுவதையும் அடிமைப்படுத்திய பிரிட்டிஷ் சாம்ராஜ்ஜியத்தை இந்தியா மட்டுமே அஹிம்சை வழியில் வென்றதென்றால் அதற்கான வேர்கள் பாரதிய மதங்களிலும் அதன் பிரமணிய மதிப்பீடுகளிலும் தான் பொதிந்திருக்கின்றன. 'என்னைத் தொடாதேயிஸம்' தான் பிராமணியம் என்ற குழந்தைத்தனமான புரிதலில் ஆரம்பித்து அதையே இந்தியாவின் அனைத்து ஒடுக்குமுறைக்கும் வன்முறைக்கும் காரணமாகச் சொல்வதுவரை ஒரு அவதூறுப் பிரசாரம் ஆக்கிரமிப்பு மதங்களால் முன்னெடுக்கப்பட்டு இந்திய மனங்களில் திணிக்கப் பட்டுள்ளன. பாரதிய சமூகத்துப் பின்னடைவுகளுக்கு பிராமணியம் காரணம்... ஆனால், அந்தக் காலகட்ட சாதனைகளுக்கு (முதலில் அவற்றை சாதனைகளாக அங்கீகரிப்பதே இல்லை) பிராமணியம் காரணமல்ல... இதுவே இந்தியாவில் இன்று(ம்) செல்லுபடியாகும் சித்தாந்தம்.

●

4

ஜாதி சமூகமும் மாற்று வழிகளும்

ஜாதி சமூகத்துக்கு மாற்றாக தமிழ் (பிராந்திய மொழி) தேசியம், இந்து தேசியம், இந்திய தேசியம், மத மாற்றம், நகரமயமாக்கம், வர்ணத்துக்குத் திரும்புதல் என ஆறு வழிகள் இருக்கின்றன. ஒவ்வொன்றின் நன்மை தீமைகளைப் பார்ப்போம்.

உண்மையில் ஜாதி விடுதலையைப் பேசும் அனைவரும் கவனத்தில் கொள்ளவேண்டிய அடிப்படை விஷயம் ஒன்று இருக்கிறது. ஜாதி சார்ந்த போராட்டத்தை கிறிஸ்தவ பிரிட்டிஷாருக்கு முந்தைய ஜாதியப் போராட்டம், கிறிஸ்தவ பிரிட்டிஷாருக்குப் பிந்தைய ஜாதிப் போராட்டம் என்று இரண்டாகப் பிரிக்கவேண்டும். முந்தையது ஜாதி அமைப்பைச் சீர்திருத்தும் நோக்கம் கொண்டது. பிந்தையது அழிக்கும் நோக்கம் கொண்டது.

இந்து ஆன்மிக துறவிகள், ஞானிகள் எல்லாரும் சீர்திருத்த நோக்கத்தைக் கொண்டவர்களே. போர் எதிர்ப்பு, புலால் உண்ணாமை, வேள்விச் சடங்குகளுக்கு எதிர்ப்பு, துறவு போன்றவற்றுக்கு முக்கியத்துவம் தந்து அதி தூய பிராமணனை (ஆர்யனை) லட்சிய புருஷராக முன்வைத்த புத்தரும் இந்து மதத்தை சீர்திருத்தவே செய்திருக்கிறார். புலால் உண்ணாமை, கள்ளுண்ணாமை போன்ற வற்றைத் தீவிரமாக போதித்ததாலும் ஞான மார்க்கத்துக்குக் கூடுதல்

முக்கியத்துவம் தந்ததாலும் இடைநிலை, கடைநிலை ஜாதிகளிடையே செல்வாக்குப் பெற முடியாமல் சரிந்தது பௌத்தம்.

புத்த மதத்தில் சேர்ந்தவர்களில் 80% பேர் உயர் ஜாதிகளைச் சேர்ந்தவர்களே... அதிலும் 40% பிராமணர்களே. புதிய புத்தர்கள் பிராமண அல்லது சத்ரிய ஜாதியில் மட்டுமே தோன்றுவார்கள் என்றே புத்தர் சொல்லியிருக்கிறார். அது வெறும் மேட்டுக்குடி மதமாகவே இருந்தது என்பதால்தான் இஸ்லாமியப் படையெடுப்பைத் தொடர்ந்து அரச ஆதரவு வற்றியதும் பௌத்தம் இந்தியாவில் இயற்கை மரணத்தை அடைந்தது. அம்பேத்கருக்குப் பிறகே பௌத்தத்துக்கு ஆதிக்க எதிர்ப்பு பிம்பம், யார் உண்மை வரலாற்றைப் படிக்கப் போகிறார்கள் என்ற துணிச்சலில், வலிந்து திணிக்கப்பட்டு இன்றும் அதுவே நம்பவும்படுகிறது.

எனினும், வைதிக பிராமணியத்தின் சடங்காசாரங்களை மறுதலித்து தத்துவார்த்த தளத்தில் புதிய வெளிகளுக்கு ஞான மரபைக் கொண்டு சென்றிருக்கிறார். உண்மையில் புத்தர் தூய வேத மதத்தையே தனது இலக்காக முன்வைத்திருக்கிறார். சத்ரியப் போர் வெறியை எதிர்த்து அமைதியான வாழ்க்கையைக் கொண்டுவந்ததிலும் பௌத்தம் இந்தியாவுக்கும் இந்து மதத்துக்கும் பெரும் நன்மையே செய்திருக் கிறது. இந்த இரண்டு சீர்திருத்தங்களைத் தாண்டி இடைநிலை, கடைநிலை ஜாதிகளின் வாழ்க்கையில் எந்தப் பெரிய தாக்கத்தையும் ஏற்படுத்தியிருக்கவில்லை.

புத்தர் என்றுமே ஆதிக்க எதிர்ப்பை முன்னெடுத்த கலகக்காரரோ எளிய மக்களின் கொண்டாட்ட வாழ்க்கைப் பார்வைமீது மரியாதை கொண்ட நியாயவானோ அல்ல. இலங்கையில் பௌத்தர்களாக இருக்கும் எளிய மக்கள் பரீட்சையில் பாஸ் ஆவது, குழந்தை பிறப்பது, திருமணம் ஆவது என தமது லௌகீகத் தேவைகளுக்கு இந்து தெய்வங்களையே கும்பிடுகிறார்கள். புத்தர் ஞான மார்க்க தெய்வம் மட்டுமே. எளிய மக்களின் பக்தி மார்க்கத்துக்கும் லௌகீகத் தேவைகளுக்கும் உகந்த தெய்வம் அல்ல.

ஒரு மதத்தை எப்படிப் பரப்பவேண்டும் என்பதற்கான உதாரணமும் கூட இந்திய பௌத்தத்திடமிருந்துதான் கற்கவேண்டும். ஒரு சொட்டு ரத்தம்கூடச் சிந்தப்படாமல்தான் உலகம் முழுவதிலும் பௌத்தம் பரவியிருக்கிறது. போரை வேண்டாம் என்று சொன்னவர் ரத்தத்தை விரும்புவாரா என்ன? இன்று பர்மாவிலும் இலங்கையிலும் பிற கிழக்காசிய நாடுகளிலும் நடக்கும் போர்களுக்கு புத்தரோ பௌத்தமோ காரணமல்ல. உண்மையில் மக்கள் பௌத்தத்தில் இருந்து விலகியதே காரணம். எனவே அவர்களுக்கான மீட்சி

பௌத்தத்தை மீட்டெடுப்பது தான். இந்தியர்களுக்கோ பௌத்தத்துக்கு மாறுவது அல்ல; தாய் மதத்துக்குத் திரும்புவதுதான். அதாவது, வேத மதத்துக்குத் திரும்புதல். சரியாகச் சொல்வதென்றால் வர்ணாஸ்ரமத்துக்குத் திரும்புதல்.

ஜாதியின் மூல வடிவமான வர்ணம் குறைகள் அற்றது. பிறப்பின் அடிப்படையில் தொழில்கள் தீர்மானமாவதுதான் தவறு. வர்ணக் கோட்பாடு குணத்தையும் செயல்களையுமே அடிப்படையாகச் சொல்கிறது. அதன்படி பிராமணர் தலித் ஆகலாம். தலித் பிராமணர் ஆகலாம். வர்ண காலகட்டத்தில் அப்படி மேல் கீழ் நகர்வுகள் இருந்ததற்கான ஆதாரங்கள் இருக்கவே செய்கின்றன. இந்து மதத்தின் மாபெரும் காவியங்களான ராமாயணத்தை எழுதியது இன்று தலித் என்ற பிரிவில் வரக்கூடிய வேடர் குலத்தில் பிறந்த வால்மீகியே. மகாபாரதத்தை எழுதியது பின் தங்கிய வகுப்பாகச் சொல்லப்படும் மீனவருக்குப் பிறந்த வியாசரே. காளிதாஸர் மரம் வெட்டும் தொழிலில் ஈடுபட்டவரே.

சம காலத்தை எடுத்துக்கொண்டால் இளையராஜா, எம்.எஸ். சுப்புலட்சுமி என பிறந்த ஜாதியைவிட்டு வேறொரு ஜாதிக்கான மரியாதையைப் பெற்றவர்கள் எத்தனையோபேர் உண்டு. ஒருவர் தனது திறமைக்கும் விருப்பத்துக்கும் ஏற்ப எந்த வேலையை வேண்டுமானாலும் செய்யலாம் என்று இன்றைய நவீன சமூகம் சொல்வதைத்தான் வர்ணக் கோட்பாடும் முன்வைக்கிறது. தமிழ் மண்ணில் சங்க காலத்தில் ஜாதிகள் இல்லாமலிருந்ததுபோல் இந்திய மண்ணில் வர்ணாஸ்ரம காலகட்டத்தில் ஜாதிகள் இருந்ததில்லை.

வர்ணாஸ்ரம காலகட்டத்தில் தொழில்களை மாற்றிக்கொள்ள முடிந்தது உண்மைதான். ஆனால், அப்போதும் மேல் வர்ணத்தோர் உயர்ந்தவர், கீழ் வர்ணத்தோர் தாழ்ந்தவர் என்ற பார்வை இருந்ததே... அதுவும் தவறு என்று ஒருவர் சொல்லக்கூடும். மேல் கீழ் என்ற ஏற்றத் தாழ்வுகள் அற்ற லட்சிய உலகம் ஒருபோதும் உருவாகாது. வசதி வாய்ப்புகள் அனைவருக்கும் சமமாகத் தரப்படவேண்டும் என்று மட்டும்தான் சொல்ல முடியும். அதை ஒவ்வொருவரும் எப்படிப் பயன்படுத்துகிறார்களோ அதற்கு ஏற்ப படி நிலை நிச்சயம் உருவாகும். கம்யூனிஸ்ட் கட்சியில்கூட சுவரெழுத்துகள் எழுதும் தோழரைவிட தாஸ் கேப்பிடலைக் கரைத்துக் குடித்து விமானத்தில் பறந்து சொற்பொழிவுகள் ஆற்றும் தோழர்கள் உயர்ந்தவர்களே... வேண்டுமென்றால் இருவரும் அருகருகே அமர்ந்து காபி அருந்தலாம். ஆனால், கூட்டணி முடிவுகள் எடுப்பது, சூட்கேஸ் வாங்குவது எல்லாம் தலைமைத் தோழர் குழு மட்டுமே. திராவிடர் கழகத்திலும் வாயில் காப்போருக்கு

ஒரு மரியாதை... பேரளவிலான ஆசிரியருக்கு வேறொரு மரியாதை தான். குண கர்ம விபாசக!

அனைவருக்கும் சம வசதி வாய்ப்புகள் தந்த பிறகு ஒவ்வொரு வருடைய பங்களிப்புக்கு ஏற்பப் படிநிலை தீர்மானமாகும். அதைத் தவறென்று சொல்லமுடியாது. எனவே, அந்தவகையில் வர்ணம் சரியே. ஜாதிதான் தவறு. வாயில் காப்பாளருடைய மகன் அந்த வேலையை மட்டுமே செய்யவேண்டும் என்று சொல்வதுதான் தவறு. கடந்த காலத்தில் வர்ணாஸ்ரமம் திரிந்து ஜாதி அமைப்பு நிலை பெற்றதற்கு என்ன காரணம் என்பதை ஒருவர் நிதானமாகப் பார்க்க வேண்டும். அது ஏதோ பிராமணர்களின் சதி என்றோ துவிஜர்களின் தந்திரமென்றோ சூத்திரர்களின் அராஜகமென்றோ சொல்லும் அரசியல் முழக்கங்களெல்லாம் வரும்காலத்தில் எடுபடும் என்று தோன்றவில்லை. அது பிரச்னையைத் தீர்க்கவும் உதவாது.

●

5

ஜாதி: சாதனைகள்

ஜாதியை எதிர்ப்பவர்கள் ஜாதியின் கொடூரத்தன்மைக்கு ஆதாரமாகச் சொல்பவற்றில் பெரும்பான்மையானவை பிரிட்டிஷ் காலகட்டத்துக் குப் பிந்தைய நிகழ்வுகளாகவே இருக்கும். அதை இன்னும் சரியாகச் சொல்வதானால், கடைநிலை ஜாதிமீது இடை நிலை ஜாதி செலுத்திய வன்முறையாகவே இருக்கும். சுதந்தர இந்தியாவில்கூட முதுகுளத்தூரில் ஆரம்பித்து சமீபத்திய சேஷ சமுத்திர, உடுமலைப் பேட்டை வன்முறைவரை அனைத்துமே இந்த இரு ஜாதிகளின் மோதலே. ஆனால், ஜாதியப் போராளிகள் அதற்குக் காரணமாகச் சொல்பவையெல்லாம் பிராமண, இந்து அமைப்புகளையே. ஜாதி உணர்வுக்கான கருத்தியல் அங்கீகாரத்தை பிராமணர்களே உருவாக்கித் தந்திருக்கிறார்கள் என்று சொல்லி அவர்களை விமர்சிக் கிறார்கள். தலித்களிலும் அதே ஜாதிய மனோபாவம் இருக்கிறதே என்று சொன்னால் அதைப் பேசாதீர்கள் என்று வாயை அடைப்பார் கள். பழங்குடிகளிலும் ஜாதி உணர்வு இருக்கிறதே... உலகில் பிராமணர்கள் காலே வைத்திராத பகுதிகளிலும் ஜாதிப் பிரிவிகள் இருக்கின்றனவே என்று கேட்டால் மௌனத்தின் வெண் கொடியைப் பறக்கவிட்டபடி அடங்கிவிடுவார்கள்.

ஜாதி சார்ந்த உண்மையான மதிப்பீடு அவர்களிடம் இல்லை. வெறும் அரசியல் பார்வையே இருக்கிறது. அரசியல் பார்வையில் தவறில்லை. ஆனால், நிகழ்வுகளில் இருந்து அரசியலை உருவாக்கியிருக்க வேண்டும். அரசியலை உருவாக்கிக்கொண்டு நிகழ்வுகளை அதற்கு

ஏற்ப மதிப்பிடுகிறார்கள். அதுதான் தவறு. ஜாதி தொடர்பான சரியான மதிப்பீடு இருந்தால்தான் சரியான அரசியலையே உருவாக்க முடியும்.

வர்ணம் எப்படி ஜாதியானது என்று அம்பேத்கர் சொன்னதையே இங்கு சொல்கிறேன். பாரதத்தில் ஆரம்பத்தில் அனைத்து மக்களுக்கும் சம கல்வி தரப்பட்டு, படிப்பு முடிந்ததும் ஒவ்வொரு வரும் அவரவருக்கு விருப்பமான வர்ணத்தைத் (தொழிலைத்) தேர்ந் தெடுத்துக் கொண்டார்கள். இந்த வழிமுறை பல காலம் நீடித்தது. பிறகு நான்கு வருடங்களுக்கு ஒருமுறை மக்கள் கூடிக் கலந்து வர்ணங்களை (தொழில்களை) மாற்றிக்கொண்டிருக்கிறார்கள். இந்த அமைப்பும் பல நூறு ஆண்டுகளுக்கு நீடித்தது. அதன் பிறகு ஒரு வாழ்நாள் முழுவதும் ஒருவர் ஒரு தொழிலையே செய்யவேண்டும் என்று தீர்மானித்திருக் கிறார்கள். மேலும் பல நூறு ஆண்டுகளுக்குப் பிறகுதான் தந்தையின் தொழிலை மகன் செய்யவேண்டும் என்று தீர்மானித்திருக்கிறார்கள். அப்படியாக வர்ணாஸ்ரம வாழ்க்கை முறையானது பல நூறு ஆண்டுகள் நிலைபெற்று கடைசியில்தான் பிறப்பின் அடிப்படையில் ஜாதியைத் தீர்மானிக்கும் ஜாதிய காலகட்ட மாக மாறியிருக்கிறது.

இன்று ஒரு வேலையைச் செய்ய அது சார்ந்த டிகிரி இருக்கிறதா... எத்தனை வருட அனுபவம் இருக்கிறது... சம்பந்தப்பட்ட துறையில் எந்த அளவுக்கு பரிச்சயம் இருக்கிறது என்றெல்லாம் கேட்டு முடிவெடுக்கிறார்கள். ஒரு பத்திரிகையில் பொருளாதாரம் பற்றிக் கட்டுரை எழுதுவதென்றால் பொருளாதாரத் துறையில் உங்களுக்கு நல்ல பரிச்சயம் இருக்கவேண்டும் என்று எதிர்பார்க்கப்படுகிறது. ஏதேனும் பொருளாதார பல்கலைப் பேராசிரியராகவோ ஏதேனும் நிறுவனத்தில் நிதி நிர்வாகப் பிரிவில் உயர் பொறுப்பிலோ இருந்திருக்கவேண்டும் என்று விரும்பப்படுகிறது. பழங்காலத்தில் அந்த அறிவும் அனுபவமும் ஒரு சில வருடங்களாக அல்லாமல் பரம்பரையாக வந்திருந்தால் நல்லது என்று எதிர்பார்க்கப்பட்டது. அன்று அதுதானே சாத்தியமும்கூட. மரபணுக்களின் மூலமாக பல விஷயங்கள் கடத்தப்படுவது இன்று நிரூபணமாகியிருக்கிறது. நான்கு வருடம் தச்சு வேலை படித்த ஒருவரைவிட தலைமுறை தலைமுறையாக தச்சுத் தொழில் செய்து வந்த குடும்பத்தில் வந்தவர் சிறப்பாக நாற்காலி செய்யமுடியும் என்ற முடிவை பழங்கால சமூகம் வாழ்க்கை அனுபவத்தில் இருந்துதான் எடுத்தது. தொழிலைப் பிறப்போடு பிணைத்தற்கு இந்த செய் நேர்த்தி சார்ந்த எதிர்பார்ப்பு தான் அடிப்படைக் காரணம்.

அடிக்கடித் தொழிலை மாற்றிக்கொண்டால் அது யாருக்கும் எந்தப் பலனும் தராமல் போகவே வாய்ப்பு அதிகம். அதுவும் இன்றுபோல் அச்சு ஊடகம் வளர்ந்து ஒவ்வொரு தொழில் அனுபவங்களும் முறையாகப் பதிவு செய்யப்பட்டு, வளர்த்தெடுக்கப்படும் வாய்ப்புகள் எல்லாம் அன்றைக்கு இல்லை. ஒரு தொழிலை கற்றுக் கொள்ள வேண்டுமென்றால் அந்தத் தொழிலில் ஈடுபட்டவரிடம் உதவியாளராகச் சேர்ந்து மட்டுமே கற்றுக்கொள்ள முடிந்தது. எனவே, ஒருவர் ஒரு தொழிலை அனைவருக்கும் கற்றுத் தருவதை விட தனது மகனுக்கு அல்ல சக தொழிலாளியின் மகனுக்குக் கற்றுத் தருவதில் முன்னுரிமை காட்டியதிலும் எந்தத் தவறும் இல்லை. தொழில்கள் எல்லாம் குலத் தொழில்களாக மாறியது இவ்வண்ணமே.

வர்ணம் ஜாதியாக மாறிய பிறகு எப்படி அது நிலைபெற்றது என்பதில் இப்படியாக ஒருவித சமூகத் தேவையும் நியாயமும் இருக்கத்தான் செய்கிறது. ஒவ்வொருவரும் ஒவ்வொரு தொழிலை தலைமுறை தலைமுறையாகச் செய்து வந்ததால் செய் நேர்த்தி அதிகரித்தது. இன்றும்கூட சிலர் தமது தொழில் துறைகளைப் பாதி வழியில் மாற்றிக் கொள்வது உண்டு என்றாலும் பெரும்பாலானவர்கள் ஒரே துறையில் தொடர்ந்து ஈடுபட்டதன் மூலமே பெரும் சாதனைகளைச் செய்ய முடிந்திருக்கிறது. தொழிலை மாற்றிக்கொள்பவர் முதலிலேயே சரியானதைத் தேர்ந்தெடுத்திருந்தால் இன்னும் சிறப்பாகச் செயல் பட்டிருப்பார் என்பதே உண்மை. பிடிக்கவில்லையென்றால் மாற்றிக் கொள்ள வாய்ப்பு இருக்கவேண்டும் என்பது சரிதான். ஆனால், ஒரே தொழிலில் தொடர்ந்து ஈடுபடுவதில் எந்தப் பிழையும் இல்லை. அதுபோலவே தலைமுறை தலைமுறையாக ஒரே தொழிலில் ஈடுபட்டதிலும் எந்தப் பிழையும் இல்லை.

இயல், இசை, நடனம், கட்டடக்கலை, சிற்பம், நகை அலங்காரம் எனக் கலைகள் அனைத்திலுமே உலகில் அந்தக் காலத்தில் செய்யப் பட்டவற்றைவிடப் பல மடங்கு சாதனைகள் இந்தியாவில் அதே காலகட்டத்தில் செய்யப்பட்டிருக்கின்றன. ஆன்மிகத்திலும் தத்துவ விசாரங்களிலும் உயரிய நிலையை எட்டியிருக்கிறோம். உருவ வழிபாடும் பல தெய்வக் கோட்பாடும் உயரிய ஆன்மிக சிந்தனையின் அற்புதமான அழகியல் வெளிப்பாடுகளே. வாணிபத்தில் கடல் கடந்து சென்று சாதனைகள் புரிந்திருக்கிறோம். இந்தியப் பொருள்கள்மீதான மோகம் உலகம் முழுவதும் இருந்திருக்கிறது. அந்தந்த நாடுகளின் ஏற்றுமதியைவிட இந்தியாவில் இருந்து இறக்குமதி செய்யப்பட்டவை மிக அதிகமாக இருந்திருக்கிறது. அதனால் அதை ஈடுகட்ட தங்கமாகவும் வெள்ளியாகவும் கொடுத்து சமாளித்திருக்கிறார்கள். இந்தியா உலகத் தங்கத்தின் கருவூலமாக

இருந்திருக்கிறது. இத்தனைக்கும் இந்தியாவில் பிற நாடுகளைப் போல் மிகப் பெரிய சாம்ராஜ்ஜியம் என்பது இருந்ததில்லை. சிறு சிறு மன்னர்களாக தமக்குள் சண்டையிட்டபடியேதான் இருந்திருக் கிறார்கள். இருந்தும் ராஜ நிர்வாகம் தனி ஜாதியிடமும் வர்த்தகம் தனி ஜாதியிடமும் இருந்ததால் அரச மாற்றங்கள் வர்த்தகத்தை பாதித்திருக்கவில்லை.

பழங்காலத்தில் உலோகப் பயன்பாட்டில், கைவினைத் தொழில் களில் சிறந்து விளங்கியிருக்கிறோம். விவசாயத்தில், நீர்ப்பாசனத்தில் சிறந்து விளங்கியிருக்கிறோம். பிரிட்டிஷார் இந்தியாவுக்கு வந்த போது இந்திய கடைநிலைப் பணியாளர்களின் சம்பளம் அன்றைய ஐரோப்பாவில் தரப்பட்ட சம்பளத்தைவிட அதிகம் என்று கூறப் பட்டிருக்கிறது.

17-ம் நூற்றாண்டுவரை உலகப் பொருளாதாரத்தில் இந்தியாவும் சீனாவுமே முன்னணியில் இருந்திருக்கின்றன. சாணக்கியனின் அர்த்த சாஸ்திரத்துக்கு இணையான நூல் அன்றைய காலகட்டத்தில் உலகில் எங்குமே எழுதப்பட்டிருக்கவில்லை. அனைத்து ஜாதியினருக்கும் அடிப்படைக் கல்வி தரப்பட்டிருக்கிறது. பிரிட்டிஷார் இந்தியாவுக்கு வந்தபோது இந்தியாவில் மன்னராக இருந்தவர்களில் 72% இன்று சூத்திர ஜாதி என்று அடையாளப்படுத்தப்பட்டிருப்பவர்களே. இவை எல்லாமே ஜாதிய வாழ்க்கையினால் நம் சமூகம் அடைந்த வெற்றி களையே சுட்டிக்காட்டுகின்றன.

விவசாயம் சாராத தலித்களை நடத்தியதை வைத்து அதிலும் அந்தக் காலகட்ட வேதனைகளை மிகைப்படுத்திச் சொல்லி இந்து சமூகத்தின் சாதனைகளை நிராகரிப்பது என்பது, ஓர் ஆசிரியரிடம் படித்த சில மாணவர் மாநிலத்திலேயே முதலாவதாக வந்திருக்கும் நிலையிலும் தோற்றுப்போன சில மாணவர்களை வைத்து அந்த ஆசிரியரை நிராகரிப்பது போன்றது. கம்யூனிஸ்ட்களுக்குப் புரியும் வார்த்தையில் சொல்வதென்றால், ஜென்னியை மார்க்ஸ் நடத்திய விதத்துக்காக தாஸ் கேப்பிடலையே நிராகரிப்பதைப் போன்றது. திராவிடர்களுக்குப் புரிய வேண்டுமென்றால், இளவயது மணியம்மையை மனைவியாக்கிக் கொண்ட கொடூரத்துக்காக ஈ.வே.ரா.வின் பங்களிப்பை நிராகரிப்ப தைப் போன்றது. எஞ்சியவர்களுக்குப் புரியும்படிச் சொல்வதென்றால் ஒரு வீட்டின் கழிப்பறையை எட்டிப் பார்த்துவிட்டு அந்த வீடு முழுவதும் மலமே மிதப்பதாகச் சொல்வதைப் போன்றது.

●

6

ஜாதி: வேதனைகள்

ஜாதி இந்தியாவுக்கு நன்மையே செய்திருக்கிறது. ஆனால், கடைநிலை வேலையைச் செய்து வந்த ஒருவர் அதில் இருந்து மீள வழியே இல்லாமல் போய்விட்டதே என்ற கேள்விக்கு பதற்றப் படாமல் யோசித்துப் பார்த்தால் வேறு விடை கிடைக்கும்.

ஒரு வண்ணார் பிராமணராவதன் மூலமும் அந்தத் தொழிலில் இருந்து விடுதலை பெற முடியும்; அதேநேரம் அந்த சலவைத் தொழிலில் இருக்கும் இழிவையும் சுமையையும் குறைப்பதன் மூலமும் விடுதலை பெற முடியும். அழுக்குத் துணியை ஆரம்பத்தில் கஷ்டப் பட்டுத் தூக்கியவர்கள் பிறகு கழுதையை அதற்குப் பயன்படுத்தியது அப்படியான விடுதலையின் வெளிப்பாடே.

இன்று சலவைத் தொழில், உலகில் கொடிகட்டிப் பறக்கும் தொழில்களில் ஒன்று. இவ்வளவு ஏன் பாத்ரூம் பயன்பாட்டுப் பொருள்களை விற்பவர் கோடிகளைக் குவித்துக்கொண்டிருக்கிறார். அந்தத் தொழிலை இன்று யாரும் இழிவாகவெல்லாம் பார்ப்பதில்லை. அன்றைய சலவைத் தொழிலாளியும் தோட்டியும் பிராமணராக முடியாமல் போனதற்கு வேண்டுமென்றால் இந்து மதத்தைப் பழிக்கலாம். ஆனால், அந்தத் தொழில்களை தொழில்நுட்ப அளவில் மேம்படுத்திக் கொள்ளாமல் போனது அவர்களுடைய தவறுதானே. ஒரு தொழிலைக் குலவழியாகச் செய்ததில் கிடைத்த அனுபவத்தை வைத்து அதை மேம்படுத்த முடியாதவர்கள் அதோடு துளியும்

சம்பந்தமற்ற ஏட்டுக் கல்வி மறுக்கப்பட்டதைக் குறையாகச் சொல்லவே முடியாது.

இந்து மதத்தின், ஜாதிய வாழ்க்கையின் மாபெரும் இழிவாக பீ அள்ளும் வேலைதான் எடுத்த எடுப்பில் உற்சாகமாக மேற்கோள் காட்டப்படும். உண்மையில் மனிதப் பீயை மனிதனே அள்ளத் தொடங்கியது ஒரு சில நூற்றாண்டுகளுக்கு முன்பிருந்துதான். எல்லா பிராமணரல்லாதோரும் வாளியும் கையுமாக அலைந்திருக்கவும் இல்லை. மேலும் உலகம் முழுவதிலும் அந்தப் பணி அப்படித்தான் செய்யவும்பட்டிருக்கிறது. இதில் இன்னொரு வேதனையான வேடிக்கை என்னவென்றால் எந்த மக்கள் பிரிவினர் பீயை அள்ளினார்களோ அவர்கள் இன்றும் அதில் இருந்து மேலே வந்திருக்க முடியவில்லை. பீக்கு பதிலாக சாக்கடையைச் சுத்தம் செய்து வருகிறார்கள். அவர்கள் பேரில் ஆரம்பிக்கப்பட்ட போராட்டத்தில் கிடைத்த சலுகைகள் அனைத்தையும் அனுபவிப்பது ஒருநாள்கூட பீயை அள்ளி இருக்காத பிற பிராமணரல்லாத ஜாதிகளே. உண்மையில் இட ஒதுக்கீடு தோட்டிகளுக்குத்தான் முதலில் தரப்பட்டிருக்க வேண்டும்.

இன்றும் மங்கள்யான் வெற்றியை விஞ்ஞானிகள் கொண்டாடினால் உடனே இந்தப் பீ அள்ளும் படத்தைத்தான் போட்டு பதிலடி கொடுப்பார்கள். ஏதோ இந்துக்களை, இந்தியாவை சந்தி சிரிக்க வைத்துவிட்டதுபோன்ற பெருமிதம் வேறு. கம்யூனிஸ்ட் முதலாளிகளும் திராவிடப் பண்ணையார்களும் தலித் சூத்திர அறிவு ஜீவிகளும் உருவாகி கன காலம் ஆயிற்றே. இஸ்லாமியக் கோட்டைகளும் கிறிஸ்தவ சாம்ராஜ்ஜியமும் ஸ்தாபிக்கப்பட்டு விட்டிருக்கின்றனவே. இன்றும் ஒருவர் பீயை கையால் அள்ளுகிறார் என்றால் அதற்கு அவர்களும்தானே ஒரு காரணம். அந்தத் தொழிலை எளிமைப் படுத்தவோ மேம்படுத்தவோ ஒரு துரும்பைக்கூட ஜாதியப் போராளிகள் யாரும் கிள்ளிப் போட்டிருக்கவில்லையே.

சிந்து சரஸ்வதி நாகரிக காலகட்டத்திலேயே வீடுகளுக்குப் பின்னால் அழகான கால்வாய் வெட்டப்பட்டு கழிவுகள் எல்லாம் ஓர் ஓடையில் சென்று சேருவதுபோல் திட்டமிடப்பட்டிருந்ததே... மனிதக் கழிவை மனிதன் ஏன் அள்ளவேண்டும். ஒரு வாளித் தண்ணீரை ஊற்றினால் அதுபாட்டுக்கு ஓடையில் சென்று சேர்ந்துவிடும். இந்த எளிய தொழில்நுட்பத்தைச் செய்ய வேதம் படிக்க வேண்டிய அவசியமே இல்லை. இந்தத் தொழில்நுட்பத்தைக்கொண்ட 'சுலப்' கழிப்பறைத் திட்டம்கூட ஒரு காந்திய பிராமணரால்தானே முன்னெடுக்கப் பட்டிருக்கிறது. எல்லாப் பழியையும் மனு மேல் போட்டுவிட்டால்

பிரச்னை தீர்ந்துவிடுமா என்ன? வேதத்தைப் படிக்கவிடாததால் எல்லாமே போயிற்று என்று சொல்ல அதில் அப்படியொன்றும் எல்லாத் தொழில் ரகசியங்களும் ஒளித்து வைக்கப்பட்டிருக்க வில்லையே.

வேதம் ஓதுதலும் ஓதுவித்தலும் பிராமணர்களின் தொழில். அதை வேறு ஆட்கள் பின்பற்றினால் தண்டனை என்று சொல்லியிருக் கிறார்கள். அதிலும் காதில் ஈயத்தைக் காய்ச்சி ஊற்றவேண்டும் என்பது புத்தகத்தில் மட்டுமே இருக்கிறது. அப்படி ஒன்று செய்யப் பட்டதாக எங்குமே எந்த ஆதாரமும் இல்லை. பிராமணரல்லாதவர் கள் வேதத்தைச் சொன்னால் காதில் ஈயத்தைக் காய்ச்சி ஊற்றியதைப் போல் இருக்கும் என்று உச்சரிப்புத் தூய்மையை வலியுறுத்தச் சொல்லப்பட்ட ஒன்றை பிரிட்டிஷ் தொகுப்பாளர், வேதம் ஓதும் பிராமணரல்லாதவரின் காதில் ஈயத்தைக் காய்ச்சி ஊற்று என்று திரித்திருக்கவே வாய்ப்பு அதிகம். மேலும் அது மனு ஸ்மிருதியில் சொல்லப்பட்டதாகச் செய்யப்பட்டிருக்கும் வெறுப்புப் பிரசாரம் முழுக்கவும் பொய். சதபத பிரமாணம் என்ற யாருக்குமே தெரியாத நூலில்தான் அது சொல்லப்பட்டிருக்கிறது.

குலத் தொழில் அல்லாமல் வேறு எந்தத் தொழிலையுமே யாருமே கற்றுக்கொள்ள வழியிருந்திருக்காத நிலையில் பிராமணத் தொழிலும் மூடுண்டதாகவே இருந்திருக்கிறது. அதோடு வேதக் கல்வி மட்டுமே கல்வி அல்ல. இலக்கியங்கள், புராணங்கள், கதைகள், பழமொழி கள், கணித அடிப்படைகள், நில அளவைகள், சொத்துரிமைகள், இசை, நாடகம், கூத்துகள் என எல்லாமே பிராமணரல்லாதோர் கற்றுக் கொள்ள முடிந்தவையாகவே இருந்திருக்கின்றன. எனவே, கடந்த கால ஜாதிய வாழ்க்கையின் பின் தங்கிய நிலை என்பது ஒவ்வொரு ஜாதியின் அன்றைய தொழில் நுட்ப, அறிவியல் வளர்ச்சிக்கு ஏற்ப இருந்திருக்கிறது. இதில் தனிப்பட்ட முறையில் யார் மீதும் குறை சொல்ல முடியாது. இன்றைய தொழில்நுட்ப முன்னேற்றத்தோடு நேற்றைய உலகை ஒப்பிட்டால் எல்லா சமூகமுமே காட்டுமிராண்டி சமூகமே.

சில தொழில்களின் மீதான இழிவான பார்வை என்பது அவை இழிவான தொழில்கள் என்பதால் அல்ல. அதைச் செய்பவர்கள் அதை மேம்படுத்த எதுவுமே செய்யவில்லை என்பதால்தான் ஏற்பட்டிருக் கிறது. உன் சிறையின் சாவி உன் இடுப்பில்தான் இருந்தது. நீ இருந்தது சிறை என்றால் அதற்கு நீயுமே காரணம். சமூகத்தில் முன்னேறிய பிரிவினர் சமூகத்தின் அனைத்து தரப்பினரின் நலன் சார்ந்து சிந்தித்திருக்கவேண்டும் என்று சொல்வது சரிதான்.

அதேநேரம் ஒரு தொழிலைச் செய்த பிரிவினர் அந்தத் தொழிலின் இழிவையும் கடினத் தன்மையையும் போக்க முயற்சி செய்திருக்க வேண்டும் என்பதும் நியாயம்தானே. உன் பசிக்கு நீதானே சாப்பிட்டாக வேண்டும்.

இன்றைய நவீன அறிவியல் யுகத்தில் அந்த இழிவைப் போக்குவது எப்படி என்று யோசிப்பதுதான் நல்லது. யார் மீது தவறு என்று பழி போட்டுக்கொண்டிருப்பது அல்ல. ஆனால், அதுதான் மும்முரமாக நடக்கிறது. அப்படி வீண் பழி போடுபவர்களைப் பார்த்துக் கேட்கப் படும் கேள்விதான், 'தலித்களே தமது தொழில்களை மேம்படுத்திக் கொண்டிருக்கவேண்டியதுதானே... இன்றைய ஜாதியப் போராளிகளே சாக்கடையைச் சுத்தம் செய்யும் தொழில் நுட்பத்தைக் கண்டுபிடித்துக் கொடுக்க வேண்டியதுதானே' என்பவை எல்லாம். மற்றபடி நேற்றைய விவசாயம் சாரா தலித்களின் வேதனை குறித்த வலி இல்லாமல் இல்லை.

இதில் இன்னொரு அம்சமும் இருக்கிறது. நேற்றைய தலித்கள் தமது பணிகளை அர்ப்பண உணர்வுடனும் நேர்த்தியுடனும் பெருமை யுடனும் செய்துவந்திருக்கிறார்கள். ஒரு வண்ணாரை எடுத்துக் கொண்டால் நூறு வீட்டுத் துணிகளை ஒன்றாகப் போட்டுத் துவைத்து ஒவ்வொன்றையும் தனித்தனியாக அந்தந்த வீட்டுக்குத் துளியும் பிசகாமல் அதுவும் தலைமுறை தலைமுறையாகக் கொண்டு சேர்த்ததில் ஒரு கணினிக்கு இணையான தொழில்நுட்பத்தையே பின்பற்றி யிருக்கிறார்கள்.

ஜாதி சமூகம் குறித்த இந்த நேர்மையான பார்வை ஜாதியப் போராளி களிடம் இருந்திருக்கவில்லை என்பதே நமது அனைத்துப் பின்னடைவுகளுக்குமான மூல காரணம். அதற்கு அவர்களை மட்டுமே குறை சொல்லிப் பலனில்லை. மத வழி சமூக அமைப்பைக் கொண்ட கிறிஸ்தவர்கள்தான் 18-ம் நூற்றாண்டுக்குப் பிந்தைய ஜாதியப் போராட்டத்தை முன்னெடுத்திருக்கிறார்கள். அவர்களுக்கு அவர்களுடைய மதம் உயர்ந்தது என்ற எண்ணம் இருந்தது. எனவே பரஸ்பர சம்மதத்துடன் பிரிந்து வாழும் ஜாதிய வாழ்க்கையை இழிவானதாகச் சொன்னார்கள். கடைநிலை ஜாதிகளின் மீட்பராகத் தங்களைக் கூறிக் கொண்டார்கள்.

ஆனால், உண்மையில் ஜாதி என்பது ஒவ்வொரு சமூகத்தின் அடையாளமாக இருந்திருக்கிறது. ஒவ்வொரு ஜாதியும் ஒவ்வொரு கலாசார, பண்பாட்டு அம்சங்களைக் கொண்டதாக இருந்திருக்கிறது. அவர்களுடைய தொழில்கள்தான் கடினமானவையாக, கேவல மானதாக இருந்திருக்கிறதே தவிர அந்தத் தொழிலைத் தாண்டிய

அவர்களுடைய வாழ்க்கையும் மதிப்பீடுகளும் அவர்களுடைய கௌரவமாக இருந்திருக்கின்றன. நான் பீ அள்ளுபவன் மட்டுமே அல்ல... நான் கங்கையம்மனைத் தொழுபவனும்கூட. நான் அழுக்குத் துணி துவைப்பவன் மட்டுமல்ல... எங்கள் குலத்தின் சடங்கைப் பின்பற்றுபவனும்கூட என ஒவ்வொரு ஜாதிக்கும் தனியானதொரு ஆன்மிக, கலாசார அடையாளத்தையும் அந்த ஜாதியே தந்திருக்கிறது.

எனவே, இந்து சமூகத்தின் பழங்காலத் தொழில்களை நவீனப்படுத்தியிருந்தாலே எல்லா பிரச்னையும் தீர்ந்திருக்கும். இந்து சமூகம் தொழில் புரட்சி யுகத்துக்குள் தனக்கான வழியில் நுழைந்திருந்தால் இந்தப் பிரச்னையே வந்திருக்காது. ஆனால், அது ஐரோப்பாவால் கழுத்தைப் பிடித்து தரதரவென இழுத்துச் செல்லப்பட்டதால் இந்தக் குளறுபடிகள் வந்திருக்கின்றன.

இந்து சமூகம் இழிவானது என்று மேற்கத்திய கிறிஸ்தவ அறிவுஜீவிகள் முன்வைத்ததை அப்படியே இந்திய அறிவுஜீவிவர்க்கம் ஏற்றுக் கொண்டுவிட்டதால் அதன் படைப்பூக்க சிந்தனை முனை மழுங்கி விட்டது. ஒரு பலசாலியைப் பத்து பேர் சுற்றி நின்று 'உடம்புக்கு என்ன ஆச்சு, காய்ச்சலா... முந்தி மாதிரி கம்பீரம் இல்லையே' என்று மாறி மாறிக் கேட்டால் அவர் தனக்கு ஏதோ வந்துவிட்டதுபோல் நினைத்து நினைத்தே படுக்கையில் விழுந்துவிடுவார். இந்தியாவின் இன்றைய பின்னடைவுக்கு அப்படியான அவதூறுப் பிரசாரமே காரணம்.

●

7

ஜாதிப் போராட்டம்: முதல் கோணல் முற்றும் கோணல்!

பிராமணர்கள் ஒரு பக்கம்... பிராமணர் அல்லாதவர் ஒரு பக்கம் என்று தமிழகத்தில் அணி பிரிந்தனர். மேல் ஜாதி இந்துக்கள் ஒரு பக்கம்... கீழ் ஜாதி இந்துக்கள் ஒரு பக்கம் என்று வேறு இடங்களில் போராட்டம் முன்னெடுக்கப்பட்டது (தலித்களில் ஜாதியும் உண்டு; உருவ, தாய் தெய்வ, இயற்கை வழிபாடு, பூஜை-படையல்கள், விபூதி குங்குமங்கள் என அனைத்து இந்து அம்சங்களும் உண்டு. எனவே, அம்பேத்கர் போன்றோரின் ஜாதி இந்துக்கள், தலித் என்ற பதப் பிரயோகங்கள் முழுவதுமாக நிராகரிக்கத்தக்கதே).

உண்மையில் சமத்துவத்தை ஏற்கத் தயாரானவர்கள் ஓரணியாகவும் அதை மறுதலிப்பவர்கள் வேறொரு அணியாகவும் இந்தப் போராட்டம் முன்னெடுக்கப்பட்டிருக்க வேண்டும். அதாவது பிராமணர்களில் சமத்துவத்தை ஏற்றுக்கொண்டவர்களும் பிராமணரல்லாதவர்களில் சமத்துவத்தை ஏற்றுக்கொண்டவர்களும் ஓர் அணியாக நின்றிருக்கவேண்டும். கூடவே, ஒவ்வொரு ஜாதியிலும் சமத்துவத்தை மறுப்பவர்களை அதே ஜாதியில் இருக்கும் சமத்துவத்தை ஏற்பவர்களே எதிர்த்து நின்றிருக்கவேண்டும். அப்படி நடந்திருந்தால் நிச்சயம் ஜாதிப் போராட்டம் இந்த அளவுக்கு வன்முறை நிறைந்ததாக ஆகியிருக்காது.

ஓர் இடை நிலை ஜாதிக்காரர் தன்னை எதிர்க்கும் தாழ்ந்த ஜாதிக்காரர் மீது காட்டும் வெறுப்பைவிட நிச்சயம் குறைவான வெறுப்பைத்தான்

தன்னை எதிர்க்கும் தனது ஜாதிக்காரர் மேல் காட்டுவார். பழங்காலப் போர் முறையில் வில் வித்தை தெரிந்தவர் இன்னொரு வில் வித்தைக் காரருடன் மட்டுமே மோதுவார். பக்கத்திலேயே கதாயுதத்துடன் ஒருவர் இருந்தால் அவரைத் தாக்கவே மாட்டார். ஈட்டி வைத்திருப் பவர் வாள் வைத்தவரைத் தாக்கமாட்டார். இன்னொரு ஈட்டி வீரரையே குறி வைப்பார். அதுபோல்தான் ஜாதி உணர்வில் இருந்து வெளியே வந்த பிராமணர் ஒருவர், ஜாதி உணர்வில் இருந்து வெளியே வராத பிராமணரை எதிர்த்துப் போரிட்டிருக்கவேண்டும். ஜாதி உணர்வு கொண்ட பறையரை எதிர்த்து ஜாதி உணர்வில் இருந்து வெளியே வந்த பறையர் போரிட்டிருக்கவேண்டும். சுய ஜாதி மன மாற்றமே ஒட்டு மொத்த சமூக மன மாற்றத்தைச் சாத்தியப்படுத்தி யிருக்கும். அதோடு ஜாதி உணர்வில் இருந்து வெளியே வந்த பிராமணரும் தேவரும் பள்ளரும் கை கோர்த்து நின்றிருக்கவேண்டும்.

காந்தி அதைத்தான் சொன்னார். தீண்டாமை கொடுமைக்கு, மேல் ஜாதி இந்துக்களே பிராயச்சித்தம் செய்யவேண்டும் என்றார். ஆனால், அம்பேத்கர் அதை எள்ளி நகையாடினார். அமெரிக்காவில் ஆப்ரஹாம் லிங்கனை கறுப்பர்கள் தமது தலைவராகவே பார்க்கிறார்கள். வெள்ளையராக அல்ல. அமெரிக்காவில் வட பகுதி வெள்ளையர்கள் தென் பகுதி வெள்ளையர்களை எதிர்த்துப் போராடினார்கள். வட பகுதி வெள்ளையர்களை கறுப்பர்கள் சக போராளிகளாகப் பார்த்தார் கள். ஆனால், இந்தியாவிலோ மூளைச்சலவை செய்யப்பட்ட சூத்திர, தலித் போராளிகள் காந்தியை பனியாவாகப் பார்க்கிறார்கள். நேச சக்தியாக அல்ல. மேல் ஜாதியில் இருந்து ஜாதி உணர்வை விட்டொழித்துப் போராட முன் வந்தவர்களை விலக்கியே வைத்தார்கள். அடக்கி ஒடுக்கியதும் நீங்களே... எங்கள் விடுதலையை முன்னெடுப்பதும் நீங்களேவா என்று வக்கணை பேசினார்கள்.

இதே போராளிகள்தான் தத்தமது ஜாதிகளில் இருக்கும் ஜாதி வெறியர்களை சுய ஜாதிப் பற்றினால் மௌனமாகக் கடந்தும் சென்றார்கள். அவர்களுக்கு ஜாதி விடுதலை முக்கியமில்லை. அவர்களுடைய ஜாதி ஆதிக்க ஜாதி ஆகவேண்டும்; இந்து மதம் அழியவேண்டும் (எஜமானர்களின் விருப்பத்துக்கு ஏற்ப). அவர்கள் உருவாக்கும் உலகம் ஜாதி வெறியற்ற சமூகம் அல்ல. சுய நலமான சுய ஜாதி மேலாண்மை மற்றும் இந்து மத அழிப்பு மட்டுமே. எனவே, பேசுவது வெறும் அரசியல் என்ற உண்மையை அவர்கள் புரிந்து கொள்ளவேண்டும். அதிலும் நேச சக்திகளை இனங்காணத் தெரியாத அசட்டு, வெறுப்பு அரசியல் என்பதைப் புரிந்துகொள்ள வேண்டும். பாதிக்கப்பட்டவனின் குரலாக, நியாயவானின் கோபமாக, உரிமைக் குரல் எழுப்பும் வீரனாகக் கற்பிதம் செய்து கொள்வதில் அர்த்தமே இல்லை.

இதில் கவனிக்கவேண்டிய முக்கிய அம்சம் என்னவென்றால், தலித் மக்களும் சூத்திர மக்களும் இந்துத் தன்மையை விட்டு விலக விரும்பி யிருக்கவே இல்லை. அவர்களுக்காகப் போராடுவதாகச் சொல்பவர் கள்தான் தமக்கான நிதியூட்டத்துக்கு ஏற்ப ஏதேனும் ஒரு ஆக்கிரமிப்பு மதத்தைப் பற்றிக்கொண்டு இந்து மதத்தை விமர்சித்துவருகிறார்கள்.

மேல் ஜாதியைக் கீழ் ஜாதி எதிர்க்க முற்பட்டதால் இந்தப் பிரச்னை அதிக இழப்பைக் கொண்டுவந்திருக்கிறது. உண்மையில் அறிவு ஜீவிகள் முன்வைத்ததுபோல் பிராமணர்களுக்கு எதிரான போராகவோ இந்து மதத்துக்கு எதிரான போராகவோ இது ஆகாமல் இடைநிலை மற்றும் கடை நிலை ஜாதிகளுக்கிடையிலான போராகவே ஆகிவிட்டிருக்கிறது. ஏனென்றால், ஜாதிப் பிரச்னைக்கு வைதீக இந்து மதமோ பிராமண சமூகமோ மட்டுமே காரணமல்ல. இந்தியாவின் ஒவ்வொரு நபரின் உடலிலும் ஜாதி ரத்தமே ஓடுகிறது. வெறுப்பின் நோய்க் கிருமிகளை அதில் புகுத்தினால் அந்த ரத்தம் அதையே உடல் முழுவதும் அனுப்பும். சீர்திருத்தத்தை மருந்தைச் செலுத்தினால் மட்டுமே உடல் ஆரோக்கியம் பெறும்.

சுய ஜாதி விமர்சனத்தை முன்வைக்காமல் இருந்ததிலோ ஜாதி சீர்திருத்தத்தை முன்வைக்காததிலோ தவறில்லை என்று சொல்பவர்கள் நேச சக்திகள் எதிரிகளாக ஆகியிருப்பதைப் பார்த்தாவது தமது அணுகுமுறையை மாற்றிக்கொள்ள முன்வரவேண்டும். இது ஜாதி சார்ந்த சிந்தனையில் வரவேண்டிய மாற்றம்.

மதத்தோடு இணைத்துப் பார்க்கும்போது வேறு சில மாறுதல்கள் வரவேண்டும். இந்து மதத்தின் குறைகளைப் பேசும் அதே நேரம் இஸ்லாமிய, கிறிஸ்தவத்தின் குறைகளையும் ஒரு போராளி பேசியாக வேண்டும். ஏனென்றால், ஜாதிய இந்து மதம் இந்தியாவின் களங்கம் என்றால் கிறிஸ்தவமும் இஸ்லாமும் உலகின் களங்கங்கள். மேலும் அவை இந்தியாவுக்குள் நுழைந்து பல நூற்றாண்டுகள் ஆகிவிட்டன. இந்தியாவின் பெரும்பாலான பின்னடைவுகளுக்கு அவர்களும் காரணமே. ஒரு சூத்திர, தலித் போராளியாகத் தன்னைக் காட்டிக்கொள்ள விரும்புபவர் பிராமணரல்லாத ஜாதிகள்மீது விமர்சனத்தை முன்வைப்பது தமது அணியைப் பலவீனப்படுத்தி விடும் என்று நினைப்பதுபோலவே, கிறிஸ்தவ இஸ்லாமிய மதங்களை விமர்சிப்பது தனது நிதிநிலையையும் உயிரையும் சேர்த்தே பாதிக்கும் என்று அஞ்சுகிறார். உண்மையான சமத்துவத்தைப் பேசும் ஒருவர் இந்தப் பிழையான அரசியல் பார்வையில் இருந்து வெளியே வரவேண்டும். அவருக்கு மட்டுமே ஜாதி சார்ந்த கொடுமைகளை எதிர்க்கும் தார்மிக உரிமை உண்டு.

●

8

ஜாதி வெறியைப் புரிந்துகொள்ள முயற்சி செய்தல்

ஆதிக்க சக்தியின் மேலாண்மை மனோபாவத்தைக் கொடூரமானது என்று ஒற்றை வார்த்தையில் நிராகரிக்காமல் கொஞ்சம் அதைப் புரிந்து கொள்ள முயற்சி செய்யவேண்டும். ஏனென்றால் அது எல்லாரிடமும் இருக்கிறது. ஒவ்வொருவரும் ஒவ்வொரு வகையில் வெளிப்படுத்து கிறோம். குற்றம் செய்யாதவர் எவரோ அவரே கல் எறியவேண்டும்.

நோய் நாடி நோய்க்கு முதல் நாடி அது தணிக்கும் வாய் நாடும் முயற்சியே இது. குற்றத்தை வெறு... குற்றவாளியை நேசி என்று சொல்வார்கள். குற்றவாளியை நேசிக்க முதல் படி குற்றத்தைப் புரிந்துகொள்வதுதான்.

ஓர் அலுவலகத்தில் பணிபுரிகிறோம் என்று வைத்துக்கொள்ளுங்கள். நமக்குக் கீழே இருக்கும் பணியாளருக்குப் பதவி உயர்வு கொடுத்து நமக்கு மேலாக அமர்த்தினால் நிச்சயம் கோபம் வரத்தான் செய்யும். அதற்காக அருவாளை எடுத்து வெட்டவெல்லாம் மாட்டோம் என்று நீங்கள் சொல்வீர்களென்றால், அவரைப் பணி நீக்கும் வாய்ப்பு உங்களுக்குக் கிடைத்தால் என்ன செய்வீர்கள் என்பதை நெஞ்சைத் தொட்டுச் சொல்லவேண்டும்.

நாம் எல்லாரையும் சமமாக மதித்துவிடுவதில்லை. அதிலும் நம்மை விடக் கீழான வேலை செய்த ஒருவரை அவர் என்னதான் சாதனை

செய்தாலும்கூட நமக்கு மேலாக ஏற்றுக்கொள்ளமுடியாது. இது மனித இயல்பு. ஒரு அலுவலகத்தில் சில ஆண்டுகள் வேலை செய்து உருவாகும் படிநிலைக்கே இப்படி. ஜாதிப் படிநிலையோ பல தலைமுறைகளாக இருந்து வந்து ஒன்று. எனவே, ஓர் ஆதிக்க ஜாதி மனிதரின் கோபம் சரியல்ல என்றாலும் புரிந்துகொள்ளப்படவேண்டிய ஒன்றுதான்.

இப்போது நமது இலக்கு அந்தக் கோபம் அவருக்கு வராத அளவில் அல்லது அதை அவர் நாகரிகமாக வெளிப்படுத்தும் வகையில் கீழே இருப்பவரை மேலே கொண்டுவருவது எப்படி? அலுவலகத்தில் என்றால் ப்யூனை கிளார்க் ஆக்கினால் கிளார்க்கை சீனியர் கிளார்க் அல்லது மேனேஜர் என பதவி உயர்வு கொடுத்து அந்த அதிருப்தியை மட்டுப் படுத்தலாம். சமூகத்தில் என்றால், இடை நிலை ஜாதியின் ஈகோவை வேறு வகையில் திருப்திப்படுத்த முயற்சி செய்யவேண்டும்.

ஒரு குற்றவாளியிடம் எதற்கு இதமாக நடந்துகொள்ளவேண்டும் என்ற கேள்வி உங்களுக்கு இருக்குமானால், அந்தக் குற்றத்தை நீங்களும் செய்யும் நிலையில் அல்லது அதைச் செய்யும் பலரில் ஒரு சிலரை மட்டுமே நீங்கள் தண்டிக்க விரும்பும் நிலையில் நீங்கள் நீதிபதியின் இடத்தில் அல்ல பிடிபடாத குற்றவாளியின் இடத்தில் அல்லது குற்றத்தை ஆள் பார்த்து எதிர்க்கும் இடத்தில் மட்டுமே இருக்கிறீர்கள் என்பதை நினைவில் கொள்ளுங்கள். மேலும் ‘அடங்க மறு; அத்துமீறு’ என்ற வீர வசனங்களை வாழ்க்கையில் எங்கெல்லாம் கடைப்பிடிக் கிறீர்கள் என்றும் யோசித்துப் பார்க்கவேண்டும்.

உதாரணமாக, திருமாவளவன் என்றைக்காவது இதை தனது அரசியல் களத்தில் வெளிப்படுத்தியிருக்கிறாரா? திராவிட முன்னேற்றக் கழகத்தின் தலைவரும் ஈவேராவின் சீடரும் அண்ணாவின் தம்பியும் தலித் சம்பந்தியும் தமிழினத் தலைவரும் இன்னும் பலவுமான கருணாநிதியிடம் தேர்தல் சீட் பேசும்போது இந்த வீரமெல்லாம் எங்கே போய்விடுகிறது? பழங்குடிகளையும் சேர்த்து தலித்கள் மொத்தம் 25 சதவிகிதம் இருக்கிறோம். எம்.எல்.ஏ. சீட்களில் 25 சதவிகிதம் எங்கள் ஆட்களுக்கு இடம் கொடுத்தே ஆகவேண்டும் என்று உரிமை முழக்கம் செய்திருக்கவேண்டியதுதானே... ஆட்சியில் தலித்களுக்கு 25 சதவிகித இடம் தந்தாகவேண்டும். எனது கட்சிக்கு இல்லையென்றாலும் ஒட்டு மொத்த தலித்களுக்கு 25% இடம் தந்தாக வேண்டும். அது எங்கள் உரிமை என்று பேசிப் பார்க்க வேண்டியது தானே. கிராமப்புறங்களில் மேல் ஜாதியினரின் நிலங்களில் கூலி வேலை செய்யும் தலித்களை ‘அடங்க மறு’ என்று உசுப்பிவிட்டு விட்டு இவர்கள் மட்டும் தம்மை அடக்குபவர்களுக்குக் கூழைக் கும்பிடு போட்டுப் பொன்னாடை போர்த்தி எத்திப் பிழைப்பார்களாம். சொரணை இருந்தால் நீயல்லவா முதலில் அத்துமீறவேண்டும்.

கருணாநிதியின் சமூக நலச் சிந்தனைகளையும் இன்னபிற நல்லெண்ணங்களையும் காரணம் காட்டி அவருடன் பல்லை இளித்துக் கொண்டு போட்டோவுக்கு போஸ் கொடுப்பது சரியென்றால், எளிய கிராமத்து தலித்களுக்கும் தமது ஆண்டைகளை நியாயப்படுத்த வேறு பல காரணங்கள் இருக்கும்தானே. இத்தனைக்கும் எளிய மக்களின் விசுவாசம் ஆத்மார்த்தமானது. அரசியல்வாதிகளைப்போல் கயமை நிறைந்தது அல்ல. எனவே, கலகம் செய்யச் சொல்லித் தூண்ட வேண்டுமென்றால் முதலில் நீ கலகக்காரனாக இருக்கவேண்டும். உன் வீட்டைச் சுற்றிச் சந்தர்ப்பவாத மதில்களை எழுப்பிக் கொண்டு விட்டு எளிய மக்களின் வீட்டைச் சுற்றி இருக்கும் சமரச வேலிப்படல்களைப் பிய்த்தெறிவது அயோக்கியத்தனம்.

எனவே, ஆதிக்க ஜாதியின் மேலாண்மை மனோபாவத்தை மதிப்பதே பிரச்னையைத் தீர்க்க எளிய வழி. உதாரணமாக, வன்னியர் தெருவின் வழியாக பறையர் சாமியின் தேர் ஊர்வலம் போயாகவேண்டும். இதை எப்படிச் சாத்தியப்படுத்தலாம்? அந்த கிராமத்தில் வாழும் பறையர்கள் அனைவருமே ஒன்று கூடி பூ, பழங்கள், வெற்றிலை பாக்கு, வேட்டி, இனிப்புவகைகள் என சீர்வரிசைத் தட்டுடன் சென்று வன்னியர்களின் தலைமையைச் சந்தித்து அனுமதி கேட்கவேண்டும். பதில் மரியாதையாக வன்னியர்கள் பறையரின் அம்மனின் தேர் அலங்காரப் பொறுப்பை ஏற்றுக்கொண்டு வரவேற்பு கொடுப்பார் கள். தேர் வடம் இழுப்பதற்கு முன்பாக வன்னியத் தலைவருக்கு பறையர் ஆரத்தி எடுத்து பரிவட்டம் கட்டிவிடவேண்டும். ஆரத்தி எடுத்த பெண்களுக்கு ஆயிரம் ரூபாய் காணிக்கை கொடுத்து பரிவட்டம் கட்டிவிட்ட பறையருக்கு தங்கச் சங்கிலி போட்டு பதில் மரியாதை செய்ய வேண்டும் வன்னியத் தலைவர். ஆக இங்கே ஒவ்வொருவரும் தமது மேலாண்மை உணர்வை ஒருவருக்கொருவர் செய்யும் மரியாதை மூலமாக வெளிப்படுத்திக் கொள்வார்கள். இதுவே வன்னிய - பறையர் பிரிவினர் இருவருமே தமிழர்களே, இந்துக்களே, இந்தியர்களே என்ற அடையாளங்களின்படி ஒருங்கிணைக்க விரும்புபவர்கள் செய்ய வேண்டிய சீர்திருத்தம்.

இந்த ஆதிக்கப் பிரிவின் மேலாண்மையைப் பிற சமூகங்கள் எப்படித் தீர்த்திருக்கின்றன? கிறிஸ்தவத்தில் உட்பிரிவுச் சண்டையும் வர்க்கச் சண்டையும் பெரிதாக இல்லாமல் போனதற்கு முக்கிய காரணம் அவை உலகை காலனியாக்கி அதன் மூலம் பெரும் செல்வத்தைச் சுரண்டிப் பங்கிட்டுக் கொண்டதுதான். அவர்களுடைய மதம் ஒற்றைப் பெரும் சக்தியாக அவர்களை ஒருங்கிணைத்ததால்தான் உலகை வெல்ல அவர்களால் புறப்படவே முடிந்தது. எனவே, அந்த ஒருங்கிணைப்பில் அந்த மதத்துக்குள்ளாக ஒருவகையான சமத்துவம்

இருப்பது என்னவோ உண்மைதான். ஆனால், அது உலகுக்குப் பெரும் அழிவையே உருவாக்கியிருக்கிறது. இஸ்லாமும் அத்தகையதே.

சிலந்திகள் தனித்தனியாக வலை விரித்தால் அதில் மாட்டிக்கொண்டு இறக்கும் உயிர்களின் எண்ணிக்கை குறைவாகவே இருக்கும். அவையே ஆக்டோபஸாக பிரமாண்டமாக உருவெடுத்து உலகைச் சூறையாடினால் ஏராளமான சேதமே ஏற்படும். அதுதான் நடந்தது. இந்து ஆதிக்க ஜாதிகளின் மேலாதிக்கத்தை அப்படியான உலகளாவிய சுரண்டல் மூலம் மட்டுப்படுத்த இயற்கைக்கு விருப்பமில்லை. அது இந்து ஜாதிய சக்திகளை மையம் அழிக்கப்பட்ட அமைப்பாகவே வைத்திருக்கிறது.

இந்த நிலையில் ஆதிக்க மனோபாவத்தை மாற்ற இந்தியாவில் மேற்கொள்ளப்பட்ட வழியைப் பார்ப்போம். ஆதிக்க சக்தியாக இருந்த பிராமணர்கள் தமது மேலாதிக்க மனோபாவத்தில் பெருமளவுக்கு மாற்றத்தைக் கொண்டுவந்திருக்கிறார்கள். இன்றும் பிராமணர்கள் தமது மேட்டிமைப் பெருமிதத்துடன் இருக்கத்தான் செய்கிறார்கள். ஒரு பிராமணப் பெண்ணை தாழ்ந்த ஜாதி ஆண் திருமணம் செய்துகொண்டால் அவர்களும் மனதார ஏற்றுக் கொள்வதில்லைதான். ஆனால், வன்முறையில் இறங்குவதில்லை. அவர்கள் என்றுமே வன்முறையில் இறங்கியதில்லை என்பதால் இன்றும் வன்முறையில் இறங்கவில்லை என்பது உண்மைதான் என்றாலும் பிராமணர்கள் தமது மேலாதிக்கத்தை நவீன உலகிலும் அழுத்தமாக நிலை நிறுத்திக் கொண்டிருப்பதே அவர்கள் பதற்றம் அடையாமல் இருப்பதற்கு முக்கிய காரணம்.

அக்ரஹாரங்களில் கோலோச்சிய பிராமணர்கள் நகரங்களுக்கு நகர்ந்தார்கள். அரசுப் பணியில் வாய்ப்பு குறைந்ததும் தனியார் நிறுவனங்களுக்கு நகர்ந்தார்கள். அதன் பிறகு வெளிநாடுகளுக்குப் பறந்தார்கள். சரியாகச் சொல்வதென்றால், பிராமணர்களின் பொற்காலம் பிரிட்டிஷாரின் வருகைக்குப் பிறகுதான் ஆரம்பித்தது என்றே சொல்லலாம்.

எனவே, இடைநிலை ஜாதிகளின் பொருளாதார மேம்பாடுதான் அவர்களுடைய மேலாதிக்க எண்ணங்களை நாசூக்காக வெளிப்படுத்த வழி செய்யும். இந்த இடத்தில்தான் இந்திய வளங்களை இந்திய நலன் சார்ந்து மேம்படுத்தும் பொருளாதாரத் திட்டங்களின் தேவை வருகிறது. ஒரு கிராமத்தில் இருக்கும் விளை நிலங்களை சிறப்புப் பொருளாதார மண்டலத்துக்காகக் கொடுக்கும்போது அந்தப் பகுதியில் இருக்கும் ஆதிக்க ஜாதிக்கு 40% ஆதாயம்... கடைநிலை ஜாதிக்கு 30% ஆதாயம்... அந்த நிறுவனத்துக்கு 30% ஆதாயம் என்ற

வகையில் அமல்படுத்தவேண்டும். மத மாற்றத்தில் இருதரப்பும் சம பலத்துடன் உடன்படிக்கை கொள்ளவேண்டும் என்பது போன்ற விஷயம்தான் இது. பாரம்பரிய பொருளாதார அமைப்பின் நன்மைகளும் புதிய பொருளாதார அமைப்பின் நன்மைகளும் சேர்ந்து புதிய பொருளாதாரம் அமையவேண்டும்.

இந்து சக்திகள் மதம் சார்ந்த விஷயத்தில் கொண்டிருக்கும் தெளிவை பொருளாதாரப் படையெடுப்பிலும் கருத்தில் கொள்ளவேண்டும். மாரியம்மனையும் ராமரையும் இடம்பெயர்க்க விடமாட்டேனென்று சொல்பவர்கள் அந்தத் தெய்வங்கள் வணங்கப்பட்ட காலத்திய வர்த்தக தர்மங்களையும் வாழ்க்கை வழிமுறைகளையும் காப்பாற்றப் போராடவேண்டும். இயற்கையோடு இணைந்த வர்த்தக வழிமுறை களைக் கைவிட்டுவிட்டு இயற்கையைச் சீரழிப்பதை இலக்காகக் கொண்ட பொருளாதார அமைப்புகள் வந்துவிட்டால் வெறும் மாரியம்மனையும் ராமரையும் பிடித்துத்தொங்கிக் கொண்டிருப்பதில் பலனில்லை. அந்தத் தெய்வங்கள் எல்லாம் அந்த மனோபாவங் களின், தர்மங்களின், தொழில் கோட்பாடுகளின் உருவகங்களே.

ஒரு நாட்டின் சட்டதிட்டங்களுக்கு உட்பட்டு அதிக லாபத்தை ஈட்டுவதில் என்ன தவறு என்று கேட்கும் கார்ப்பரேட் தாசனிடம் நாம் கேட்க வேண்டிய கேள்வி... அந்தச் சட்டம் யாரால் யாருடைய நலனுக்காக உருவாக்கப்பட்டிருக்கிறது? சட்டமே பிழையானதாக இருக்கும்போது அதன்படி நடப்பதாகச் சொல்லும் கார்ப்பரேட் வர்த்தகமும் பிழையானதாகத்தானே இருக்கும்.

ஒரு நிறுவனம் ஒரு நாட்டின் சட்டத்துக்கு உட்பட்டு நடப்பது போதாது. ஒரு விஷயத்தின் சிறந்த சட்டம் எதுவோ அதன்படி நடக்கவேண்டும். யூனியன் கார்பைட் இந்திய சட்டத்தின்படி சரியாக நடந்த நிறுவனமாக இருக்கலாம். ஆனால், விழிப்பு உணர்வு மிகுந்த அமெரிக்க விதிகளின்படி பார்த்தால் அது மிக மோசமாக நிர்வகிக்கப் பட்ட நிறுவனம் அல்லவா? இங்கு வர்த்தகத்துக்கான வழிகாட்டுதல் ஒரு நாட்டின் பிழையான சட்டமாக அல்லாமல் உலகளாவிய நேர்மையான சட்டமாக இருந்திருக்கவேண்டும். மக்கள் நலனில் அக்கறை கொள்ளாத, லஞ்ச ஊழல் மலிந்த ஓர் அரசின் சட்டத்துக்கு உட்பட்டு நடத்தப்படும் வர்த்தகமும் சமூக விரோதமாகத்தானே இருக்கும்.

●

9

ஜாதிப் பிரச்னைக்குத் தீர்வு தமிழ்த் தேசியமா?

ஜாதி சமூகத்தை வேறு எப்படியெல்லாம் மாற்றி அமைக்கலாம் என்று பார்ப்போம்.

ஜாதியில் தம்மை அடையாளம் காணும் மக்களுக்கு வேறு அடையாளங்களும் இருக்கின்றன. தமிழகத்தைப் பொறுத்த வரையில் முதலாவதாக, அனைத்து சாதியினருமே ஒரே மொழியான தமிழைப் பேசக் கூடியவர்களே... இரண்டாவதாக, அனைத்து சாதியினருமே ஒரே மதத்தைச் சேர்ந்தவர்களே... மூன்றாவதாக, அனைத்து சாதியினருமே ஒரே நாடான இந்தியாவைச் சேர்ந்தவர்களே... தேவராகவும் பள்ளராகவும் வன்னியராகவும் பறையராகவும் அடையாளம் கண்டுகொள்ளும் இவர்களை இந்த மூன்று அடையாளத்தின் அடிப்படையில் ஒன்று சேர்க்கலாம்.

தமிழ் தேசியவாதிகள் கண்ணகிக்கு ஒரு தேர் செய்து வன்னியரையும் தலித்தையும் ஒன்றாக இழுக்கவைத்து சமாதானத்தைக் கொண்டு வரலாம். ஜாதிரீதியாகப் பிரிந்து கிடக்கும் தமிழர்களை தமிழ் என்ற அடையாளத்தின் மூலம் ஒன்று சேர்க்கலாம். ஆனால், துரதிஷ்டவச மாக தமிழ் தேசியம் என்பது இந்திய தேசியத்தையும் இந்து அம்சங்களையும் மறுதலிக்கும் ஒன்றாகவே முன்னெடுக்கப் படுகிறது. அதாவது, அது அடிப்படைவாதிகளின் கைக்குப் போய்ச் சேர்ந்திருக்கிறது.

ஆரிய திராவிடர், திராவிடர் தமிழர், வடக்கு தெற்கு, காவிரி பிரச்னை, முல்லைப் பெரியாறு பிரச்னை, சமஸ்கிருதம் - தமிழ், இந்தி - தமிழ், கச்சத்தீவுப் பிரச்னை, ஈழப் பிரச்னை எனப் பல தளங்களில் தமிழ் தேசிய சக்திகள் இந்திய தேசியத்துக்கு எதிராக நிற்கின்றன. இந்த அனைத்திலும் தமிழர் நலன் சார்ந்து செய்யப்படவேண்டியவை நிச்சயம் இருக்கின்றன. இந்திய தேசியம் இந்த விஷயங்களில் போதிய நடுநிலையுடன் நடந்துகொள்வதில்லை என்பது உண்மைதான்.

தமிழுக்கென்று தனியாக சில விசேஷ அம்சங்கள் இருக்கின்றன. இந்தியாவின் பிற பகுதிகளில் இருந்து தமிழகம் வித்தியாசமானது என்பதும் உண்மைதான். ஆனால், எதிரானது அல்ல. இன்றைய அதிருப்திகளும் நேற்றைய பெருமிதங்களும் இந்தியாவிலிருந்து பிரிந்து செல்லவேண்டிய ஒன்றாக இல்லை. இந்தியாவில் இருந்த படியே தீர்க்க முடிந்த பிரச்னைகளே.

தமிழக எல்லைகள் வகுக்கப்பட்டபோது தமிழர்கள் பெருமளவில் இருந்த மாவட்டங்களில் சில கர்நாடகத்துக்கும் ஆந்திராவுக்கும் கேரளாவுக்கும் தரப்பட்டுவிட்டன. இந்திய மத்திய அரசு அந்த விஷயத்தில் தமிழர்களின் நலனைக் கணக்கில் கொள்ளவில்லை தான். ஆனால், அதே இந்திய மத்திய அரசின் உதவியுடன்தான் நூற்றுக்கணக்கான நலத்திட்டங்கள் முன்னெடுக்கப்பட்டு ஆந்திர, கேரள, கர்நாடக மாநிலங்களைவிட தமிழகம் முன்னணிக்கு வரவும் முடிந்திருக்கிறது. வெறுப்பைக் கக்கிப் பிரிவினை பேசிய ஈ.வே.ராவால் தமிழகத்துக்குக் கிடைத்த நன்மைகளைவிட தேசியத் தலைவரான காமராஜரால் தமிழகத்துக்குக் கிடைத்த நன்மைகள் நூறு மடங்கு அதிகம்.

திராவிட, தமிழக தலைவர்கள்தான் இட ஒதுக்கீட்டைக் கொண்டு வந்து இந்தியாவுக்கே சமூக நீதியில் வழிகாட்டினார்கள் என்று சொல்வார்கள். ஆனால், 1857 சிப்பாய் புரட்சியை அடுத்து இந்தியர் களைப் பிரித்தாள முடிவெடுத்த பிரிட்டிஷார் இந்து முஸ்லிம் இடைவெளியைப் பெரிதுபடுத்தினார்கள். கூடவே இந்து சமூகத்தைப் பிளவுபடுத்த ஜாதிவாரிப் பிரதிநிதித்துவத்தைக் கொண்டுவந்தார்கள். அந்தத் திசையிலான படிப்படியான நகர்வுகளில் ஒன்றுதான் 1900களில் எடுக்கப்பட்ட ஜாதி வாரிக் கணக்கெடுப்பும் 1922 வாக்கிலேயே கொண்டுவரப்பட்ட கம்யூனல் ஜி.ஓ.வும்.

அப்படியாக 1925-ல் சுய மரியாதை இயக்கத்தை ஆரம்பித்துப் போராடியதெல்லாம் முதலாளியின் அனுமதி பெற்று நடத்தப்பட்ட புரட்சிகளே. அந்த கம்யூனல் ஜி.ஓ.வில் தலித்களுக்கு உரிய பிரதிநிதித்துவம் தராமல் சூத்திர ஜாதியினரின் கீழ் இருக்கும்படிச்

செய்யப்பட்டதால் அதற்குப் பிந்தைய தமிழக ஜாதி எதிர்ப்புப் போர் சூத்திர மேலாதிக்கப் போராகவே நிலைபெற்றும் விட்டிருக்கிறது. சூத்திரதாரியின் விரல் அசைவுக்கு ஏற்பத்தானே ஆடமுடியும் பாவைக்கூத்துப் பொம்மைகளால்.

காவிரி விஷயத்தில் பிரச்னைக்கான உண்மையான காரணம் போதுமான நீர் இப்போது இல்லை என்பதும் விளை நிலங்களை கர்நாடகா பெருக்க ஆரம்பித்ததும்தான். மதராஸ் பிரஸிடென்ஸியின் ஓர் அங்கமாக கர்நாடகா இருந்தபோது மதராஸுக்கு சாதகமாக பிரிட்டிஷ் ஆட்சியில் உருவாக்கப்பட்ட ஒப்பந்தம்தான் காவிரி ஒப்பந்தம். காவிரியினால் பாசனம் பெறும் நிலப்பகுதியில் தமிழகத்தின் பங்கு 70%. கர்நாடகாவின் பங்கு 30%. சுதந்தரம் பெற்ற பல வருடங்களுக்குப் பிறகும் நிலைமை இதுதான்.

ஒரு நதி உருவாகும் இடத்தைவிட கடலில் சேரும் இடத்தில் வசிப்பவர்கள் கூடுதல் பயன்பெறுவது நியாயமில்லையே. முற்காலத்தில் விளை நிலங்களைப் பெருக்காதது கர்நாடகாவினரின் தவறு என்று சொன்னால், இப்போது பெருக்குவதைத் தடுப்பது அதைவிடப் பெரிய தவறு. ஏற்கெனவே தமிழகத்தில் அதை நம்பி வாழும் விவசாயியின் நிலைமை என்ன என்று கேட்பவர்கள் சொட்டு நீர்ப்பாசனத்தில் ஆரம்பித்து நீர் மேலாண்மையில் நிபுணத்துவம் பெற்று பாசன வசதிகளைப் பெருக்கிக் கொள்வதே ஒரே வழி. ஏனென்றால், மருமகன் பாலகனாக இருக்கும் வரையில் மாமா ஆட்சிப் பொறுப்பைப் பார்த்துக்கொள்ளலாம். மருமகன் பருவ வயதை அடைந்து பட்டத்துக்குத் தயாராகிவிட்டால் மாமா ஒதுங்கி இடம் கொடுத்துத்தான் ஆகவேண்டும். முடிசூட்டிக்கொள்ளும் உரிமை இளவரசனுக்கே.

கர்நாடகாவில் விவசாய நிலப்பரப்பு குழந்தை நிலையில் இருந்தவரை தமிழகம் காவிரியை முழுவதும் பயன்படுத்திக் கொண்டதில் தவறில்லை. அங்கு விவசாயத்தைப் பெருக்க ஆரம்பித்துவிட்டால் முன்னுரிமை அவர்களுக்கே. இத்தனை காலம் நதிநீரைப் பயன்படுத்த அனுமதி தந்ததற்கு நன்றி சொல்லிவிட்டு சிக்கனப் பாசன வழிகளுக்கு நாம் திரும்பியாகவேண்டும். இதில் இருக்கும் நியாயத்தைப் புரிந்துகொள்ளவேண்டுமென்றால், ஒரு நிமிடம் தமிழ் தேசியவாதிகள் தம்மை கர்நாடகாவினரின் இடத்தில் வைத்துப் பார்த்தாலே போதும்.

அதோடு கர்நாடகாவின் மேற்குத் தொடர்ச்சி மலைகளில் பெய்யும் அபரிமித மழை நீரானது அரபிக் கடலில் சென்று கலக்கிறது. அந்த நீரை கிழக்குப் பகுதிக்குத் திருப்பிவிட்டால் ஆந்திரா, கர்நாடகா, தமிழ்

நாடு என மூன்று மாநிலங்களின் அனைத்துவகை நீர் பிரச்னைகளையும் தீர்த்துவிட முடியும். காந்தியவாதியும் பொறியாளருமான பவானி சங்கர் இது தொடர்பாக ஒரு திட்டத்தை உலக வங்கிக்கு சமர்ப்பித்து அது அங்கீகாரமும் பெற்றுவிட்டிருக்கிறது.

சுற்றுச் சூழலுக்கு பாதிப்போ, அதிக மனிதர்களை இடம் பெயரவைக்கவோ தேவையில்லாத அவருடைய திட்டம் குறைந்த பொருள்செலவில் செய்துமுடிக்க முடிந்ததுதான். அல்லது அதனால் கிடைக்கும் பலனை ஒப்பிடும்போது செலவு மிகவும் குறைவுதான். உண்மையில் தமிழர்களின் விவசாயத்தின்மீது அக்கறை உண்டென்றால் தமிழ் தேசியவாதிகள் இதைத்தான் தீவிரமாக முன்னெடுக்கவேண்டும். ஆனால், அவர்களுக்கோ காவிரிப் பிரச்னை என்பது இந்திய அரசை எதிர்க்கக் கிடைத்த ஒரு கருவி மாத்திரமே.

முல்லைப் பெரியாறு அணையை எடுத்துக்கொண்டால் 90 அடிக்கு மேலாக இருக்கும் நீரை மட்டுமே இப்போது பயன்படுத்த முடிகிறது. அணையின் உயரத்தைப் பெருக்குவதற்குப் பதிலாக கீழே இருக்கும் நீரைப் பயன்படுத்தும் வழிமுறையைக் காண்பதும் பலன் தரும்.

ஆரிய திராவிட மோதலை எடுத்துக்கொண்டால் ஆரியப் படையெடுப்பு என்பது வரலாற்றாய்வாளர் ரொமிலா தாப்பரில் ஆரம்பித்து அரசியல் வாதி அம்பேத்கர்வரை அனைவருமே நிராகரித்த ஒரு கோட்பாடு அது. ஆரிய பிராமணர்கள் வெளியில் இருந்து வந்தவர்கள் என்றால் அவர்களுடைய தெய்வங்கள் எல்லாம் ஏன் இந்திய எல்லைக்குட் பட்டவையாகவே இருக்கின்றன. முஸ்லிம் களுக்கு மெக்கா, கிறிஸ்தவர்களுக்கு வாடிகன் என இருப்பதுபோல் ஏனில்லை. அப்படியானால் வந்தேறிகள் முஸ்லிம்களும் கிறிஸ்தவர் களும் மட்டும்தானே. அவர்களுடைய படையெடுப்பை நியாயப் படுத்த வேண்டித்தானே ஆரிய பிராமணர்களை வந்தேறிகள் என்று அவர்கள் கட்டுக்கதை கட்டினார்கள். அந்த ஐரோப்பியர்களே அதை கைவிட்டிருக்கும் நிலையில் திராவிட தமிழ் தேசியவாதிகள் ஆரியப் படையெடுப்பு பற்றிப் பேசுவதென்பது வெறும் அரசியல் அயோக்கியத்தனம் மட்டுமே.

'திராவிடர்'களின் பூர்விக பூமியாகச் சொல்லப்படும் சிந்து சரஸ்வதி சமூகம் என்பது காளை, ஆதி யோகி, அகல் விளக்குகள் என சைவ மதக் கூறுகளைக் கொண்ட சமூகம். அப்படியானால் திராவிட இயக்கம் தன்னை சைவ இயக்கமாக அல்லவா முன்னெடுத்திருக்க வேண்டும். அசட்டு நாத்திகம் பக்கம் ஏன் போய் முடங்கியிருக் கிறார்கள். அதிலும் சிவ வழிபாட்டை வெறுக்கும் அளவுக்கு ஆக்கிரமிப்பு மதங்களின் சிலுவையை ஏன் தூக்குகிறார்கள். சைவத்துக்குக் காவடி அல்லவா அவர்கள் எடுக்கவேண்டும்.

இதில் இன்னும் ஒரு வேடிக்கை என்னவென்றால், தமிழ் தேசியவாதிகள் ஆரியர்களை மட்டுமல்ல திராவிடர்களையுமே வந்தேறிகள் என்கிறார்கள். தமிழர்களின் துயரங்களுக்கெல்லாம் வடுக வந்தேறிகளே காரணம் என்கிறார்கள். தமிழர்கள் மொழி ரீதியாக ஒற்றை தேசியமாக என்றுமே இருந்தது கிடையாது. சேர சோழ பாண்டியர்களுக்கிடையில் போர்கள் இல்லாத காலமே இல்லை. அதுதவிர ஏராளமான குறுநில மன்னர்கள். ஒவ்வொரு வரும் அடித்துக்கொண்டும் குத்திக்கொண்டும் மடிந்ததுதான் தமிழர்களின் வரலாறு. சம காலத்தை எடுத்துக்கொண்டால் ஜாதி சார்ந்த சண்டைகளில் இந்தியாவிலேயே முன்னணி இடத்தைத் தமிழகம்தான் பிடித்திருக்கிறது. தமிழர்கள் இந்தியர்கள் அல்ல என்று முழங்கத் தொடங்கியிருப்பவர்கள் சரித்திரத்தில் என்றைக்காவது தமிழர்களாக இருந்திருக்கிறார்களா?

அவர்களுடைய மிகப் பெரிய கோபம் இலங்கை விஷயத்தில் இந்தியா நடந்துகொண்டவிதமே. இன்று புலம்பெயர்ந்த தமிழர் களிடமிருந்தும் இந்திய விரோத அயல்நாட்டு சக்திகளிடமிருந்தும் கிறிஸ்தவ நிறுவனங்களிடமிருந்தும் பெரும் நிதிக் குவிப்புடன் முன்னெடுக்கப்படும் பிரசாரம் இலங்கையை முன்வைத்து நடக்கும் இந்த இந்திய எதிர்ப்பு பிரசாரமே. தந்தை செல்வாவில் ஆரம்பித்து ஆண்டன் பாலசிங்கம்வரை புலிகள் தரப்பிலும் சாலமன் பண்டார நாயகாவில் ஆரம்பித்து ஜூலியஸ் ரிச்சர்ட் ஜெயவர்த்தனா வரை சிங்களத் தரப்பிலும் கிறிஸ்தவ தமிழர்களாலும் கிறிஸ்தவ சிங்களர் களாலும் முன்னெடுக்கப்பட்ட இந்தப் போர் தமிழ் இந்துக்களுக்கும் சிங்கள பௌத்தர்களுக்கும் விளைவித்த கேடுகள் நினைத்துப் பார்க்க முடியாதவை. தமிழகத்திலும் பழ நெடுமாறன், வைகோ, சீமான் போன்ற ரகசிய கிறிஸ்தவர்களால் அந்தச் செயல்பாடுகள் முன்னெடுக்கப்படுகின்றன.

மாநிலத்தில் சுய ஆட்சி - மத்தியில் கூட்டாட்சி என்பதுதான் இந்தியா வுக்கு மட்டுமல்ல இலங்கைக்கும் சரியான தீர்வு. அதை முன்வைத்த ஒரே காரணத்துக்காக ராஜிவ் காந்தியைக் கொன்றார்கள். சக போராளிகளில் தனி நாடு கோரிக்கையை விட்டுக் கொடுத்தவர் களைக் கொன்றார்கள். கடைசி கட்டத்தில் தமிழ் மக்களையே கொல்லத் துணிந்தார்கள். அப்படியான ஒன்றை தமிழகத்தில் நடத்திக் காட்டத்தான் இன்று முயற்சிகள் மேற்கொள்ளப்படுகின்றன.

தமிழ் தேசிய சக்திகள் அப்படியொன்றும் தமிழகத்தை இந்தியாவில் இருந்து துண்டாடிவிடுவார்கள் என்ற பயமெல்லாம் ஒருவருக்கு என்றுமே தேவையில்லை. காஷ்மீரில் பாகிஸ்தானின் தீவிர

ஒத்துழைப்புடன் 68 வருடங்களாக முன்னெடுத்தும் நடக்காத ஒன்று... வடகிழக்கு மாநிலங் களில் அமெரிக்க கிறிஸ்தவ பின் துணையுடன் முன்னெடுக்கப்பட்டும் நடக்காத ஒன்று... காலிஸ்தான் என சீக்கியர்களால் முன்னெடுக்கப் பட்டும் நடக்காத ஒன்று... தமிழர்களால் நடந்துவிடும் என்று பயப்படத் தேவையில்லை. ஆனால், காஷ்மீர், பஞ்சாப், வட கிழக்கு மாநிலங்கள் போல் அந்த மாநிலங்களை மட்டுமல்லாமல் இந்தியப் பொருளாதாரத்தை யும் சீரழித்து பல வருடங்கள் பின்னால் போகவைக்க பிரிவினைவாதி களால் முடியும். அவர்களைப் பின்னால் இருந்து இயக்குபவர்களின் நோக்கம் அதுதான். இன்றைய தமிழ் தேசியவாதிகளுக்கு சீன, பாகிஸ்தானின் உதவியும் ஏன் சிங்கள அரசின் உதவியும்கூட கிடைக்கத் தொடங்கியிருக்கிறது. தமிழகமும் இந்தியாவும் நட்புறவுடன் நீடிப்பது இலங்கைக்கு என்றுமே ஆபத்துதானே. சர்வதேச சக்திகள் சேயகத்தில் செய்த 'தவறு'களுக்குப் பிராயச்சித்தமாக தாயகத்தில் பிரிவினைவாத சக்திகளுக்கு முழு ஆதரவும் தருவார்கள். அமெரிக்காவின் காலடியில் உருவான க்யூபா போல் இந்தியாவின் காலடியில் ஒரு வெறுப்பு அரசியல் தேசியத்தை உருவாக்க அனைத்து நாடுகளும் முடிவெடுத்திருக்கின்றன.

இதை இன்னொரு கோணத்தில் பார்த்தால், காஷ்மீரமோ, பஞ்சாப்போ, வட கிழக்கு மாநிலங்களோ ஒருவகையில் தனித்து நிற்க முடிந்த பிரதேசங்கள் அல்ல. என்னதான் பிரிவினை பேசினாலும் அந்தப் பகுதிகளில் நவீன கால தொழில் வளர்ச்சி பெரிதாக இல்லை. அப்படியான வளர்ச்சிக்கு அவர்கள் இந்தியாவையே பெரிதும் சார்ந்திருக்கவேண்டிய நிலை இன்றும் இருக்கிறது. அயல்நாட்டு ஆதிக்க சக்திகள் துவக்குகள் வாங்கவும் வெடி குண்டுகள் வாங்கவும்தான் பணம் தருவார்கள். சாலை வசதியோ மின்சாரமோ கொடுக்கமாட்டார்கள். அதையெல்லாம் அவர்களுக்கு இந்தியாதான் செய்து தரவேண்டும். ஆனால், தமிழகம் அப்படி அல்ல.

தமிழகம் நாளையே தனி நாடாகப் பிரிந்தாலும் வளமான வாழ்க்கையை எளிதில் முன்னெடுத்துவிட முடியும். இந்தியக் கூட்டமைப்பில் இருந்ததன் மூலம் ஒரு வலுவான நவீன காலப் பொருளாதார அடித்தளம் போடப்பட்டுவிட்டிருக்கிறது. எனவே முந்தைய பிரிவினை இயக்கங்கள் தோற்றுப்போனதை வைத்து தமிழக பிரிவினை இயக்கம் தோற்றுவிடும் என்று மெத்தனத்துடன் இருக்கக்கூடாது. இன்னொரு சிங்கப்பூர் போல், இன்னொரு க்யூபா போல் தமிழ்நாடு ஆகவேண்டும் என்று அந்நிய சக்திகள் முலைக்காம்பில் நஞ்சு தடவிக்கொண்டு பாலூட்ட வந்து கொண்டிருக்கிறார்கள்.

சமஸ்கிருதம், இந்தி ஆகிய மொழிகளை எதிர்த்தபடியே தமிழ் தமிழ் என்று பேசினாலும் வெகு தெளிவாக ஆங்கிலத்தை அரவணைத்துக் கொண்டுவிட்டிருக்கிறது. என்னதான் விவசாயம், பாரம்பரியம் என்று பேசினாலும் தொழில்மயமாகிவிட்டிருக்கிறது. கணினி யுகத்தில் நுழைந்துவிட்டிருக்கிறது. காஷ்மீர், பஞ்சாப், வட கிழக்கு மாநிலங்கள் இந்த விஷயங்களில் வெகுவாகப் பின்தங்கியே இருக்கின்றன. அவற்றின் பூகோள அமைவும் நவீன வளர்ச்சிக்கு பெரிதும் உகந்ததாகவும் இல்லை. எனவே, அந்தப் பகுதி மக்கள் தனி நாடு கோரிக்கையை ஆதரிக்கவில்லை. ஆதரித்தவர்களாலும் புதிதாகத் தனியாக கட்டமைப்பு ஒன்றை உருவாக்கியிருக்க முடியவில்லை. தமிழகத்தில் அப்படி அல்ல... தமிழர் உணவு, தமிழர் உடை, தமிழர் விளையாட்டு, தமிழர் கலை என்பதில் ஆரம்பித்து முழுமையான ஒரு தமிழ் வாழ்க்கையை இருக்கும் வசதி வாய்ப்பு களை உருவாக்கிக்கொண்டுவிட முடியும்.

அதிலும் அரசியல் தளத்தில் மிக மோசமான ஆட்சியே கடந்த 50 ஆண்டுகளில் நடந்துவந்திருப்பதால் புதிதாக வரும் தமிழ் பிரிவினை வாதி செய்யும் சிறிய நன்மை கூட மிகப் பெரிய தன்னம்பிக்கையை யும் வெற்றியையும் தரக்கூடியதாக இருக்கும். உதாரணமாக தமிழ் பிரிவினைவாதத் தலைவர் நாட்டில் இருக்கும் சாராயக் கடைகளை ஊருக்கு ஒதுக்குப்புறமாகக் கொண்டு செல்கிறேன் என்று ஒரே ஒரு உத்தரவு போட்டால் போதும். கோயில்களில் தமிழ் மந்திரம் என்றோ கருவறைக்குள் அனைவருக்கும் அனுமதி என்றோ முற்போக்கு போல் தோன்றும் அடையாளச் செயல்களைச் செய்தாலே போதும். அல்லது இருக்கவே இருக்கின்றன கைவசம் ஊடகங்கள். தஞ்சை டெல்டா பகுதியில் இறந்த அனைவருமே வாடிய பயிர்களைக் கண்டு வாடிய வள்ளலார் போல் மனம் வெம்பிச் செத்ததாக 'வரலாற்றை' உருவாக்கிவிட்டிருப்பவர்களுக்கு தமிழ் தேசிய ஆட்சி மலர்ந்தபிறகு நடக்கும் வெற்றிகரமான எல்லா முதலிரவுகளுக்கும் தாங்களே காரணம் என்று புதிய வரலாறு எழுதுவது சிரமமா என்ன..? ஏற்கெனவே கிறிஸ்தவ சக்திகள் ஏராளமான எழுப்புதல் கூட்டங்கள் நடத்திவருகிறார்கள். அவர்களும் தமிழ் தேசிய அரசுடன் சேர்ந்து கொண்டு தமிழகத்தை வீறுகொண்டு எழச் செய்துவிட முடியும். இந்தப் போலிச் சித்திரங்களை வைத்தே அடுத்த ஐம்பது ஆண்டுகளுக் கான அரசியல் வெற்றிகளை எட்டிவிடமுடியும். பொருளாதார விஷயங்களில் ஏற்கெனவே இருக்கும் கட்டமைப்பைக் கெடுக்காமல் இருந்தாலே போதும். அப்படிப் பார்க்கும்போது தமிழகம் பிரிந்து செல்ல வாய்ப்பு அதிகம் என்றே தோன்றுகிறது. எனவே, காஷ்மீர், வட கிழக்கு பகுதிகளின் பிரிவினை இயக்கங்களைப்போல் இதுவும் தோற்றுவிடும் என்று மெத்தனமாக இருக்கக்கூடாது.

காஷ்மீர், வட கிழக்கு மாநிலங்கள் போன்றவற்றில் பிரிவினை சக்திகளுக்கு வேறொரு பாதக அம்சமும் இருக்கிறது. காஷ்மீரில் பாகிஸ்தானிய இஸ்லாமிய சக்திகள் மட்டுமே செயல்படுகின்றன. வட கிழக்கு மாநிலங்களில் அமெரிக்க கிறிஸ்தவ சக்திகள் மட்டுமே தீவிரமாகச் செயல்படுகின்றன. ஆனால், தமிழகத்தில் கிறிஸ்தவமும் இஸ்லாமும் சம பலத்துடன் இருக்கின்றன. அது இரண்டு இன்ஜின் பொருத்தப்பட்ட வண்டிபோல் அதீத பலத்துடன் இருக்கிறது. அதோடு காஷ்மீர், வட கிழக்குப் பகுதிகளில் சொந்த இனப் பெருமிதம் பெரிதாக இல்லை. தமிழகத்தில் அது அளவுக்கு அதிகமாக இருக்கிறது. இஸ்லாமிய அடிப்படைவாத சக்திகளும் கிறிஸ்தவ அடிப்படைவாத சக்திகளும் தமிழர் என்ற போர்வைக்குள் ஒளிந்து கொண்டு வெகு எளிதாக இந்தியாவில் இருந்து தமிழகத்தைத் தனிமைப்படுத்திவிட முடியும். சல்லிக்கட்டு தொடர்பான தன்னெழுச்சி அதையே அழுத்தமாகக் காட்டிவிட்டிருக்கிறது.

சல்லிக்கட்டுக்குத் தடை போட்ட சோனியா காங்கிரஸை யாரும் எதிர்க்கவில்லை... சல்லிக்கட்டுக்கு ஆதரவாக இருந்த பி.ஜே.பி.யையும் அதனால் இந்தியாவையும் எதிர்க்கிறோமென்பதாகவே சல்லிக் கட்டுப் போராட்டம் முன்னெடுக்கப்பட்டு வெற்றி பெற்று விட்டிருக்கிறது.

உண்மையில் தமிழர்களுடைய கலாசாரத்தின்மீது பெரும் மதிப்புடன் செயல்பட்ட பி.ஜே.பி. தமிழகத்தில் வலுவாகக் கால் ஊன்றியிருக்கக் கிடைத்த நல்வாய்ப்பு இது. அப்படித் திட்டமிட்டுத்தான் அவர்கள் காய் நகர்த்தவும் செய்தார்கள். ஆனால், பிரிவினைவாத சக்திகள் வெகு தீவிரமாகக் களமாடி காப்பாற்ற வந்தவரையே கொலை செய்ய வந்தவராக்கிவிட்டிருக்கிறார்கள்.

அடுத்ததாக, இந்திய ராணுவம் தொடர்பாக குறிப்பாக இலங்கைக்குச் சென்ற அமைதிப்படை குறித்த விமர்சனங்கள் மிகவும் அதிகம். ராஜிவ் காந்தியைக் கொன்றதற்கான காரணமாக அதையே சொல்லவும் செய்கிறார்கள். உண்மையில் கூட்டாட்சியை ஏற்றுக்கொண்டு பிரிவினைவாத இயக்கங்கள் ஆயுதங்களைக் கீழே போடவைக்கவே இந்தியப் படை சென்றது. எந்த நிலையிலும் ஆயுதப் பயன்பாடு கூடாது என்பதுதான் அதன் இலக்கு. அதற்காகத்தான் அமைதிப் படை என்ற பெயரே சூட்டப்பட்டது. ஆனால், இந்திய அரசின் குறுக்கீடு பிரிவினைவாதப் புலிகளுக்கு மட்டுமல்ல இலங்கை அரசுக்குமே கூடப் பிடிக்கவில்லை.

இந்திரா காந்தியின் காலகட்டத்தில் புலிகளுக்கு இந்தியாவில் பயிற்சி தரப்பட்டது. எம்.ஜி.ஆரின் ஆட்சியும் பெரும் பண உதவியைத்

தந்திருக்கிறது. பிரிவினைவாதிகளுக்கு தமிழகத்தில் இருந்து மருத்துவ உதவி, வாகன எரிபொருள்களில் ஆரம்பித்து பல்வேறு உதவிகள் கிடைத்தவண்ணம் இருந்தன. புலிகளின் கிளைத் தலைமையகமாகவே தமிழகம் இருந்தது. மேலும் யாழ்ப்பாணத்தில் 1980களில் ஒருமுறை வடமராச்சியில் புலிகளின் தலைவரோடு முன்னணி வீரர்களும் ஒளிந்திருந்தபோது இலங்கை ராணுவம் அவர்களைச் சுற்றி வளைத்துப் பிடித்திருந்தது. அந்தத் தாக்குதலை மட்டும் அனுமதித்திருந்தால் இலங்கைப் பிரச்னை சிங்களர்களுக்குச் சார்பாக என்றைக்கோ முடிந்திருக்கும். ஆனால், இந்திய அரசு தமிழ் மக்களுக்கு உதவும் பெயரில் 'பூமாலை தாக்குதல்' என இலங்கை வானில் அவர்களுடைய அனுமதியின்றிப் பறந்து இலங்கை அரசை மிரட்டியது. இந்த முற்றுகை தொடர்ந்தால் இன்று உணவுப் பொட்டலங்களைப் போட்ட எமது விமானங்கள் தமிழர்களைக் காப்பாற்ற நாளை குண்டுகளை வீசவும் தயங்காது என்ற வெளிப் படையான மிரட்டல் அது.

இவையெல்லாம் இலங்கை அரசுக்கு இந்தியாமீது வெறுப்பும் கோபமும் ஏற்படுத்திய நிகழ்வுகள். இப்படியான நிலையில் இந்திய அமைதிப் படை இலங்கைக்குப் போனதை தனி நாடு ஒன்றே இலக்கு என்று சொன்ன புலிகளும் விரும்பவில்லை; சிங்கள அரசும் விரும்ப வில்லை. ஒருமுறை ராஜிவ் காந்திக்கு வழங்கப்பட்ட அரசு மரியாதை அணிவகுப்பில் சிங்கள வீரன் ஒருவன் துப்பாக்கி முனையால் தலையில் அடித்துக் கொல்லக்கூட முயன்றான். அப்படியாக இந்திய அமைதிப் படையின்மீது இரு தரப்புக்குமே விரோதம் இருந்தது. அமைதிப் படையை இலங்கையில் இருந்து விரட்டுவது இரு தரப்புக்குமே மிகவும் அவசியமாக இருந்தது. அதன் மீதான பாலியல் குற்றச்சாட்டுகளை இந்தப் பின்னணியில் ஒருவர் பார்க்கவேண்டும்.

இந்திய ராணுவம் அந்நிய மண்ணில் பங்களாதேஷ் விடுதலைப் போரில் ஈடுபட்டிருக்கிறது. காஷ்மீர், வட கிழக்கு மாநிலங்களில் உள்நாட்டுப் போரில் ஈடுபட்டுவருகிறது. ஐநாவின் படையில் இந்திய ராணுவப் பிரிவு பல நாடுகளில் களமிறக்கப்பட்டிருக்கிறது. சர்வ தேசச் செயல்பாடுகளில் மிகச் சிறந்த ராணுவம் என்ற பாராட்டை அது பெற்றிருக்கிறது. பங்களாதேஷ் போரில் பாகிஸ்தானிய ராணுவத்தின் வன்முறைகளில் இருந்து அப்பாவி மக்களைக் காப்பாற்றியதில் அதன் பங்கு அப்பழுக்கற்றது. காஷ்மீரிலும் வட கிழக்கு மாநிலங்களிலும் அது சுமார் 50 ஆண்டுகளுக்கு மேலாக உள் நாட்டுப் போரில் ஈடுபட்டு வருகிறது. அங்கும்கூட சொற்ப நிகழ்வு களில் மட்டுமே பாலியல் குற்றச்சாட்டுக்கு ஆளாகியிருக்கிறது. இங்கும் அவை அவதூறாக முன்னெடுக்கப்பட்டிருக்க அனைத்து

வாய்ப்புகளும் இருக்கின்றன. ராஜிவ் கொலைக்கு அமைதிப் படைச் செயல்பாடுகள் காரணமாகச் சொல்லப்படும்போது ஒருவர் மேற்கண்ட விஷயங்களையும் கணக்கில் கொள்ளவேண்டும். அதோடு இந்தியா என்பது ராஜிவோ, அதன் ராணுவமோ அரசியல் கட்சிகளோ மட்டுமல்ல என்ற புரிதலும் தேவை.

இந்தியாவின் சிற்பிகளில் ஒருவரான பாபா சாஹேப் அம்பேத்கர் வகுத்துக் கொடுத்த அரசியல் சாசனத்தினால் வழிகாட்டப் பட்டதனாலும் நேருவிய சக்திகளின் தொழில்மய முன்னெடுப்பு களாலும் தனியார் - உலகமயமாக்கத்தாலும் இந்திய தேசியத் தலைவரான காமராஜரால் போடப்பட்ட உள்கட்டமைப்பு அஸ்திவாரத்தினாலும் எம்.ஜி.ஆர். ஜெயலலிதா போன்ற இந்து தெய்வ நம்பிக்கை கொண்ட ஆட்சியாளர்களாலும் இந்தியாவின் முன்னணி மாநிலங்களில் ஒன்றாக ஆகியிருக்கும் தமிழகம் அந்த முன்னிலையைத் தக்கவைத்துக்கொள்ள நன்றி விசுவாசத்துடனும் இருப்பது மிக மிக அவசியம். எந்நன்றி கொன்றாருக்கும் உய்வு உண்டு... செய் நன்றி கொன்றவர் நீங்கலாக. சரியாகச் சொல்வதென்றால் இன்று நல்ல நிலையில் இருக்கும் தமிழகம் இந்திய தேசியத்தை நிராகரிப்ப தென்பது பெற்று வளர்த்து ஆளாக்கிய தாயை இள வயதை அடைந்த வாளிப்பான மகன் எட்டி உதைப்பதைப் போன்றது. அதிலும் ஜாதிக் கிணற்றில் இருந்து மேலேற தமிழ்த் தேசியக் கயிறை நாடுவதென்பது மீட்சிக் கயிறென நினைத்து தூக்குக் கயிற்றில் தலையை நுழைப்பதைப் போன்றதுதான்.

●

10

ஜாதிப் பிரச்னைக்குத் தீர்வு இந்துத் தேசியமா?

இரண்டாவதாக, ஜாதியால் பிரிந்து கிடக்கும் மக்களை மதத்தால் இணைக்கலாம். இந்து தேசியவாதிகள் தலித் அம்மனோடு வன்னிய அம்மனையும் அந்தத் தேரில் எழுந்தருளச் செய்து இருதரப்பினரை யும் ஒன்றாக இழுக்க வைத்து அமைதியைக் கொண்டுவரலாம். ஆனால், இதில் வேறொரு சிக்கல் இருக்கிறது. இந்து சக்திகள் ஒன்று சேர்கின்றன என்றால் அது கிறிஸ்தவ சக்திகளுக்குக் குறிப்பாக இஸ்லாமிய சக்திகளுக்குப் பதற்றத்தைத் தந்துவிடும். இந்து சக்திகள் பிரிந்து கிடந்தாலும் இஸ்லாமிய அடிப்படைவாத சக்திகள் தீவிரம் பெறுவார்கள் என்றாலும் இந்து சக்திகள் ஒன்று சேர்ந்தால் இஸ்லாமிய அடிப்படைவாதம் மேலும் தீவிரமடையும். அதன் எதிர்வினையாக இந்துத்துவத்திலும் அடிப்படைவாத சக்திகள் பலம் பெறும். இது பயங்கரமான விஷ வளையம்.

கிறிஸ்தவ இஸ்லாமிய சக்திகளின் கண்களை உறுத்தாமல் அல்லது அவற்றின் எதிர்ப்புக்கு பதிலடியாக இந்து அடிப்படைவாதத்தை நாடாமல் இந்து சக்திகளை ஒன்று சேர்க்கும் தலைமை ஒன்று உருவானால் அது இரு கரம் நீட்டி வரவேற்கத்தக்கதுதான். இதற்கு நல்ல வாய்ப்பு அங்கு இருக்கத்தான் செய்கிறது. மேல்மருவத்தூர் ஆதி பராசக்தி வழிபாட்டு மையத்திடம் இந்தப் பொறுப்பை ஒப்படைக்கலாம். பங்காரு அடிகளார் முன்வந்தால் இந்தப் பிரச்னை

எளிதில் தீர்ந்துவிடும். அவரிடமும் அவர் கட்டி எழுப்பியிருக்கும் ஆன்மிக, சமூக சாம்ராஜ்ஜியத்தில் சாத்விக இந்து ஒருங்கிணைப்பு மட்டுமே இருக்கிறது. ஆதி பராசக்தி, வன்னியர்களுக்கும் தாய்தான். தலித்களுக்கும் தாய்தான். பிள்ளையார் அரசியல்போல் அதில் இஸ்லாமிய விரோதமும் இல்லை.

இந்து துறவிகள் மற்றும் சமூக சேவை அமைப்புகளின் முக்கியத்துவம், அரசியல் பங்களிப்பு இன்னும் அதிகரிக்க வேண்டும். பிரேமானந்தா, நித்யானந்தர் போன்ற பிறழ் துறவிகளை அம்பலப்படுத்துவதில் காட்டும் அக்கறையில் நூறில் ஒருபங்குகூட, பங்காரு அடிகள், அமிர்தானந்த மயி, சாய்பாபா என சமூக சீர்திருத்தத்தில் ஈடுபடும் துறவிகள் குறித்துக் காட்டுவதில்லை. இன்று அரசுகளுக்கு இணையாக அரசு சாராமல் இந்த இந்து சமூக சேவை அமைப்புகள் முன்னெடுக்கும் சீர்திருத்தங்கள் அபரிமிதமானவை. இவர்களும் இந்து மதத்தால் உருவாக்கப்பட்டவர்களே. வீடுகளைக் கொளுத்துபவர்கள் மட்டுமல்ல. விளக்கேற்றி வைப்பவர்களும் இந்துக்களே. உண்மையில் இப்படியான சமூக சேவைத் துறவிகள் அரசியலில் கூடுதல் பங்கெடுப்பது அனைவரைக்கும் ஒருங்கிணைக்குக் வளர்ச்சியை சாத்தியப்படுத்தும்.

ஆனால், இடது சாரி முற்போக்காளர்கள் மற்றும் ஊடகத்தினரின் இந்து விரோதம் என்பது இந்த சமூக சேவகர்கள் முன்னிலை பெறுவதற்குப் பெரும்தடையாக இருக்கிறது. உண்மையில் அவர்கள் இத்தகைய அணுகுமுறையைப் புரட்சியைத் தாமதப்படுத்தும் செயல் களாகவே பார்க்கிறார்கள். ஊர் இரண்டானால்தானே கூத்தாடிக்குக் கொண்டாட்டம். ஆதிக்க சக்திகளை எதிர்ப்பதற்கு மக்கள் நலன் மீதான அக்கறையே காரணமென்றால், அந்த மக்களுக்கு நன்மைகள் செய்யும் சக்திகளை இவர்கள் நேச சக்திகளாகத்தானே பார்க்க வேண்டும்.

இந்து சக்திகளும்கூட இத்தகைய சமூக நல சாத்விக அணுகு முறைக்கு பதிலாக வீர சிவாஜி பாணியிலான ராஜஸீக அணுகு முறையே இந்துத்துவத்தில் முன்னிலைப்படுத்துகின்றன. அது மிகப் பெரிய தவறு... ஔரங்கசீப் போன்ற கொடுங்கோலன் ஆட்சியில் இருந்தபோது சிவாஜி போன்ற போராளியின் தேவை இருந்தது. ஆனால், இன்று தேசம் இந்துக்களிடம் இருக்கிறது. இப்போது இஸ்லாமிய, கிறிஸ்தவ அடிப்படைவாத சக்திகளின் அதிகாரம் குறைவாக இருக்கின்றன. இப்போது அவற்றை அழிப்பதன் மூலம் நம்மை பலப்படுத்தவேண்டிய தேவையில்லை. அரவணைத்துச் சென்றே வென்றுவிடமுடியும். அதுவும்போக, இன்று இஸ்லாமியராகவும்

கிறிஸ்தவராகவும் இருக்கும் ஒருவர் நேற்றுவரை இந்துவாக இருந்தவர் என்பதுமட்டுமல்ல; நாளை இந்துவாக ஆக வேண்டிய வரும்கூட. எனவே பகைமைக்கான நேரமோ இடமோ அல்ல இது. இந்தப் புரிதல் இன்றைய இந்துத் தலைமையிடம் இல்லை. எனவே, அடிப்படைவாதத்தை நோக்கி நகராத இந்துத்துவ சமூக சேவை சக்திகளின் மூலமாகவே இந்து ஒருங்கிணைப்பை முன்னெடுக்க வேண்டும்.

●

11

ஜாதிப் பிரச்னைக்குத் தீர்வு இந்தியத் தேசியமா?

மூன்றாவதாக, இந்தியர் என்ற அடையாளத்தின்படி மக்களை ஒன்று சேர்க்கலாம். பாரத தேவி சிலையை ஒரு தேரில் வைத்து வன்னியரும் தலித்தும் ஒன்றாக இழுக்கச் செய்யலாம். இது எந்தவித அபாயமும் இல்லாத தீர்வாக இருக்கும். ஆனால், இந்தியா இன்று ராணுவ பலம் மிகுந்த வலுவான மையத்தைக் கொண்ட நாடாக அதிகாரக் குவிப்பை நோக்கி நகர்ந்துகொண்டிருக்கிறது. மேலும். எந்த அளவுக்கு மேற்கத்தியமயமாகிறதோ அந்த அளவுக்கே இந்தியா வளர்ச்சி அடைந்ததாக அர்த்தம் என்ற எண்ணம் கொண்டவர்களால்தான் இப்போதும் ஆளப்படுகிறது.

இந்தியாவின் சந்தையானது உலகுக்குத் திறந்துவிடப் பட்டிருக்கிறது. இங்கு வரும் சர்வ தேச நிறுவனங்கள் அனைத்தும் தமது நாடு மற்றும் பங்குதாரர்களின் நலனையும் தேவைகளையும் முக்கியமாகக் கொண்டு செயல்படுபவையாகவே இருக்கின்றன. அவர்களைக் குறை சொல்லிப் பலனில்லை. நாம் நமது தேச நலனை முன்வைத்து அந்த ஒப்பந்தங்களை முன்னெடுக்கவேண்டும். இந்தியா ஒரே நாடாக இருக்கும் வரையில்தான் அவர்களுக்கு நல்லது. ஒவ்வொரு மாநிலமும் ஒவ்வொரு பக்கம் இழுக்கத் தொடங்கினால் அவர்களால் பெருமளவிலான சுரண்டல் சாத்தியமில்லை. எனவே, வேறு எதற்காக இல்லாவிட்டாலும் இந்தியா ஒரே நாடாக

இருக்கும்படி அமெரிக்க, ஐரோப்பிய எஜமானர்கள் பார்த்துக் கொள்வார்கள். என்ன, அவர்கள் அதை தேவனுடைய சாம்ராஜ்ஜித்தின் சேவைக்கிளையாக இருக்க வைக்கவே விரும்புவார்கள். அதற்கு இந்தியாவை இணைக்கும் இந்து அம்சத்தை நீக்கிவிட்டு அந்த இடத்தில் கிறிஸ்தவத்தை நிரப்ப விரும்புகிறார்கள். நேருவில் ஆரம்பித்து இன்று இந்தியாவை ஆள்பவர்கள்வரை அனைவரும் அந்த இலக்குக்கு வழி வகுத்துத் தருபவர்களாகவே இருக்கிறார்கள். அப்படியான வியூகம் இருக்கும் வரையில் இந்திய தேசியம் என்பது இந்திய நலன் சார்ந்ததாக இருக்க வாய்ப்பு இல்லை.

இந்திய வளங்கள் எல்லாம் சுரண்டப்பட்டு அந்நிய நலனுக்குத் தாரைவார்க்கப்படும்போது ஏதோ இந்தியா முன்னேறுவது போன்ற மாயை உருவாக்கப்படும். 30 - 40 வருடங்களில் இந்திய வளங்கள் முழுவதும் சூறையாடப்பட்டுவிட்டால் அதன் பிறகு இந்தியா சர்வ தேச ஆயுத நிறுவனங்களின் பொறுப்பில் விடப்படும்.

இலங்கையில் சிங்கள அரசுக்கும் புலிகளுக்கும் ஆயுத சப்ளை செய்து உலக ஆயுத நிறுவனங்கள் கொழித்ததுபோல் இந்தியாவிலும் உள் நாட்டுச் சண்டைகள் ஊதிப் பெருக்கப்படும். இப்போதுகூட வட மேற்கு வட கிழக்கு எல்லைகளில் ராணுவத்துக்கென கோடிகள் கொட்டப்படுகின்றன. தென் பகுதி மட்டும் அந்த அளவுக்கு ராணுவச் செலவு இல்லாமல் இதுவரை எப்படியோ இருந்துவிட்டிருக்கிறது. ஏற்கெனவே அந்நிய பொருளாதார செயல்பாடுகளால் இந்திய மக்களிடையே ஏற்றத் தாழ்வும் அதிருப்தியும் அதிகரித்திருக்கும் என்பதால் பிரிவினை முழக்கங்கள் எளிதில் பற்றிக்கொள்ளும். எந்திரங்கள் வைத்து ஒட்டக் கறந்த மாட்டை அதன் பிறகு கசாப்புக் கடைக்கு அனுப்புவதுபோல் இந்தியாவும் இறுதியில் ஆயுதத் தயாரிப்பு நிறுவனங்களின் மேடைக்கு அனுப்பப்படும். இதற்கு ஓரிரு தலைமுறைகள் ஆகக்கூடும். அதுவரையில் இந்தியாவின் பொருளாதார வளர்ச்சிப் புள்ளிகள் தசம விகிதத்தில் ஏறிக்கொண்டே போகும். மக்கள் புதை குழிக்குள் அதே வேகத்தில் இறங்கிக்கொண்டே இருப்பார்கள்.

என்றைக்கு இந்திய வளங்கள் இந்திய நலன் சார்ந்து சுதேசி வழியில் இயற்கைக்கு இணக்கமாக பயன்படுத்தப்படுகின்றனவோ அன்றைக்கே இந்தியாவின் உண்மையான வளர்ச்சி சாத்தியமாகும். நதிகளை இணைத்தல், விவசாய மேம்பாடு, சூரிய மின்சாரம், பேரிடர் மேலாண்மை, கும்பல் நெறியாளுகை, பிராந்திய நலன், தேசிய உணர்வூட்டல் எனப் பல விஷயங்கள் இந்திய நலன் சார்ந்து முன்னெடுக்கப்படவேண்டும். அப்படியான முழு இந்திய நலனை இலக்காகக்கொண்ட, மையம் அழிந்த சக்திகள் ஆட்சிக்கு வரும் நிலையில்தான் பாரத தேவி தேர் உரிய பலனைத் தரமுடியும்.

இது பொருளாதார நோக்கில் செய்யப்படவேண்டிய மாற்றம். அதேநேரம் கலாசாரரீதியாக வேறொன்றைச் செய்தாகவேண்டிய நிலையில் இருக்கிறோம். இந்திய ஒற்றுமை என்ற பெயரில் முன்னெடுக்கும் விஷயங்கள் எல்லாமே பிராந்திய சக்திகளால் திரித்துப் பிரசாரம் செய்யப்படுகின்றன. அதாவது இந்திய நலன் என்பது பிராந்திய நலனுக்கு எதிரானது என்பதாக ஒரு போலிப் பிரசாரம் முன்னெடுக்கப்படுகிறது. இந்தியை ஆட்சிமொழியாக ஆக்க முயன்றால் அது தமிழை அழிக்க நடக்கும் சதி என்று சொல்லப் படுகிறது. நாடு முழுவதிலும் கிராமப்புற மாணவர்களுக்கு உதவும் வகையில் ஆரம்பிக்கப்பட்ட உறைவிடப் பள்ளியான நவோதயா பள்ளிகளை அதில் இந்தி கட்டாயப் பாடம் என்ற ஒரே காரணத்தினால் தமிழகத்தில் வரவிடாமல் தடுத்திருக்கிறார்கள். இது மிக மிக மோசமான விஷயம்.

இன்று இந்தியாவின் பொது மொழியாக ஆங்கிலம் இருக்கிறது. இந்திய மொழிகளில் அதிகம் பேர் பேசும் இந்தியை இந்திய மக்களின் அலுவல் மொழியாக ஆக்கினால் இந்திய நிர்வாக நடைமுறைகளில் தெளிவும் நேர்த்தியும் அதிகரிக்கும். அதிலும் ஆங்கிலம் நம்மை அடக்கி ஆண்டவர்களின் மொழி. என்னதான் உலக மொழி என்றாலும் நமக்கு அது நம் அடிமைத்தனத்தை நினைவுபடுத்தும் ஒன்றுதான். எனவே, இந்திய மொழிகளில் ஒன்றை அலுவல் மொழியாக ஆக்கிக் கொள்வதில் எந்தத் தவறும் இல்லை. நிச்சயமாக தமிழ் மொழி இந்தியைவிட உயர்வான மொழிதான். ஆனால், இந்தியாவில் அதிகம் பேர் பேசும் மொழி அல்ல. எனவே, இந்தியா முழுவதற்கும் தமிழை அலுவல் மொழியாக ஆக்குவதைவிட இந்தியை ஆக்குவதே நல்லது.

காகங்கள் அதிகம் இருந்தாலும் குறைவாக இருக்கும் மயில்தானே நம் தேசியப் பறவை என்று ஒரு வாதம் முன்வைக்கப்படுவதுண்டு. ஆனால், மக்களாட்சியின் அடிப்படையே பெரும்பான்மையின் கருத்துக்கு முக்கியத்துவம் என்பதுதான். ஒரு தேர்தலில் அதிக வாக்குகள் பெறுபவர்தான் வெற்றி பெற்றவராக அறிவிக்கப் படுகிறார். நல்லவர் யார் என்று பார்த்து ஆட்சிப் பொறுப்பைத் தருவதில்லை. அதுபோலவே அதிகம் பேர் பேசும் மொழிக்கு முக்கியத்துவம் என்பதில் எந்த முறைகேடும் இல்லை. ஆனால், ஒரு மொழிக்குத் தரப்படும் முக்கியத்துவம் என்பது இன்னொரு மொழிக்குச் செய்யப்படும் துரோகமாக முன்வைக்கப்படுகிறது.

இந்த இடத்தில்தான் இந்திய தேசியம் கவனமாக இருக்க வேண்டியிருக்கிறது. அது நிச்சயமாக பிராந்திய மொழி தேசியங்களுக்கு

எதிரானது அல்ல என்பதை ஒவ்வொரு செயலிலும் சொல்லிலும் காட்டியாகவேண்டியிருக்கிறது. பெரியண்ணன் மனோபாவம் நிச்சயம் பலன் தராது. இன்று தமிழகத்தில் தாய் மொழிக் கல்வி மிகவும் குறைவாகவே இருக்கிறது. அல்லது தாய் மொழிக் கல்வியில் நடக்கும் பள்ளிகளின் தரம் மிகவும் சுமாராகவே இருக்கிறது. நவோதயா பள்ளிகள் அதைச் சீர்திருத்த முடியும். ஒவ்வொரு மாநிலத்து நவோதயா பள்ளியிலும் அந்தந்த மாநில மொழியிலேயே பயிற்றுவிக்கப்படும். ஆங்கிலம், இந்தி, சமஸ்கிருதம், உருது ஆகிய மொழிகள் ஒரு பாடமாகக் கற்றுத் தரப்படும் என்று சட்டம் இயற்ற வேண்டும். நிச்சயமாக ஆங்கிலத்துக்கு இணையாக இந்தியையும் பலர் விருப்ப பாடமாகத் தேர்ந்தெடுப்பார்கள். இன்று இந்தியை எதிர்க்கிறோம் என்ற பெயரில் ஆங்கிலத்தை வளர்த்துவிட்டிருக் கிறார்கள் தமிழ் தேசிய மொழிப்பற்றாளர்கள். எனவே, அவர்களுடைய ஒரு கோரிக்கையான தாய் மொழிக் கல்வியை அங்கீகரிப்பதன் மூலம் ஆங்கில இந்திக்கான கதவுகளைத் திறக்க வழி பிறக்கும். ஒரே கல்லில் இரண்டு மாங்காய் என்பதுபோன்ற செயல் இது.

பிராந்திய மொழியினர் இந்தியை ஏற்கவில்லையென் றால் பிராந்திய மொழியை நாங்கள் ஏற்கமாட்டோம் என்று இந்திய தேசியம் வீம்பு பிடிப்பது மிகவும் தவறு. ஆங்கிலத்தைக்கூட ஏற்றுக்கொள்வோம் இந்தியை ஏற்கமாட்டோம் என்று பிராந்திய மொழியினர் சொல்வதற்கு இணையான தவறு அது. அப்படியாக இந்தியை ஆதரிப்பவர்களும் பிராந்திய மொழியை ஆதரிப்பவர்களும் தமக்குள் சண்டையிட்டுக் கொண்டு ஆங்கிலத்தைத் தலைமேல் தூக்கி வைத்துக்கொண்டிருக் கிறார்கள். இதுபோல் மடத்தனம் வேறு எதுவும் இருக்க முடியாது.

நியாயமான பிராந்தியக் கோரிக்கைகளை ஏற்பதன் மூலம் பிராந்திய தேசியத்தை மட்டுமல்ல இந்திய தேசியத்தையுமே பலப்படுத்தத்தான் செய்கிறோம் என்பதை இந்திய தேசிய சக்திகள் புரிந்துகொள்ள வேண்டும். பிராந்திய தாய்மொழி வழிக் கல்வியை கட்டாயப்படுத் தினால் அது இந்திய தேசியத்துக்கு எதிராகப் போய்விடும் என்ற அச்சம் அவசியமில்லை.

இன்று தமிழகத்தில் தமிழ் தேசியம் வலுவாகக் கட்டி எழுப்பப் பட்டுவருகிறது. அது இந்திய தேசியத்தைத் தன் எதிரியாகக் கட்டமைத்தே உருவாக்கப்படுகிறது. எனவே இந்திய தேசிய வாதிகள் அந்த தவறான புரிதலை கூடுதல் முயற்சிகள் எடுத்து போக்க முன்வர வேண்டும். தமிழகத்தின் ஆட்சி மையத்தின் பெயர் செயிண்ட் ஜார்ஜ் கோட்டை என்று இருக்கிறது. அதை திருவள்ளுவர் மாளிகை யாக மாற்றலாம். கச்சத்தீவு, மீனவர் பிரச்னை, செம்மரப் படுகொலை, காவிரி பிரச்னை, ஈழப் பிரச்னை என பலவற்றில் தமிழர்களுக்கு இந்திய மத்திய அரசு துரோகம் இழைத்துவருவதாகச்

சொல்லப்படுகிறது. இந்திய மத்திய அரசு தமிழக விவசாயிகளைக் கொன்றழித்து வருவதாக பெருங்கதையாடல்கள் உருவாக்கப்பட்டு வருகின்றன. இவற்றில் இந்திய தேசியம் செய்த தவறுகளை திருத்திக்கொள்வதோடு, இந்திய அரசு செய்துவரும் நன்மைகளை எடுத்துச் சொல்லவும் வேண்டும்.

முட்டை உற்பத்தி, கனரக வாகன உற்பத்தியில் இந்தியாவிலேயே நாமக்கல் முன்னணி இடத்தில் இருக்கிறது. திருப்பூர் ஆடைத் தொழிலில் உலகிலேயே முக்கிய இடத்தில் இருக்கிறது. பட்டுத்துணி உற்பத்தியில் காஞ்சிபுரம் முன்னணியில் இருக்கிறது. மருத்துவம் பொறியியல், கணினி என இந்தியா உலகில் எந்தெந்தத் துறைகளில் எல்லாம் சிறந்து விளங்குகிறதோ அவற்றிலெல்லாம் தமிழகத்தின் பங்கு கணிசமானது. உலகின் பல பகுதிகளில் இருந்து இந்தியாவுக்கு மருத்துவத்துக்கு வருகிறார்கள். தமிழகம் இந்தியாவிலேயே முக்கிய மருத்துவ மையமாகத் திகழ்கிறது.

சிவகாசி, பட்டாசு மற்றும் அச்சுத் தொழிலில் முன்னணியில் இருக் கிறது. உலகிலேயே மிகப் பெரிய சூரிய மின் நிலையம் தமிழகத்தில் தான் இருக்கிறது. தமிழகம் இந்தியாவிலேயே இரண்டாவது அல்லது மூன்றாவது முன்னேறிய மாநிலமாக இருக்கிறது. ஆனால், விவசாயி களின் துயரம் பற்றிய மிகையான கதையாடல்களுக்குக் கிடைக்கும் ஊடக முக்கியத்துவத்தில் ஆயிரத்தில் ஒரு பங்குகூட தமிழகத்தின் இந்த சாதனைத்துறைகளுக்குக் கிடைப்பதில்லை. இந்த அனைத்து சாதனை களுக்கும் இந்திய மத்திய அரசின் உதவி மிக முக்கியமானதாக இருக்கிறது.

ஆக, ஒருவர் உங்களுக்கு பத்து உதவிகள் செய்கிறார். அதுபற்றிய எந்தவொரு குறைந்தபட்ச நன்றியுணர்வும் உங்களிடம் இருக்காது. அவர் ஒரே ஒரு தவறு செய்தால் அதை மட்டுமே பேசி அவரை எதிர்ப்பீர்கள் என்றால் உங்களைப்போல் சுயநலவாதியும் திமிர் பிடித்தவரும் உலகில் வேறு யாரும் இருக்க முடியாது. இதில் வருந்தத் தக்க விஷயம் என்னவென்றால், ஒரு சில பிரிவினைவாத அரசியல் சக்திகள் செய்யும் செயலே ஒரு சமூகத்தின் அடையாளமாக, செயலாக ஆக்கப்பட்டுவருகிறது.

இந்திய தேசியம் இந்த விஷயத்தில் இரு தவறுகளைச் செய்கிறது: தான் செய்யும் நல்ல விஷயங்களைச் சொல்லிக் காட்டவும் தவறுகிறது. தன் மீதான அவதூறுகளை தடுக்கவும் தவறுகிறது. இப்படியானதாக இருக்கும்வரையில் இந்திய தேசியம் பேசுவது விழலுக்கு இறைக்கும் நீர்போலவே ஆகும்.

●

12

ஜாதிப் பிரச்னைக்குத் தீர்வு நகர்மயமாக்கமா?

ஜாதி அரசியலுக்கு மாற்றான இந்த மூன்று பெரிய அடையாளங்களில் இரண்டு அடிப்படைவாதம் நோக்கி நகர்ந்துகொண்டிருக்கின்றன. இன்னொன்று இந்திய நலனைப் பிரதானமாகக் கொள்ளாமல் இருக்கிறது. இவற்றால் பலன் இல்லை. பாமக போன்ற ஜாதி அரசியல் சக்திகளுமே அபாயமானவையே. எனவே, அரசியல் சாரா ஜாதி சக்திகளானது யாருடைய கைப்பாவையாகவும் ஆகாமல் இந்தப் பிரச்னையைத் தன்னளவில் தீர்க்க முனைவதே நல்லது. அதாவது, வன்னியர்களும் தலித்களும் தமது கிராமப் பஞ்சாயத்தில் விஷயத்தைப் பேசித் தீர்த்துக்கொள்வதாகச் சொல்லவேண்டும்.

ஆனால், இதில் ஒரு சிக்கல் இருக்கிறது. பஞ்சாயத்துகளிடம் அதிகாரத்தை ஒப்படைப்பது, வேறு சில பிரச்னைகளைக் கொண்டு வரக்கூடும். தென் மாவட்டங்களை எடுத்துக்கொண்டால் அங்கு பெரிய அரசியல் தலைவர் யாரும் கிடையாது. எல்லாம் பஞ்சாயத்து, ஊராட்சித் தலைவர்களின் ராஜ்ஜியம்தான். அந்த ஜாதித் தலைவர்களும் மக்களும் பல்வேறு வன்முறைகளில் ஈடுபட்டிருக்கிறார்கள். திண்ணியம், மேலவளவு, கண்டதேவி என அங்கு ஜாதி வெறி எந்த அரசியல் தூண்டுதலும் இல்லாமலேயே தலைவிரித்தாடுகின்றன. உண்மையில் ஜாதியை அரசியல் சக்திகள் கையிலெடுக்கின்றனவா... ஜாதிய சக்திகள்தான் அரசியலைத் தமது கைப்பிடிக்குள்

கொண்டுவருகின்றனவா என்பது தெளிவாகச் சொல்ல முடியாது தான். எனவே, கிராமத்துத் தலைவர்களிடம் பொறுப்பை ஒப்படைப்பதிலும் சிக்கல் இருக்கத்தான் செய்கிறது. வட இந்தியாவிலும் கிராமப் பஞ்சாயத்துகளில் ஜாதி வெறி கூடுதலாகவே இருக்கிறது.

எனவே, மொழி வழி ஒருங்கிணைப்பு, மதம் வழி ஒருங்கிணைப்பு, தேசிய ஒருங்கிணைப்பு, அரசியல் கலந்த ஜாதித் தலைமை, அரசியல் கலவாத ஜாதித் தலைமை என எதை எடுத்துக்கொண்டாலும் பிரச்னை இருந்துகொண்டேதான் இருக்கின்றன. இந்த நிலையில் நில உடமைச் சமுதாயம் தொழில்மய சமூகமாக மாறவேண்டும். கிராமங்கள் அரை நகரங்களாக, முழு நகரங்களாகவேண்டும். அதுதான் இப்படியான பிரச்னைக்கு ஒரே தீர்வு என்று நேருவிய சோஷலிஸவாதிகள் சொல்வதுண்டு. இன்றைய கார்ப்பரேட்டிஸமும் அதையே சொல்கிறது.

இந்த இடத்தில் ஒரு விஷயத்தைக் கவனத்தில் கொள்ளவேண்டும். தொழில் மயம் என்பதில் இரண்டு வகைகள் இருக்கின்றன. ஒன்று சுதேசித் தொழில் மயம். இன்னொன்று விதேசித் தொழில் மயம். ஏற்றுமதிக்கான கார்களைத் தயாரிக்கும் தொழிற்சாலையை ஆரம்பிப்பது விதேசித் தொழில் மயம். உள் நாட்டுத் தேவைக்கான சைக்கிள் தொழிற்சாலையை உருவாக்குவது சுதேசித் தொழில் மயம். கொக்கோ கோலா கம்பெனி நூறு குளிர்பானத் தொழிற்சாலையை தொடங்கினால் அது விதேசித் தொழில்மயம். அதே நிறுவனம் இளநீர், கூழ், நீர் மோர், தயிர் உற்பத்தியைப் பெருக்கினால் அது சுதேசித் தொழில் மயம். அயல்நாட்டுத் தேவைக்குத் தயாரிக்கப் படுவது மட்டுமல்ல அயல்நாட்டுப் பொருள்கள் உள் நாட்டுப் பயன் பாட்டுக்குத் தயாரிக்கப்பட்டால் அதுவும் விதேசித் தொழில்மயமே. உள்நாட்டு நிறுவனங்கள் அயல் நாட்டுப் பொருள்கள் தயாரித்தால் அதுவும் விதேசி நிறுவனமே... அயல்நாட்டு நிறுவனங்கள் உள்நாட்டுப் பாரம்பரியப் பொருள்களைத் தயாரித்தால் அதுவும் சுதேசி நிறுவனமே. எனவே யார் உற்பத்தியாளர் என்பது முக்கியமில்லை... எதை உற்பத்தி செய்கிறார் என்பதே முக்கியம்.

உலகம் ஒரு கிராமமாகச் சுருங்கிவரும் நிலையில் நாம் மட்டும் நமக்கான பொருள்கள், நமக்கான பாரம்பரியத் தேவைகள் என்று நம்மைக் குறுக்கிக்கொள்வது தவறு என்றுதான் உலகமயமாக்கல் தாசர்கள் சொல்கிறார்கள். அவர்களைப் பொறுத்தவரையில் இந்தியாவில் பீட்ஸாவும் கேக்கும் பெருகினால் தவறே இல்லை. இட்லியும் பொங்கலும் தோசையும் இல்லாமல் போனாலும் ஒன்று மில்லை. இந்திய இனிப்புப் பொருள்களின் இடத்தை சாக்லேட்டும் பிஸ்கெட்களும் பிடித்தாலும் அவர்களுக்கு ஒன்றுமில்லை.

ஆனால், இந்த இடத்தில் நாம் செய்யவேண்டியது ஒன்றே ஒன்று தான். நம் ஊரில் ஒரு கேக் தொழிற்சாலை தொடங்கப்பட்டால் அமெரிக்கா வில் ஒரு லட்டு தொழிற்சாலை தொடங்கப்பட்டாக வேண்டும். உலகம் ஒரே கிராமமாகும்போது அங்கிருந்து இங்கே வருவதுமட்டுமே நடக்கவேண்டுமா என்ன... இங்கிருந்தும் சில அங்கு போகவும் செய்யலாமே. இந்தியாவில் தீபாவளிக்கு கேட்பரீஸ் சாக்லேட் தரப்படவேண்டுமென்றால் கிறிஸ்மஸுக்கு அமெரிக்காவில் பால் ஸ்வீட்களும் குலோப்ஜாமுன்களும் ரசகுல்லாக்களும் பரிமாறப்படவேண்டும்.

தாராளமயமாக்கத்தை முன்னெடுப்பதில் எந்தத் தவறும் இல்லை. அதன் மூலம் வரப்போகும் தொழில்களும் வாழ்க்கைமுறை மாற்றங்களும் என்ன என்பதைப் பார்க்கவேண்டும். எந்தவொரு பிரச்னைக்கும் சுதேசித் தீர்வு ஒன்று இருக்கும். விதேசித் தீர்வு ஒன்றும் இருக்கும். நாம் நமக்கான தீர்வுகளை முன்னெடுக்கவேண்டும்.

இந்தியாவில் சுதேசிப் பொருளாதாரம் பற்றிப் பேசும் ஒரே அரசியல் சக்தி இந்துத்துவ சக்திகளே. ஆனால், கொள்கையளவில் அவர்கள் சுதேசி, மனிதாபிமான பொருளாதாரம் என்றெல்லாம் சொன்னாலும் நடைமுறையில் நவீனத்துவ கார்ப்பரேட்டிஸ... வேறென்ன மேற்கத்திய கிறிஸ்தவ ரீதியிலான வளர்ச்சியையே தமது இலக்காக முன்வைக்கிறார்கள். விவசாயத்தை விட்டு வெளியேறுங்கள் என்பதுதான் இந்தியாவுக்கான இத்தாலிய கம் உலக வங்கி ஏஜெண்டின் முழக்கம். இந்துத்துவர்களும் அதையே முழங்குகிறார் கள். ஏதோ அவர்கள் இந்திய கார்ப்பரேட்டிஸத்தை முன்னெடுப்பதாக ஒரு பாவனை காட்டுகிறார்கள். பதஞ்சலி வணிகம் போன்ற சில அடையாளச் செயல்பாடுகளை முன்னெடுக்கிறார்கள்.

அயல்நாட்டுப் பொருள்களின் மோகத்தை மாற்றி இந்தியப் பொருள்களின் மதிப்பை உயர்த்தும் நோக்கில் உலக நாடுகளை இந்தியாவுக்கு உங்கள் உயர் தொழில் நுட்பத்துடன் வாருங்கள் என்று சொல்லி மேக் இன் இந்தியா திட்டத்தை முன்னெடுக்கிறார்கள். மேலோட்டமாகப் பார்த்தால் இது இந்திய நலனை அடிப்படையாகக் கொண்டதுபோல் தோன்றும். ஆனால், மேற்கத்திய தேவைகளுக்கு நமது சேவையை மலிவான விலைக்குச் செய்து தர வழி செய்து தருகிறார்கள். இதுதான் நிஜம். உண்மையில் மேட் இன் அமெரிக்காவுக்கு எந்தவகையிலும் உயர்வானதல்ல மேக் இன் இந்தியா. இந்தியாவுக்கு அடிப்படையில் தேவைப்படுவது மேக் ஃபார் இந்தியாதான்.

அமெரிக்க மற்றும் ஐரோப்பியத் தேவைகளை முன்னெடுக்கும் நிறுவனங்களுக்கு எடுபிடி வேலைகள் செய்துதருவதில் கிடைக்கும் பணத்தை வைத்து நமது பொருளாதாரம் வளர்வதாக நம்புவது முட்டாள்தனமானது. அந்த பன்னாட்டு நிறுவனங்களில் பணிபுரிபவர்களின் வாழ்க்கைத் தரம் பிற இந்தியர்களைவிட நிச்சயம் மேலானதாக ஏன் அமெரிக்க வாழ்க்கையைப்போலவே இருக்கும். அதை அடிப்படையாக வைத்து இப்படி சர்வதேச சேவை செய்தபடியே இருந்தால் ஒட்டுமொத்த இந்தியாவும் வல்லரசாகிவிடும் என்று நம்புவது மடத்தனம். இந்தியர்களில் இருந்து ஐந்து சதவிகித அமெரிக்கர்களையும் ஐந்து சதவிகித ஐரோப்பியர்களையும் உருவாக்குவது அதனளவிலேயே விரும்பத்தகுந்ததல்ல. அதிலும் எஞ்சியவர்களின் நிலை மேலும் மோசமாகிக் கொண்டே செல்லும் நிலையில் சமூக அளவில் அது ஏற்படுத்தும் இடைவெளியும் பொறாமையும் அதிருப்தியும் மோசமான விளைவுகளையே ஏற்படுத்தும். இந்தியர் அனைவருக்குமான நலன் எதுவோ அதுவே இந்தியாவுக்கு நல்லது. மேற்கத்திய கார்ப்பரேட்டிஸம் அந்த லட்சியத்தைக் கொண்டதல்ல.

கொள்ளை லாபம், பிரமாண்ட உற்பத்தி, சட்டத்துக்குட்பட்ட செயல் பாடுகள், மேற்கத்திய நலன் சார்ந்த அணுகுமுறை, வர்த்தக தந்திரம், சமூக அக்கறையின்மை அல்லது மேலோட்டமான சமூக அக்கறை என பல விஷயங்கள் கார்ப்பரேட் அணுகுமுறையில் இருக்கின்றன. சட்டத்துக்குட்பட்ட செயல்பாடு என்ற நல்ல அம்சம் அதில் உண்டென்றாலும் அதன் வர்த்தக தந்திரம் என்பது அதை விமர்சிக்க வேண்டியதாக ஆக்குகிறது.

அதாவது ஒரு கார்ப்பரேட் நிறுவனம் குறிப்பிட்ட இயற்கை வளத்துக்கு அரசு நிர்ணயித்த தொகையைச் செலுத்திவிடும் என்பது உண்மைதான் என்றாலும் அந்த கார்ப்பரேட் நிறுவனத்தின் தந்திரம் என்பது அந்த இயற்கை வளத்துக்கு அடிமாட்டு விலை நிர்ணயித்துத் தரும் பொம்மை அரசை அல்லது அரசியல்வாதிகளை அது அந்த இடத்தில் நியமித்துவிடும். சும்மா இருக்கும் ஒரு நாயைக் கொல்ல முடிவெடுத்தால் அந்த நாய்க்கு பைத்தியம் பிடித்துவிட்டது என்று பொய்சொல்லிக் கொன்றுவிட்டு, நாங்கள் ஒரு நாயைக் கொல்வ தென்றாலும் சட்டப்படித்தான் கொல்வோம் என்று பிரிட்டிஷார் பெருமையடித்துக்கொள்வார்களே அதுபோன்ற செயல்தான் இது.

நிலக்கரி, இரும்பு, பிற கனிம வளங்கள் எல்லாம் அடிமாட்டு விலைக்கு அயல்நாட்டு நிறுவனங்களுக்கு விற்கப்படுகின்றன. கேட்டால் அவற்றை அகழ்ந்தெடுத்து சுத்திகரிக்கும் தொழில்நுட்பம் நம்மிடம் இல்லை என்று சொல்கிறார்கள். உண்மையில் அயல் நாட்டு

நிறுவனத்திடமிருந்து அந்தத் தொழில்நுட்பத்தை மட்டும் வாங்கிக் கொண்டு அந்தக் கனிம வளங்களை நமது நலனுக்குப் பயன் படுத்துவது தான் புத்திசாலித்தனம். ஆனால், தொழில் நுட்பத்தோடு சேர்த்து கனிம வளத்தையும் அயல்நாட்டினருக்கு தாரைவார்த்துக் கொடுத்துவிடு கிறோம். இது பால் கறக்கத் தெரியாத நபர், இடையர் ஒருவரை அந்தப் பணிக்கு நியமிப்பதற்கு பதிலாகத் தான் வளர்க்கும் பசுவையும் சேர்த்தே அவரிடம் கொடுத்துவிடுவதைப் போன்றது.

மேலும் பிரமாண்டதொழில் முனைவு என்பது அடிப்படையில் அதிகாரக் குவிப்பின் இன்னொரு வடிவமே. அதிகாரக் குவிப்பின் மூலம் விளையும் நன்மைகள் ஒருபக்கமென்றால் அதனால் விளையும் தீமைகள் இன்னொரு பக்கம் கணிசமாக இருக்கும். இன்னும் இதைச் சரியாகப் புரியும்படிச் சொல்வதென்றால் கிறிஸ்தவம் எப்படி ஒற்றை அதிகார மையத்தை முன்னெடுக்கிறதோ அதன் பொருளாதார வடிவமே கார்ப்பரேட்டிஸம். தனது லாபம் என்ற குறுகிய இலக்கை மட்டுமே அடிப்படையாகக் கொண்டது. பன்மைத்தன்மை, சிறு கலாசாரங்கள், சிறு தொழில்கள், பிராந்திய மாறுபாடுகள் என எதையும் பொருட்படுத்தாதது.

கிறிஸ்தவம் எப்படி உலகம் முழுவதும் கிறிஸ்துமஸைப் பரப்ப விரும்புகிறதோ அதுபோலவே கொக்ககோலா உலகம் முழுவதும் தனது பிராண்டை கொண்டுசெல்லவே விரும்புகிறது. கிறிஸ்தவம் எப்படி பழங்குடி மற்றும் பிற மத கலாசாரங்களை அழித்தொழிகிறதோ அதுபோலவே பெப்ஸியும் காளிமார்க் சோடாக்களையும் தம்ஸ் அப்களையும் அழித்தொழிக்கிறது. இந்திய நலன் என்பது மோர், தயிர், இளநீர், பதநீர் பயன்பாட்டை முன்னெடுப்பதில்தான் இருக்கிறது. ஆனால், இந்துத்துவமோ கோக்குக்குக் கொடிபிடிக்கிறது.

அடுத்ததாக, கார்ப்பரேட் நிறுவனங்கள் முதலீடு செய்யும் துறைகள் அடிப்படை தேவை சார்ந்தவையாக இருக்காது. உதாரணமாக, கார்கள், செல்போன்கள், மென்பொருள், தொலைத்தொடர்பு சேவைகள். மனிதர்களுக்கு இவை அதி அத்தியாவசியமான தேவை அல்ல. இந்தப் பொருள்கள் இருந்தால் நல்லது... இல்லாவிட்டால் அதைவிட நல்லது என்பதுதான் இவற்றின் இடம். ஆனால், இந்தியாவில் இந்தத் தொழில்களில்தான் கோடிகள் கொட்டப்படுகின்றன. உண்மையில் அதை முடக்கப்படும் பணம் என்றுதான் சொல்லவேண்டும்.

அடுத்ததாக கார்ப்பரேட் நிறுவனத்தின் பிரமாண்ட உற்பத்தி என்பது சில நேரங்களில் பெரும் அபாயத்தை விளைவித்துவிடும். குறிப்பாக அணு உலை, வேதிப் பொருள் உற்பத்தி போன்றவற்றில் கார்ப்பரேட்டிஸ அணுகுமுறை மிக மிகத் தவறானது. அபாயகரமானது. போபால்

அதற்கான எளிய, அழுத்தமான உதாரணம். இந்தியாவில் விவசாயிகள் அதிகம் என்பது உண்மை. இந்தியாவில் திடீர் பஞ்சம் ஏற்பட்டதாகச் சொல்லி பசுமைப் புரட்சிக்கு அடிகோலியாகி விட்டது. அரசிடம் பேசி மானியங்கள் தர ஏற்பாடு செய்து வேதி உரம், பூச்சிக்கொல்லிகளின் பயன்பாட்டை அதிகரிக்க வழிசெய்தாகி விட்டது. இப்படிப் பூர்வாங்க வேலைகளையெல்லாம் செய்து முடித்துவிட்ட நம்பிக்கையில் யூனியன் கார்பைடு நிறுவனம் பிரமாண்ட அளவில் வேதி உரத் தொழிற்சாலையை ஆரம்பித்தது. இந்திய விவசாயிகள் அனைவருமே தமது உரத்தையே வாங்குவார்கள் (அல்லது வாங்க வைக்கவேண்டும்) என்பதே அதன் எதிர்பார்ப்பு. அதிக லாபத்தை இலக்காகக் கொண்டு அளவுக்கு அதிகமான வேதிப் பொருள்களை ஓரிடத்தில் குவித்தது. பத்து கொள்கலன்களில் பிரித்து வைக்கவேண்டிய வேதி உரத்தை ஒரே கொள்கலனில் குவித்து வைத்தது. உண்மையில் அது மிக மோசமான, அபாயகரமான செயல். ஏதேனும் அசம்பாவிதம் நடந்தால் ஆயிரக்கணக்கில் மக்கள் மடிவார்கள் என்ற அபாயம் அதில் முழுவதுமாக இருந்தது. ஆனால், மேற்கத்திய கார்ப்பரேட்டிஸ மனோபாவம் அதிக லாபம் என்ற ஒன்றை மட்டுமே குறிக்கோளாகக் கொண்டது.

பூச்சிகளை அழித்து பயிர் உற்பத்தியைப் பெருக்கி இந்தியர்களின் பசியையும் பட்டினியையும் போக்கப்போகிறோம் என்ற போர்வையில் அந்த அபாயகரமான வேலையை முன்னெடுத்தார்கள். கிட்டத்தட்ட ஊருக்கு நடுவே டைனசர்களுக்கான ஜுராஸிக் பார்க் ஒன்றை அமைப்பதைப்போன்ற முட்டாள்தனம் அது. அது தான் வேலியில் மின்சாரம் பாயச் செய்திருக்கிறோமே என்று அதற்கு வேறு பெரும் தொகையை முடக்க வைத்தார்கள். மின்சாரம் போய் விட்டால்... மின் சேமக்கலன்களும் செயல் இழந்தால் டைனசர்கள் ஊருக்குள் புகுந்துவிடுமே என்ற கேள்வியை அவர்கள் கேட்கவே இல்லை. அல்லது பொருட்படுத்தவே இல்லை.

எதிர்பார்த்த அளவுக்கு உர விற்பனை நடக்கவில்லை. இதனால் வேதிப் பொருள்கள் பெருமளவுக்குத் தேங்கத் தொடங்கின. சிறு தீக்குச்சி விழுந்தாலும் வெடித்துச் சிதறிவிடும். சிறு நீர்த்துளி விழுந்தாலும் வேதி வினை ஆரம்பித்து உலை வெடித்துவிடும் என்ற அபாயம் இருந்த நிலையில் தொழிற்சாலையை மூடிவிட்டு இந்தியப் பணியாளர்களிடம் பாதுகாப்புப் பொறுப்பை ஒப்படைத்துவிட்டு அமெரிக்க நிர்வாகம் புறப்பட்டுப் போய்விட்டது. வேதிப் பொருள்கள் நிரம்பிய கலன்கள் பற்ற வைத்த வெடிகுண்டுபோல், கொதிக்கத் தொடங்கிய எரிமலைபோல் எப்போது வேண்டுமானாலும் வெடிக்கலாமென்ற நிலையில் இருந்தது. நாளாக நாளாக

பாதுகாப்பு ஏற்பாடுகளுக்கான தொகையைத் தராமல் அமெரிக்கத் தலைமையகம் ஓரங்கட்டத் தொடங்கியது.

வருமானம் வராத இடத்தில் பணத்தை முடக்குவது வர்த்தக நோக்கில் மடத்தனமே. எனவே கார்ப்பரேட், போபால் தொழிற்சாலையைக் கைகழுவியது. ஆனால், விஷயம் என்னவென்றால், தொழிற் சாலையில் இருந்த வேதிப் பொருள்களை சிறு சிறு கலன்களில் பிரித்து வைத்திருக்கவேண்டும். அதைச் செய்யாததால் ஒருநாள் பராமரிப்புப் பணியின்போது வேதிப் பொருள்கள் இருந்த அறைக்குள் தவறுதலாக தண்ணீர் பைப் திறந்துவிடப்பட்டு வேதிவினை ஆரம்பித்துவிட்டது. பாதுகாப்பு ஏற்பாடுகள் பலவீனமாக இருந்ததால் தொழிற்சாலை வெடித்துச் சிதறியது. போபால் நகரம் முழுவதுமே விஷவாயுவால் தாக்கப்பட்டு ஆயிரக்கணக்கானோர் உயிர் துறக்க நேர்ந்தது. அமெரிக்க கார்ப்பரேட் நிறுவனமோ தனக்கும் அந்த விபத்துக்கும் எந்தச் சம்பந்தமும் இல்லை என்று கைகழுவிவிட்டது. இந்த இடத்தில்தான் கார்ப்பரேட் நிறுவனத்தின் அணுகுமுறையை நாம் பரிசீலிக்க வேண்டிவருகிறது.

அதன் பிரமாண்ட உற்பத்தியே பிரச்னைக்கு மூல காரணம். அதிக லாபமே பிரமாண்ட உற்பத்திக்கு அடிப்படையாக இருந்தது. உண்மையில் அமெரிக்க வணிகச் செயல்பாடென்பது அமெரிக்க சூழலியல் போராளிகள், அமெரிக்க ஊடகங்கள், அமெரிக்க நீதித்துறை, அமெரிக்க அரசியல்வாதிகள் என பலவற்றால் கட்டுக்குள் வைக்கப்பட்டிருக்கவேண்டிய ஒரு விஷயம். அமெரிக்காவுக்குத்தான் அது சரியாக இருக்கும். ஆனால், இந்தியா போன்ற ஒரு நாட்டுக்கு அமெரிக்க வணிக நிறுவனம் வருவதென்பது பெரும் அழிவையே தரும். அமேசான் காடுகளில் இருக்கும் அனகொண்டாக்களை அந்தக் காடுகளில் வசிக்கும் கழுகுகளும் வேறு விலங்குகளும் கட்டுக்குள் வைத்திருக்கும். அனகொண்டாக்கள் இந்தியா போன்ற கோழிக்குஞ்சு தேசத்துக்குள் நுழைந்தால் அதோ கதிதான். போபால் அதைத்தான் நிரூபித்திருக்கிறது.

யூனியன் கார்பைடு நிறுவனம் அமெரிக்காவில் ஆரம்பிக்கப் பட்டிருந்தால், அதன் சுற்று வட்டாரத்தில் 10-20 மைல் சுற்றளவில் எந்தவொரு குடியிருப்பும், கடைகளும் வராமல் அந்த ஊர் சூழலியல்வாதிகள் பார்த்துக்கொண்டிருப்பார்கள். அப்படியில்லை யென்றால் நீதித்துறை அந்த நிறுவனத்துக்கு அனுமதி தந்திருக்காது. அரசியல்வாதிகள், ஊடகங்கள் என அனைவருமே உரிய நடவடிக்கைகளை எடுக்கவைத்திருப்பார்கள். குறைந்தபட்சம் விபத்து நடந்தால் அபாய எச்சரிக்கை செய்யவும் தப்பி ஓடவும் தற்காத்துக் கொள்ளவும் தேவையான வழிகளையாவது செய்துவிட்டிருப்பார்கள்.

இந்தியாவில் அது நடக்கவில்லை. வேதித் தொழிற்சாலைக்கு அருகிலேயே அதன் மதில் சுவரை ஒட்டியே ஆயிரக்கணக்கானோர் வசிக்க இந்திய அரசு வழிசெய்து கொடுத்தது. நிச்சயமாக இதற்கு அமெரிக்க நிறுவனத்தைப் பழிபோடமுடியாதுதான். ஆனால், இந்தியச் சூழல் புரிந்த ஒருவர் அமெரிக்க கார்ப்பரேட்டிஸம் அதுவும் அபாயகரமான விஷயங்களில் வேண்டாம் என்றுதான் சொல்ல வேண்டியிருக்கும்.

இப்போது அணு உலைகளை எடுத்துக்கொள்வோம். இதே தவறுதான் இதில் நடக்கிறது. வருடத்துக்கு 300 நாட்களுக்கு மேல் வெயில் கொளுத்தும் இந்தியா போன்ற நாடுகளுக்கு சூரிய மின்சாரம் தான் நல்லது. ஆனால், அமெரிக்க, ரஷ்ய, ஜெர்மானிய நாடுகளுக்கு நன்மை தரும் நோக்கில் இந்தியாவில் அணு உலைகள் தொடர்ந்து திறக்கப்படுகின்றன. இதே குஜராத்தில் மோதி சூரிய மின்சாரத்துக்குத் தான் முக்கியத்துவம் தந்திருந்தார். ஆனால், பிரதமர் ஆனதும் அணு உலைக்கு மாறிவிட்டார்.

இந்தியாவுக்கு மின்சாரம் தேவை என்பது உண்மை. சூரிய மின்சாரம் என்பது இந்தியத் தீர்வு... இந்திய நலன் சார்ந்த தீர்வு. அணு உலை என்பது பன்னாட்டு நிறுவனங்களுக்கு உகந்த தீர்வு. அணு உலையில் செலவு அதிகம். லாபம் குறைவு. அதோடு விபத்து நடந்தால் சர்வ நாசம் நிச்சயம். இப்படியான பிரமாண்ட தொழிற்சாலைகள் நமக்கானவை அல்ல. ஒவ்வொரு மாவட்டத்துக்கும் ஊருக்கும் ஒரு சூரிய மின் ஆலை... இதுதான் நம் லட்சியமாக இருக்கவேண்டும். இன்று சூரிய மின் தகடுகளுக்கும் சேமக் கலன்களுக்கும் அதிகச் செலவாகிறதென்றால் அதைக் குறைக்க வழிகளை மேற்கொள்வதே சரியான தீர்வாக இருக்கும்.

மதுரை கமுதிப் பகுதியில் உலகிலேயே மிகப் பிரமாண்டமான சூரிய மின் ஆலையை அமைத்திருக்கிறார்கள். இப்படி ஒரே இடத்தில் மிகப் பெரிய சூரிய மின்சார ஆலையை ஆரம்பிப்பது அடிப்படையிலேயே தவறான செயல்பாடு. சூரிய மின்சாரத்தின் சாதகமான அம்சமே அது தேவையான மாவட்டத்தில் தேவையான அளவுக்கு உருவாக்க முடியும் என்பதுதான். மதுரையில் சூரிய மின்சாரத்தை பெருமளவுக்கு உற்பத்தி செய்து பிற மாநிலங்களுக்குத் தருவதென்பது அடிப்படையி லேயே பிழையான அணுகுமுறை.

அதுபோல் கார்ப்பரேட்டிஸம் முன்னெடுக்கப்பட்டிருக்கும் இன்னொரு துறை ஊடகத்துறை. அந்நிய முதலீடு அளவுக்கு அதிகமாக அனுமதிக்கப் பட்டிருக்கும் துறை இது. இதுதான் கார்ப்பரேட்டிஸத்துக்கும் இந்திய இந்துவிரோதச் செயல்பாடுகளுக்கும் உகந்த சூழலை உருவாக்கித்

தந்துவருகிறது. அமெரிக்க நலனுக்கோ பன்னாட்டுநலனுக்கோ எதிராக ஏதேனும் முயற்சி எடுக்கப்பட்டால் உடனே அது முடக்கப் பட்டுவிடும். அதோடு கருத்து சுதந்தரம் என்ற பெயரில் ஊடகங்களை இந்து, இந்திய அவதூறுப் பிரச்சாரம் செய்ய முழுமையாக அனுமதித்துவிட்டிருக்கிறோம். இதைப் போன்ற மடத்தனம் இந்த உலகில் வேறு எதுவும் இருக்கவே முடியாது.

அமெரிக்க ஊடகங்கள் அமெரிக்க அரசின் சார்புடன் இருக்கா விட்டாலும் அமெரிக்க தேசியச் சார்புடனே இருக்கும். அவை புஷ்ஷையும் ஒபாமாவையும் டிரம்பையும் விமர்சிக்கும். ஆனால், அமெரிக்காவை ஒருபோதும் விமர்சிக்காது. சீன, கம்யூனிஸ ஊடகங்கள் சீன, கம்யூனிஸ அரசுகளின் சார்புடனே இருக்கும். இஸ்லாமிய தேசங்களில் கேட்கவே வேண்டாம். முழுக்க முழுக்க அவை இஸ்லாமிய சார்புடனே இருக்கும். ஆனால், இந்தியாவில் மட்டும்தான் அரசாங்கங்களை விமர்சிப்பதாக மட்டுமல்லாமல் இந்தியாவையே விமர்சிக்கும் அபாயகரமான செயலை இந்திய ஊடகங்கள் செய்துவருகின்றன.

நிர்பயாவின் கற்பழிப்பும் படுகொலையும் ஒரு கொடூரமான குற்றச் செயல். தில்லி அரசின் கையாலாகத்தனத்தையும் இரட்டை அதிகார மையம் இருப்பதால் ஏற்படும் பின்னடைவுகளையும்தான் இந்த விஷயத்தில் முன்னிலைப்படுத்தி விமர்சிக்க வேண்டும். ஆனால், இந்து மதத்தின் ஆணாதிக்க மனோபாவம்தான் இந்தக் குற்றச் செயலுக்குக் காரணம். இந்து கலாசாரமே இப்படியானதுதான் என்று முத்திரை குத்தி விமர்சிக்கும் கொடூரமே இங்கு நடந்தது. இந்துத்துவ அரசு முதலில் சரி செய்ய வேண்டிய விஷயம் இதுவே. ஏனென்றால், அது செய்யும் ஆயிரம் நல்ல விஷயங்கள் பற்றி எதுவுமே மக்களுக்குச் சென்று சேர்வதில்லை. எங்கேனும் ஏதேனும் அசம்பாவிதம் நடந்தால் அது மட்டுமே வெகு தீவிரமாக மக்கள் மத்தியில் பரப்பப்படுகின்றன. இது மிக மோசமான ஆட்சி நிர்வாகம்.

சீனா போலவோ கம்யூனிச நாடுகள் போலவோ சர்வாதிகாரத்தைக் கையில் எடுக்க வேண்டிய அவசியம் இல்லை. ஆனால், கருத்துச் சுதந்தரம் என்பது வேறு அவதூறுச் சுதந்தரமென்பது வேறு என்பதை அரசு ஊடகங்களுக்குப் புரியவைக்கவேண்டும். துபாய்க்குச் செல்லும் விமானத்தில் பிரச்னைக்குரிய கோஷங்கள் எழுப்பப்பட்டதால் விமானம் தரையிறக்கப்பட்டது என்று ஒரு தொலைக்காட்சி நிறுவனம் செய்தி வெளியிடுகிறது. உண்மை என்ன? சில இஸ்லாமியர்கள் ஐ.எஸ்.ஐ.எஸ்ஸுக்கு ஆதரவாக கோஷம் போட்டிருக்கிறார்கள். விமானத்தில் இருந்த அனைவருமே பதறி அடித்து விமானத்தை நிறுத்தச் சொல்லியிருக்கிறார்கள். விமானம் ஹைஜாக் செய்யப்பட்டு

விடும் என்ற பயம், தமது உயிருக்கு உத்தரவாதம் இல்லை என்ற பதற்றம் அந்த ஒற்றை கோஷத்துக்குப் பின்னால் இருக்கிறது. செய்தி ஊடகத்தின் வேலை என்ன... உண்மை நிகழ்வுகளை உலகுக்கு அறியச் செய்வதுதானே... எளிய இஸ்லாமியர்மீது கரிசனத்துடன் இருப்பது என்பது வேறு... இஸ்லாமிய தீவிரவாதத்தைக் கண்டுகொள்ளாமல் விடுவதென்பது வேறு அல்லவா.

ஓர் அரசு அது இந்துத்துவ அரசாக இல்லாவிட்டாலும் இதைக் கைகட்டி வேடிக்கை பார்க்கவேண்டிய அவசியமில்லை. பொது மக்கள் கூடியிருக்கும் பகுதியில் 'தீ.. தீ...' என்று கத்தினால் அது குற்றச் செயல் என்று சட்டம் இருக்கிறது. அதுபோலவே உண்மை களை மறைத்து பொய் செய்திகளை வெளியிட்டால் தண்டனை என்று சட்டம் கொண்டுவரவேண்டும். அல்லது அடுத்தநாளே உண்மை செய்தியை வெளியிட்டு மன்னிப்பு கேட்டாகவேண்டும். அல்லது முதலில் செய்தி வெளியிடும்போதே முழு உண்மை இன்னும் வரவில்லை... வந்ததும் அதையும் சேர்த்து வெளியிடு கிறோம் என்று சொல்லவேண்டும். உன் கைகளுக்கான சுதந்தரம் என்பது என் மூக்கின்மீது குத்தாமல் இருக்கும்வரைதான். தனிப் பெரும் சக்தியாக ஆட்சிக்கு வந்திருக்கும் நிலையிலும் கப்பலின் இந்தப் பெரிய ஓட்டையை அடைக்காமல் விடுவது புத்திசாலித் தனமே அல்ல.

இந்து அரசியல் சக்திகளில் இரண்டு பிரிவுகள் இருக்கின்றன. ஒன்று நவீனப் பார்வை கொண்டது. இன்னொன்று பழமை மீது பிடிப்பு கொண்டது. ஒரு உதாரணம் சொல்கிறேன். தருண் விஜய் திருக்குறளையும் திருவள்ளுவரையும் ஆத்மார்த்தமாக முன்னெடுக் கிறார். ஹரித்துவாரில் திருவள்ளுவருக்கு சிலை எதற்கு என்று ஒரு சுவாமிஜி முழங்குகிறார். ஊடகங்களில் திருவள்ளுவருக்காக தருண் விஜய் செய்த ஆயிரம் நல்ல விஷயங்கள் ஓரங்கட்டப்பட்டு சுவாமிஜி சொன்ன ஒற்றை வாக்கியம் பெரிதுபடுத்தப்படுகிறது. காங்கிரஸ் அரசு சுவாமியை ஓரங்கட்டிவிட்டு சிலையை ஸ்தாபித்துவிட்டு பெயரைத் தட்டிக்கொண்டுசெல்கிறது. ஆக, தருண் விஜய் இதுவரை செய்தவை எல்லாம் மறக்கடிக்கப்பட்டு இந்துத்துவம் திருவள்ளு வரை எதிர்க்கிறது என்ற விஷயமே முன்னிலைப்படுத்தப்படுகிறது. இந்தியாவில் பல்வேறு நிறத்தினர், கலாசாரத்தினர் இருக்கிறோம். எனினும் எங்களிடையே இன மோதல் கிடையாது என்ற அர்த்தத்தில் கறுப்பு நிற தென்னிந்தியர்களுடன் நாங்கள் சேர்ந்து வாழத்தானே செய்கிறோம் என்று சொன்னதை கறுப்பு நிறத் தென்னிந்தியர்களைச் சகித்துக்கொண்டு வாழ்கிறோம் என்று சொன்னதாகத் திரிக்கிறார்கள்.

என் வேலையை நான் ஆத்மார்த்தமாகச் செய்கிறேன். அதன் பலன் தானாக என்னை வந்தடையும் என்ற நிஷ்காம்ய செயல்பாடுகள் இனியும் போதாது. பலனை எதிர்பார்க்காமல் கடமையைச் செய்துவர வேண்டுமென்றால் அந்தப் பலனை உரியமுறையில் நமக்குக் கொடுக்கும் சக்திகள் அங்கு துடிப்புடன் செயல்பட்டுக் கொண்டிருக்க வேண்டும். நம்மிடமிருப்பவற்றை அபகரிக்கும் கூட்டம் நம்மைச் சுற்றி இருந்தால் நாம் விழிப்புடன்தான் இருந்தாகவேண்டும். விஷயம் மிகவும் எளிது... நம் ஊரில் நல்லவர்களே மிகுந்திருந்தால் நம் வீட்டைத் திறந்து போட்டு வாசலில் கயிற்றுக் கட்டிலைப் போட்டுக்கொண்டு தூங்கலாம். ஊரில் திருடர்கள் அதிகமென்றால் வீட்டுக்கு பத்து பூட்டு போட்டுக்கொண்டுதான் தூங்கியாகவேண்டும்.

வணிக நிறுவனங்களின் நற்பெயர் உருவாகச் செயல்பாடுகள் பற்றி படித்திருப்பீர்கள். ஒரு நிறுவனம் தனது உற்பத்திப் பொருள்கள் பற்றி மக்கள் என்ன பேசவேண்டும் என்று விரும்புகிறதோ அதை அந்த நிறுவனமே தானாகவே உருவாக்கி மக்கள் மத்தியில் உலவவிடும். இல்லையென்றால் மக்கள் தாமாகவே எதையேனும் உருவாக்கி விடுவார்கள். அது அந்த நிறுவனத்துக்கு எதிரானதாக இருந்தால் அதை அதன் பிறகு என்ன நினைத்தாலும் மாற்ற முடியாது.

திரைப்பட நடிகர்களில் மக்களுக்கு உதவுபவராக ஒருவர் தன்னை காட்டிக்கொள்ள விரும்பினால் பத்திரிகை நிருபர்களை அழைத்து அதற்கான கதைகளை அவ்வப்போது எழுதச் சொல்லி ஊக்குவிப்பார். மக்கள் அதன் பிறகு அது தொடர்பான கதைகளை தாமே உருவாக்கிச் சொல்ல ஆரம்பிப்பார்கள். நாம் எதுவும் எடுத்துக் கொடுக்கவில்லையென்றால் அவர்களாகவே ஏதேனும் ஒன்றை உருவாக்கத் தொடங்கிவிடுவார்கள்.

இந்துத்துவர்களைப் பொறுத்தவரையில் அப்படியான நற்பெயர் உருவாக்க முயற்சிகள் எதுவுமே செய்வதில்லை. அமைதியாக, வெளிக்குத் தெரியாமல் நல்லதைச் செய்யும் ஆர்.எஸ்.எஸ்ஸின் காலம் மலையேறிவிட்டது. போலியாக நம்மைப்பற்றி பொய்களை முன்னிறுத்துவது எந்த அளவுக்குத் தவறோ அதே அளவுக்கு நாம் செய்த நல்லதை வெளியே சொல்லாமல் இருப்பதும். அதைவிடப் பெரிய தவறு நம்மைப் பற்றி நமது விரோதிகள் உருவாக்கும் பொய் கதைகளை மறுக்காமல் வாய்மூடி இருப்பது. நமக்கு நமது செயல்களைப்பற்றி நாமே புகழ்ந்து பேசுவது பிடிக்கவில்லை என்றால் பரவாயில்லை... நம்மைப் பற்றிய அவதூறுகளை வரவிடாமல் தடுக்கும் செயலை நாம் நிச்சயம் செய்தாகவேண்டும். காசை வாங்கிக்கொண்டு அவதூறைப் பரப்பும் ஒரு ஊடகத்தின்

கையைப் பிடித்து முறுக்கி இந்திய நலன் சார்ந்து ஒரு உண்மைக் கட்டுரையை எழுத வைக்க முடியாதா என்ன?

காங்கிரஸ் அரசு ஆட்சிக் கட்டிலில் இருந்தபோது கல்விப்புலத்தில் ஆரம்பித்து ஊடகங்கள், நீதித்துறை, அரசு சாரா நிறுவனங்கள் என அனைத்திலும் இடதுசாரி சிந்தனையாளர்களை நிரப்பி தனது இந்திய இந்து விரோதச் செயல்களை தந்திரமாக முன்னெடுக்கவில்லையா? அதைத் தடுக்க இன்று இந்துத்துவர்கள் என்ன செய்கிறார்கள் தெரியுமா? வெளிப்படையான இந்து சார்பு நபர்களை அந்த இடங்களில் நியமிக்கிறார்கள். இதுபோன்ற மடத்தனம் வேறு எதுவுமே இருக்க முடியாது. இந்து/இந்திய விரோத சக்திகள் எப்படி காங்கிரஸ் மூலமாகவும் இடதுசாரிகள் மூலமாகவும் தனது கீழறுப்பு வேலைகளை முன்னெடுத்தனவோ அதுபோலவே தந்திரமாகச் செயல்படவேண்டும். அவர்கள் சிறுபான்மையினர் எனவே இப்படி ரகசியமாகத்தான் செயல்பட முடியும். நாம் பெரும்பான்மை. எனவே, நாம் எதற்கு நம் அடையாளத்தை மறைத்துக்கொள்ள வேண்டும். வெளிப்படையாகவே நம் வேலைகளைச் செய்யலாம் என்று சொல்வதில் ஓரளவுக்கு உண்மை இருக்கிறது. ஆனால், நமது அடையாளத்தை முதலில் சுத்தம் செய்துவிட்டு முன்னெடுக்க வேண்டும். ஒரு பக்கம் காவி உடையில் சேற்றைப் பூச அனுமதித்து விட்டு மறுபக்கம் அதே காவி உடையை அணிந்துகொண்டு வருவதில் எதிர்பார்க்கும் பலன் கிடைக்காது. முதலில் காவிமீது சேறு பூசப்படுவதைத் தடுத்து நிறுத்தவேண்டும்.

இந்து தர்மம், இந்தியா ஆகியவைமீது நல்லெண்ணம் கொண்ட மேலைநாட்டினர் பலர் இருக்கிறார்கள். அவர்கள் மூலமாக அதை முன்னெடுக்கவேண்டும். அவர்களை அரசுத் துறைகளிலும் நியமித்தும் அரசு சாரா நிறுவனங்களை ஆரம்பிக்க வைத்தும் பதிலடி கொடுக்கவேண்டும். தெரிந்தோ தெரியாமலோ விரும்பியோ விரும்பாமலோ நமக்கு, அந்நியர்கள் நம்மைவிட புத்திசாலிகள் என்ற எண்ணம் வேரூன்றியிருக்கிறது. இந்தக் கோணத்தில் இது தவறுதான் என்றாலும் நமது பெருமையை நாமே சொல்வதைவிட அந்நியர் ஒருவர் சொல்லும்போது அது கூடுதல் நம்பகத்தன்மையும் மரியாதையும் கொண்டதாக ஆகும் என்ற கோணத்தில் அது வரவேற்கத் தகுந்ததுதான். இந்துத்துவ அரசு வலதுசாரி ஊடகங்களை பலப்படுத்த வேண்டும். நடுநிலையானவர்களையும் மேலை நாட்டினரையும் கொண்டு அந்த முயற்சிகளை முன்னெடுக்க வேண்டும். தெரேசாவை கிறிஸ்தவ இடதுசாரி சக்திகள் எந்த அளவுக்கு முன்னிலைப்படுத்தியிருக்கிறார்களோ அதில் நூறில் ஒரு பங்குகூட நிவேதிதா, சாரதா மாதா, அமிர்தானந்தமயி சார்ந்து

வலதுசாரிகள் முன்னெடுத்திருக்கவில்லை. இதுவே ஓர் இந்துத்துவ அரசு செய்ய வேண்டிய உடனடி வேலை.

கார்ப்பரேட்டிஸம் என்பது இந்திய அளவில் மேற்கத்திய கார்ப்பரேட்டிஸமாகவே இருக்கிறது. இந்திய கார்ப்பரேட்கள் அந்நிய நாடுகளில் நிறுவனங்களை வாங்குவது பற்றிய செய்திகள் அவ்வப்போது வருகின்றன என்றாலும் சிங்கத்தின் உடலில் பொருத்தப்படும் எலியின் தலை சிங்கத்தின் உடலுக்கு ஏற்பவே செயல்பட முடியும். அதேநேரம் எலியின் உடம்பில் பொருத்தப்படும் சிங்கத்தின் தலை தான் விரும்பும்படிச் செயல்பட முடியும். எனவே, இந்திய நிறுவனங்களை அந்நிய நிறுவனங்கள் வாங்குவதற்கும் அந்நிய நிறுவனங்களை இந்தியர் வாங்குவதற்கும் இடையில் மிகப் பெரிய வேறுபாடு உண்டு. இன்று இந்தியாவில் செயல்படும் மேற்கத்திய சக்திகள் மைய அரசின் பிடியில் இருக்கும் நிறுவனங் களைப் பறித்து முழு லாபத்தையும் தானே எடுத்துச் செல்ல விரும்பு கிறார்கள். பொருளாதார சுதந்தரம், உலகமயமாக்கம் என உலகவங்கி ஏஜெண்ட் மூலம் தொடங்கிவைத்தவர்கள் இப்போது மத்திய அரசின் கட்டுப்பாட்டில் இருக்கும் ரயில்வே, எண்ணெய், மின்சாரம், விண்வெளி ஆய்வு போன்றவற்றையும் பறிக்க முயற்சி செய்கிறார் கள். ஏற்கெனவே தபால், போக்குவரத்து, கார்கள், தொலை தொடர்பு, அச்சு-காட்சி ஊடகம் போன்றவற்றில் அரசு நிறுவனங் களை உலகமயமாக்கல் கோஷத்தின் மூலம் ஓரங்கட்டியாகிவிட்டது. பிற அரசுத் துறைகளை ஒழிக்க இப்போது மாநில சுயாட்சி என்ற பிரிவினை கோஷத்தைத் தூண்டும் பணியில் ஈடுபட்டுவருகிறார்கள்.

போலி மதச்சார்பின்மையின் அடுத்தகட்ட முழக்கமாக பன்மைத்துவத்தைக் காப்போம் என்று முழக்கமிடத் தொடங்கி யிருக்கிறார்கள். அதன் ஓர் அங்கமாக மாநில சுயாட்சி என்ற பெயரில் அனைத்து மத்திய அரசின் திட்டங்களையும் முடக்கும் பணிகளைத் தமிழகத்தில் பிரிவினைவாத சக்திகள் மூலம் முன்னெடுக்கிறார்கள். சர்வதேச சக்திகளின் நோக்கம் மத்திய அரசை விலக்கிவிட்டு அந்தத் துறைகளையும் அமெரிக்க, ஐரோப்பிய கார்ப்பரேட்களுக்கு அல்லது அவர்களுடைய இந்திய எடுபிடிகளுக்குப் பெற்றுத் தரவேண்டும் என்பதுதான். மீத்தேன் திட்ட எதிர்ப்பு, ஹைட்ரோ கார்பன் எதிர்ப்பு என இன்று நடக்கும் அனைத்துப் போராட்டங்களின் பின்னாலும் மேற்கத்திய கார்ப்பரேட் தூண்டுதலே இருக்கின்றன.

ஹிந்தி எதிர்ப்பின் விளைவாக ஆங்கிலம் இந்தியாவில் வலுவாகக் கால் ஊன்றியதுபோல் மாநில சுயாட்சி மற்றும் பிராந்திய பிரிவினை கோஷத்தின் மூலம் மத்திய அரசு மேலும் வீழ்த்தப்படும். அந்நிய

கார்ப்பரேட் நலன் முன்னெடுக்கப்படும். பிரிவினைசக்திகள் வெறும் கறிவேப்பிலைதான் என்ற நம்பிக்கையை இது தருகிறது என்றாலும் ஒருவேளை பிரிவினைவாதம் கை மீறிப் போய்விட்டால் கார்ப்பரேட் சக்திகள் அதைத் தடுக்கப் பெரிய முயற்சி எல்லாம் எடுக்காது. அமெரிக்க ஐரோப்பிய ஆயுத கார்ப்பரேட்களிடம் கைகாட்டிவிட்டு தமக்கான பொருளாதார நலன்களை வேறு நாடுகளில் தேட ஆரம்பித்துவிடும். எனவே, கார்ப்பரேட்டிஸத்துக்கும் பிரிவினை வாதத்துக்கும் இடையிலான தொடர்பைக் கூடுதல் கவனத்துடன்தான் இந்திய தேசியம் கைக்கொண்டாகவேண்டும்.

இந்தியாவின் எந்தவொரு விஷயத்தை எடுத்துக்கொண்டாலும் மேற்கத்திய கார்ப்பரேட்டிஸத் தீர்வு ஒன்று இருக்கும்... இந்தியத் தீர்வு ஒன்று இருக்கும். இப்போது ரயில்வேத் துறையிலான சீர்திருத்தம் என்ற ஒன்றை எடுத்துக்கொள்வோம். தனியார்மய மாக்கமே ஒரே தீர்வு என்று கார்ப்பரேடிஸம் சொல்கிறது. ஆனால், இதற்கான இந்தியத் தீர்வு என்ன என்று பார்ப்போம்.

இன்று நம் மக்கள்தொகை தாறுமாறாகப் பெருகியிருக்கிறது. ரயிலில் செல்வோரின் எண்ணிக்கை பல மடங்கு அதிகரித்திருக்கிறது. ஆனால், ரயில்வே தண்டவாளங்களோ, ரயில்களோ அந்த அளவுக்குப் பெருகவில்லை. அதைப் பெருகச் செய்யவும் முடியவில்லை. முதன் முதலாக ரயில்வே லைனைப் போட்டபோதே இன்னும் 30-40 வருடங்களில் ரயில் தடங்களின் எண்ணிக்கையை அதிகரிக்க வேண்டியிருக்கும் என்ற தொலைநோக்குப் பார்வையுடன் ரயில் தடங்களையொட்டி இருபுறமும் 50 மீட்டர் அளவுக்கு வேறு குடியிருப்புகள் எதுவும் வராமல் பார்த்துக் கொண்டிருக்கவேண்டும். உண்மையில் பெரும்பாலான ரயில் தடங்கள் ஊருக்கு ஒதுக்குப்புறமாகத்தான் முதலில் அமைக்கப்பட்டிருந்தன. ஆனால், நகரங்கள் வளர்ச்சியடையத் தொடங்கியதையொட்டி மக்கள் கிராமங் களில் இருந்து நகரங்களை நோக்கி வரத் தொடங்கியதும் ரயில் நிலையங்களையொட்டி வீடுகள், நிறுவனங்கள் கட்டப்பட்டு விட்டன. அதைத் தடுக்கத் தவறிவிட்டதால், இன்று எந்தவொரு பெரு நகரிலும் ரயில் தட விரிவாக்கம் சாத்தியமற்றுப் போய் விட்டிருக்கிறது.

அதுபோல் தொலைதூரப் பிரயாணம் என்றால் அறுபது நாட்களுக்கு முன்பே முன்பதிவு செய்தாக வேண்டியிருக்கிறது. தீபாவளி, பொங்கல் போன்ற இந்து விழா நாட்களில் அதைக் கொண்டாடவும் கிறிஸ்துமஸ், பக்ரீத் போன்ற விழாக்கள் சனி ஞாயிறை ஒட்டி வரும் போது அந்த நீண்ட விடுமுறையைக் கொண்டாடவும் சொந்த ஊர்

செல்ல விரும்பும்போது மிகவும் சிரமமாக இருக்கிறது. அந்த நாட்களில் பயன்பாட்டாளர்களின் எண்ணிக்கை பத்து மடங்கு அதிகரிக்கிறது. ரயில், பஸ் எண்ணிக்கையை மூன்று நான்கு மடங்கு அதிகரித்தாலும் அது போதுமானதாக இருப்பதில்லை.

சுகாதாரமற்ற கழிப்பறைகள், நேர மேலாண்மைக் குறைபாடுகள், உயிர் உடமைப் பாதுகாப்பின்மை, நல்ல உணவு கிடைப்பதில்லை என ரயில் பயணம் தொடர்பாக வேறு பல பிரச்னைகள் இருக்கின்றன. இவை எல்லாவற்றுக்கும் மேற்கத்திய கார்பரேட்டிஸமும் அவர்களுடைய உள்ளூர் ஏஜெண்ட்களும் சொல்லும் ஒரே தீர்வு: ரயில்வேயைத் தனியாருக்குப் பிரித்துக் கொடுத்துவிடவேண்டும். நிச்சயமாக தனியார்மயமாக்கம் ரயில் பயணத்தில் தற்போது இருக்கும் பல குறைபாடுகளைப் போக்கும் என்பது உண்மைதான். ஆனால், அது அரசுக்கு வரவேண்டிய பணத்தை அள்ளிச் சென்று விடும். லாபமில்லாத ரயில் தடங்களைப் புறக்கணித்துவிடும். பயணிகளிடமிருந்து அதிகக் கட்டணத்தை வசூலிக்கும். சேவையை மேம்படுத்த அரசிடமிருந்து பல சலுகைகளைப் பெற்றுக் கொள்ளவும் செய்யும். அரசுக்கு வரவேண்டிய பணம் தனியாருக்குப் போய்விடும் என்பதால் அரசால் நலத்திட்டங்களை முன்னெடுக்க முடியாத நிலை ஏற்படும். அப்படியாக, இந்த தனியார்மய மாக்கத்தால் கிடைக்கும் நன்மையைவிட அதனால் ஏற்படும் இழப்புகள் மிக அதிகமாக இருக்கும். இவை எல்லாவற்றையும்விட இந்திய ஒற்றுமையின் மைய நரம்பாக ரயில்வே இருந்துவருகிறது. அது பிராந்திய அல்லது தனியார்வசம் சென்றால் அந்த நரம்பு துண்டு துண்டாகிவிடும். ஒவ்வொரு பிராந்தியத்திலும் வளர்ந்துவரும் அடிப்படைவாத சக்திகள் மாநிலங்களுக்கு இடையிலான உறவுக்கு ஏற்ப இந்த ரயில் சேவையில் கைவைக்கக்கூடும்.

இப்போது இதற்கு இந்தியத் தீர்வு என்னவாக இருக்க முடியும். ஒரு வழித்தடத்தில் கூடுதல் ரயில்களை இயக்குவது ஒரு வழி. விழாக் காலங்களில் சிறப்பு ரயில்கள் விடப்படுகின்றன. அப்படியும் கூட்ட நெரிசல் குறையவில்லை. எனவே இந்தியத் தீர்வாக வேறொன்றை முன்னெடுக்கவேண்டும். வேறொன்றுமில்லை காந்தி யும் ராஜாஜியும் சொன்னதுதான். எந்தவொன்றையும் கடைசி சொட்டு வரை பயன்படுத்திக் கொள்... வேட்டி கிழிந்தால் போர்வையாக்கிக் கொள். போர்வை கிழிந்தால் துண்டு ஆகப் பயன்படுத்திக்கொள். துண்டு கிழிந்தால் கைக்குட்டையாகப் பயன்படுத்திக்கொள்... இதுதான் காந்தியின் அணுகுமுறை... ராஜாஜியோ அதிகப் பள்ளி களைத் திறக்க வேண்டிய அவசியம் ஏற்பட்டபோது இருக்கும் பள்ளி களையே காலை, மாலை என இரண்டு ஷிப்ட் முறைக்கு

மாற்றிக்கொள்ளச் சொன்னார். குறைந்த முதலீட்டில் அதிக பலன். அவர் அந்தத் திட்டத்தை சிறிய மாறுதலோடு அழகாக முன்னெடுத் திருக்கலாம். ஜனநாயக மரபுக்குப் பழகியிராத அவருடைய கறார்தனம் அந்த திட்டத்தைத் தோல்வியடையச் செய்ததோடு சரித்திர முக்கியத்துவம் வாய்ந்த பொறுப்பை விட்டு விலகி ஓடவும் வைத்துவிட்டது. குலத்தொழிலை முன்னெடுக்கச் சொல்லவில்லை; தொழில்கல்வியையே முன்னெடுக்க விரும்புகிறேன் என்பதை நிதானமாக, தெளிவான செயல்திட்டமாக முன்வைத்திருந்தால் இன்று தமிழகத்தின் தலைமகனாக இருந்திருப்பார்.

அந்த ஷிஃப்ட் முறையை ரயில்வேக்கும் பொருத்திப் பார்க்கலாம். ஷிஃப்டுக்கு பதிலாக டபுள் டெக்கர். அதே வழித்தடம்... ரயில் பெட்டியின் உயரத்தை சிறிது அதிகரித்தாலே போதும்... இரு மடங்கு பயணிகள். இப்போதைய ரயில்களின் உயரத்தை மூன்றடி உயர்த்தினால் இரு மடங்கு பயணிகளை எளிதில் சௌகரியமாகக் கொண்டுசென்றுவிடலாம். ரயிலின் உயரத்தை அதிகரிப்பதால் ஏற்படும் சமநிலைக் குலைவை சக்கரங்களின் எண்ணிக்கையை அதிகரித்தோ அகலத்தை அதிகரித்தோ சரிக்கட்டிவிடலாம். அல்லது ரயில் தடத்தையொட்டி ஐம்பது மீட்டர் தொலைவில் இருக்கும் வீடுகள் கடைகள் அனைத்தையும் அகற்றிவிட்டு இப்போது இருக்கும் ரயில்வே தடத்துக்கு மேலே பாலம் போல் கட்டி அதில் குடியேறச் செய்துவிட்டு ரயில் தடத்தை இரு பக்கமும் வெகு அழகாக விரிவு படுத்திக்கொண்டு விடலாம். இப்படிச் செய்வதால் ரயில் பெட்டிகளில் எந்த மாற்றமும் செய்யாமல் அதே அசெம்பிளை லைன் தயாரிப்பிலேயே கூடுதல் பெட்டிகளைச் செய்தால் போதும். இதை அரசே செய்து முழு வருமானமும் தனக்கு வரும்படிப் பார்த்துக் கொள்ளலாம். தனியார்மயத்துக்குப் போகவேண்டிய அவசியமே இல்லை.

இப்போது தனியார்மயம் கூட்ட நெரிசலை எப்படிச் சமாளிக்கும்? ரயில் தடத்தையொட்டி வீடுகளும் கடைகளும் கட்டிக்கொண்டு விட்டதால் தனியார்களாலும் ரயில் தடத்தை அதிகரிக்க முடியாது. ரயில் கட்டணங்களின் விலையை அதிகரிக்கும். அதை நியாயப் படுத்த குளிர்சாதன வசதி சில ஆடம்பரத் தேவைகளைச் செய்து தரும். விலையை பல மடங்கு ஏற்றுவதன் மூலம் கணிசமான பிரிவினரை ரயிலில் ஏறாமல் தடுத்து கூட்ட நெரிசலைக் கட்டுப்படுத்தும்.

இன்றைய ரயில் கட்டணம் மிக மிகக் குறைவு என்பது உண்மைதான். சுமார் நாற்பது கி.மீக்கு ஐந்து ரூபாய் வைக்கப்பட்டிருக்கிறது. அதே தொலைவுக்கு பஸ்ஸில் 20 ரூபாய்வரை வசூலிக்கப்படுகிறது. ஆனால், ரயிலில் ஐந்து ரூபாய் வசூலித்தாலும் ரயில்வேத்துறை

லாபத்தில்தான் ஓடுகிறது. இதே டபுள் டெக்கர் முறையை பஸ்ஸிலும் பயன்படுத்தலாம். ஆனால், போக்குவரத்துத் துறை என்ன செய்தது? டீலக்ஸ் பேருந்துகள், ஏசி பேருந்துகளை அறிமுகப்படுத்தி கட்டணத்தை அதிகரித்தது. அதிகக் கட்டணம் கொடுக்க முடியாதவர்கள் அதில் ஏறுவதில் இருந்து விலகிச் சென்றனர். அப்படியாக அந்த வகைப் பேருந்துகளில் கூட்ட நெரிசலைக் குறைத்தது. குளிரூட்டிகள் மூலம் பயணத்தை இதமாக்கியது. ஆனால், அதனால் பயன் பெறுபவர்களின் எண்ணிக்கை மிக மிகக் குறைவு. லட்சம்பேர் போக்குவரத்து பிரச்னைகளால் பாதிக்கப்படும் ஊரில் நூறு பேருக்கு சொகுசுப் பயணத்தை உத்தரவாதம் செய்வது நியாயமான தீர்வு அல்ல. ஆனால், கார்ப்பரேடிஸம் இதைத்தான் முன்வைக்கிறது. எனவே, கார்ப்பரேட்டிஸ நகர்மயமாக்கம் தொலைநோக்குப் பார்வையில் நமக்குப் பெரும் பின்னடைவையே தரும்.

உண்மையில், விவசாயத்தை அடிப்படையாகக் கொண்ட பகுதிகளில் ஜாதியின் பிடி கூடுதலாக இருக்கிறது. தொழில் வளர்ச்சி ஏற்பட்டுள்ள நகரப்பகுதிகளில் ஒப்பீட்டளவில் ஜாதி உணர்வு குறைவாக இருக்கிறது என்பது உண்மைதான். ஆனால், நகரப் பகுதிகளில் மத மோதல்கள், குண்டு வெடிப்புகள், மேற்கத்திய மயமாக்கம், இயற்கை வளச் சுரண்டல்கள், அதிகப்படியான வர்க்க இடைவெளிகள் போன்ற இன்னபிற தீமைகள் அதிகம். ஆக, நம் முன் இரண்டு வழிகள் இருக்கின்றன. ஒன்று ஜாதி மோதல்... இன்னொன்று மத மோதல் மற்றும் அந்நியமயமாக்கம். எனவே, ஜாதியா மதமா... விவசாயமா தொழிற்சாலைகளா.... கிராமமா நகரமா... குழுவாதமா தனி நபர்வாதமா..?

இந்த இரண்டில் மதத்தின் தீமைகளோடு ஒப்பிடாதவரையில் ஜாதி மோதல்கள் மிக மோசமானதாகவே தோன்றும், நவீன நகரத்து மோஸ்தர் மதிப்பீடுகளின் அடிப்படையில் பார்த்தால் கிராமத்தின் எளிய வாழ்க்கை பிற்போக்கானதாகவே தோன்றும். தொழிற்சாலைகளின் லாப வெறியை அடிப்படையாக வைத்துப் பார்த்தால் விவசாயம் கைவிடப்படவேண்டிய தொழிலாகவே தென்படும். தனிநபர்வாதத்தின் அடிப்படையில் குழுவுக்காக வாழும் மனநிலை தவறானதாகவே பார்க்கப்படும். ஒற்றைப் பெற்றோர் உலகில் கூட்டுக் குடும்பம் சுமையாகத்தானே தோன்றும்.

நகரங்களில் மத மோதல்கள், குண்டுவெடிப்புகள் நடந்தால் ஊடகங்கள் அதை எப்படிப் பதிவு செய்வார்கள் என்று பாருங்கள்... குண்டு வெடிப்பு தொடர்பான சோகக் கதைகள் நீங்கலாக, நகரம் அடுத்த நாளே இயல்பு நிலைக்குத் திரும்பியதைப் பாராட்டியே

பெரிதும் பேசுவார்கள். ஆனால், கிராமங்களில் வன்முறை வெடித்தால் ஏதோ கிராமம் நிரந்தரமாக ரத்தச் சகதியில் மூழ்கி இருப்பதுபோலவே சித்திரிக்கப்படும். திரைப்படங்களைப் பார்த்தாலே போதுமே கிராமத்து கதாபாத்திரம் என்றால் முதலிரவில் கூட முதுகில் மிகப் பெரிய அருவாளுடன்தானே இருக்கும்.

நகரத்தில் பொருளாதார வசதி வாய்ப்புகள் அதிகம். பிறப்பு சார்ந்த தொழில் வாழ்க்கை இல்லையென்பதால் ஜாதி அடையாளம் பலவீனமாகி அதன் இயல்பான அடுத்த கட்டமான மத அடையாளம் வலுவடையும்.. எந்தப் பத்தாண்டுகளையும் எடுத்துப் பாருங்கள்... கிராமத்து ஜாதி மோதல்களின் எண்ணிக்கைக்கு சற்றும் சளைக்காத தாகவே நகரத்து மோதல்களும் இருக்கும்.

ஆனால், மதத்தைவிட ஜாதியே மோசமானது என்ற கருத்தே ஆழமாக நம் மனங்களில் ஊன்றப்பட்டிருக்கிறது. நவீன உலகுக்குள் இந்தியா பிரிட்டிஷாரால் பிடித்து இழுக்கப்பட்டுச் சென்று வைத்த முதல் காலடியில் இருந்தே நமக்கான பிரச்னைகள் தொடங்கிவிட்டன. முதல் கோணல் முற்றும் கோணல். பாரதத்தின் கடந்த காலமும் அந்தக் காலகட்டத்து மதிப்பீடுகளும் நம்பிக்கைகளும் கால மாற்றத்துக்கு ஏற்ப புதுப்பிக்கப்பட வேண்டிய ஒன்றாகப் பார்க்கப் படாமல் முற்றாக நிராகரிக்கப்படவேண்டிய ஒன்றாகவே பார்க்கப் பட்டன. இந்துக்களின் ஜாதி அமைப்பே உலகிலேயே மிகவும் கொடிய குழு அமைப்பு என்று செமிட்டிக் மதக்குழு அமைப்பினர் சொன்னார்கள். அதையே நாம் நமது மரபணுவில் ஏற்றுக்கொண்டு விட்டிருக்கிறோம்.

கலப்பு திருமணச் சண்டையென்றாலும், கோயில் நுழைவுப் பிரச்னை என்றாலும் உடனே ஜாதிதான் காரணம்; அது அழிந்தால்தான் இந்தியா உருப்படும் என்ற குரல்கள் ஓங்கி ஒலிப்பதைப் பார்க்க முடியும். ஷியா சன்னி சண்டைக்காக இஸ்லாம் அழியவேண்டும் என்றோ ப்ராட்டஸ்டண்ட் கத்தோலிக்க சண்டைக்காக கிறிஸ்தவம் அழிய வேண்டும் என்றோ யாரும் சொல்வதில்லை (கிறிஸ்தவ உட்பிரிவுகளின் சண்டை வெகுவாகக் குறைந்திருப்பதை சாதகமான அம்சமாகச் சொல்லமுடியாது. ஏனென்றால் அது கிறிஸ்தவர் அல்லாதவர் மீதான வெறுப்பாக, விரோதமாக பூதாகரமான வடிவத்தைத்தான் எடுத்திருக்கிறது. கழுகும் வல்லூறும் ஒன்று கூடி கோழிகளை வேட்டையாடுவதுபோல்).

ஜாதி அழியவேண்டும் என்று சொல்பவர்கள் ஒரு விஷயத்தைப் புரிந்துகொள்ளவேண்டும். மதம், இனம், மொழி, தேசம் போன்ற குழு உணர்வுகள் எந்த அளவுக்குத் தேவையோ அதுபோலவே ஜாதி

உணர்வும் ஒருவருக்குத் தேவையே. அந்த அடையாளங்களைப் பின்பற்றுபவர்களில் சிலர் செய்யும் கொடூரங்களுக்காக அந்த அடையாளத்தை அழிந்துபோகவேண்டும் என்று நாம் எப்படிச் சொல்வதில்லையோ அதுபோன்ற கரிசனத்தை ஜாதியின்மீதும் காட்டலாம். நிதியூட்டமும் ஊடக வெளிச்சமும் பறிபோய்விடுமே என்ற பயமோ, முற்போக்கு வேடம் கலைந்துவிடுமே என்ற தயக்கமோ இல்லாமல் இந்த உண்மையைப் புரிந்துகொண்டு, வெளிப்படையாகச் சொல்லும் நெஞ்சுரம் வாய்க்கப்பெறுவது கடினம்தான். என்றாலும் அந்த உண்மையைத் தன்னளவிலாவது ஒருவர் புரிந்துகொண்டாக வேண்டும். ஏனென்றால், பிற குழு அடையாளங்கள் இந்த உலகுக்கு இழைத்திருக்கும் தீங்குகளோடு ஒப்பிடும்போது ஜாதி உணர்வு சமூகத்துக்கு இழைத்திருக்கும் தீமைகள் மிக மிகக் குறைவுதான்.

அமெரிக்காவில் ஒரு கறுப்பர் வெள்ளையர் ஒருவரால் கொல்லப் பட்டால் ஒட்டு மொத்த அமெரிக்காவே பற்றி எரியும். ஒரு அமெரிக்கக் கட்டடம் தகர்க்கப்பட்டால் ஒட்டு மொத்த ஆப்கானிஸ் தானே அழிக்கப்படும். ஒரு நபி கிண்டல் செய்யப்பட்டால் ஒட்டு மொத்த உலகமே மிரட்டப்படும். இந்திய ஜாதிகளைப் பொறுத்த வரையில் ஒரு ஜாதியைச் சேர்ந்தவர் தாக்கப்பட்டாலோ ஒரு ஜாதியைச் சேர்ந்த கோயில் உடைக்கப்பட்டாலோ, ஒரு ஜாதியைச் சேர்ந்தவர்களின் தேர் எரிக்கப்பட்டாலோ அது அந்த ஊரை மட்டுமே பாதிக்கும். அதே ஜாதியைச் சேர்ந்தவர்கள் இருக்கும் பிற ஊர்களுக்குக்கூட அந்தத் தீ பரவாது.

கோத்ராவில் அப்பாவி கரசேவகர்கள் கொல்லப்பட்டபோது குஜராத்தில்கூட இரண்டு மாவட்டங்களில் மட்டுமே எதிர்வினை இருந்தது. ஒட்டு மொத்த இந்தியாவும் அமைதியாகத்தான் இருந்தது. ஆனால், இந்தியாவில் பாபர் மஹால் இடிக்கப்பட்டபோது நேரடித் தொடர்பு இல்லாத நிலையிலும் ஒட்டு மொத்த பங்களாதேஷிலும் இந்துக்கள் கொல்லப்பட்டனர். கற்பழிக்கப்பட்டனர். அவர்களுடைய உடமைகளும் நூற்றுக்கணக்கான கோயில்களும் எரிக்கப்பட்டன. மையம் அழிக்கப்பட்ட மதமான இந்து மதத்துக்கும் அதாவது ஜாதிகளால் ஆன இந்து மதத்துக்கும் ஒற்றை இறையின் பெயரால் அதிகாரம் குவிக்கப்பட்ட செமிட்டிக் மதங்களுக்குமான வேறுபாடு இதுதான்.

ஜாதி சார்ந்த சமூகத்தில் ஏற்படும் கலவரங்கள் காலிலும் கையிலும் வரும் புண்ணைப் போன்றவை. அந்த இடத்தில் மட்டுமே வலி இருக்கும். மருந்துபோட்டால் ஆறிவிடும். சில நேரங்களில் காற்றாட

விட்டு வைத்தாலே குணமாகிவிடும். மதம் சார்ந்த சமூகத்தில் ஏற்படும் கலவரங்கள் நெஞ்சு வலியைப் போன்றவை. ஒட்டு மொத்த இயக்கத்தையும் ஸ்தம்பிக்கச் செய்துவிடும். நோய் நொடி இல்லாத உடல்தான் இலக்கு என்றாலும் சிறு புண்களுக்கு அந்த உறுப்பை வெட்டி எறிய வேண்டிய தேவையில்லை.

ஜாதிச் சண்டைகளை விமர்சிக்கும் ஒருவர் மதச் சண்டை இல்லாத உலகை உருவாக்கிக் காட்டிவிட்டுப் பேசவேண்டும். கிறிஸ்தவ இஸ்லாமிய மதங்களின் அபாயம் பற்றி எனக்குச் சொல்வதற்கு ஒன்றுமில்லை. என்னை இந்து மதமும் ஜாதி இந்துக்களும்தான் ஒடுக்கிறார்கள். எனவே, நான் அதை மட்டுமே எதிர்ப்பேன் என்று ஒரு தலித் சொல்வதில் அப்படியொன்றும் நியாயம் இல்லை. ஏனென்றால், இஸ்லாமும் கிறிஸ்தவமும் எங்கோ தூரத்தில் இருக்கும் மதங்கள் அல்ல. இந்தியாவுக்குள் கொடூரமாக ஊடுருவி விட்டிருக்கும் மதங்கள். தலைமாட்டில் ஒன்றும் கால்மாட்டில் ஒன்றுமாக உட்கார்ந்துகொண்டு கோர விழிகளால், இரையின் உடல் சோர்வடையும் தருணத்துக்காக உற்றுப் பார்த்துக்கொண்டிருக்கும் கழுகுகளைப் போன்று அவை இந்தியாவையும் தலித்களையும் கொத்திச் சென்று கொல்லக் காத்திருக்கின்றன.

ஜாதிய வன்முறைகளையும் இந்து அடிப்படைவாதத்தையும் விமர்சிக்கும் ஒருவர் இஸ்லாமிய, கிறிஸ்தவ அடிப்படைவாதங் களை அடியோடு நிராகரிக்கவேண்டும். இந்து அடிப்படைவாதத்தை அழிக்க இஸ்லாமிய கிறிஸ்தவ அடிப்படைவாதங்களுடன் கூட்டணி அமைப்பதென்பது நாயிடமிருந்து மந்தையைக் காக்க விரும்பும் இடையன் ஓநாய்களுடன் கூட்டு வைத்துக்கொள்வதைப் போன்றது. ஓநாயைத்தான் முதலில் துரத்த வேண்டும் என்று சொல்லும் ஒருவர் நாய்க்கு அல்ல ஆவினங்களுக்கு ஆதரவாகவே பேசுகிறார்.

அதிலும் இந்து அடிப்படைவாதத்தை இஸ்லாமிய தீவிரவாதத்துடன் ஒப்பிடுவது மிகப் பிழையான அணுகுமுறை. இந்துக்களைப் போலவே இஸ்லாமியர்களிலும் நல்லவர்கள், அப்பாவிகள் அதிகம் இருக் கிறார்கள் என்பது உண்மைதான். இஸ்லாமியத் தீவிரவாதி மீதான எதிர்ப்பு இஸ்லாமிய அப்பாவி மீதான வன்முறையாக மாறிவிடக் கூடாது என்பதும் நியாயமே. ஆனால், அதற்காக இஸ்லாமிய தீவிரவாதத்தையும் இந்து அடிப்படைவாதத்தையும் ஒன்றாக்கிப் பேசக் கூடாது. இரண்டிலும் இருக்கும் அப்படியான நபர்களின் எண்ணிக்கை சமமாக இருப்பதாகவே எடுத்துக் கொண்டாலும் இந்து அடிப்படை வாதிகள் நாய்களைப் போன்றவர் கள். இஸ்லாமிய தீவிரவாதிகள் ஓநாய்களைப் போன்றவர்கள். இரண்டையும் எக்காலத்திலும் ஒப்பிடவே முடியாது. அவை

இரண்டும் செய்திருக்கும் வன்முறை களைப் பட்டியலிட்டுப் பார்த்தாலே உண்மை தெரிந்துவிடும்.

கிறிஸ்தவ தீவிரவாதம் இஸ்லாமியத் தீவிரவாதம் போல் வெளிப் படையானதல்ல. ஆனால், அது உண்மையில் அதைவிடக் கொடூரமானது. ஆப்பிரிக்கா, ஆஸ்திரேலியா, அமெரிக்கா என மூன்று கண்டங்களில் ஐரோப்பிய கிறிஸ்தவர்கள் செய்த அழித்தொழிப்புகள் நினைத்தே பார்க்க முடியாதவை. அந்தவகையில் நகர்மயமாக்கத்தின் பொருளாதார விளைவுகளும் சமூக விளைவுகளும் ஜாதி சமூகத்துக்கு எந்தவகையிலும் மாற்றாக இருக்கமுடியாது என்பதுதான் உண்மை. ஆனால், நகர்மயமாகிவிட்ட ஐரோப்பா, அமெரிக்கா போன்ற நாடுகளில் காணப்படும் தூய்மையான தெருக்கள், பிரமாண்டமான கட்டடங்கள், வரிசைகளில் பொறுமையுடன் காத்திருக்கும் மக்கள், தனிநபர் சுதந்தரம், நுகர்வு வசதிகள், ஜனநாயக உரிமைகள், அதிகர மையங்களைக் கேள்வி கேட்கும் உரிமை போன்ற மேலோட்டமான அம்சங்களை உலகம் முழுமைக்குமான இலக்காக முன்வைத்து அந்த 'வளர்ச்சியை' அடையாத சமூகங்களை 'முன்னேற்றும்' பொறுப்பை யும் அவை எடுத்துக்கொள்கின்றன. ஆனால், அமெரிக்க ஐரோப்பிய சக்திகள் உலகின் பிற பகுதிகளில் நடத்தும் பொருளாதாரச் சுரண்டல், அரசியல் குறுக்கீடுகள், தூண்டிவிடும் கலவரங்கள், கலாசார அழித்தொழிப்பு போன்றவற்றை அடிப்படையாக வைத்துப் பார்க்கும்போது அதற்கு வழியமைத்துக் கொடுக்கும் நகர்மயமாக்கத்தை எதிர்ப்பதே சரியான வழியாக இருக்கும் என்று தோன்றுகிறது.

●

13

ஜாதிப் பிரச்னைக்குத் தீர்வு மதமாற்றமா?

ஜாதிப் பிரச்னை பற்றிப் பேசுபவர்களில் பெரும்பாலானவர்கள் இந்து மதம் அழிய வேண்டும் என்று சொல்வதன் மறைமுக நோக்கம் கிறிஸ்தவ, இஸ்லாமிய மதத்துக்கு அனைவரும் மாறவேண்டும் என்பதுதான். மத மாற்றம்தான் கிறிஸ்தவ இஸ்லாமியர்களின் பிரதான லட்சியம் என்பதால்தான் இந்துமதத்தின் தவறுகள் பெரிதாக்கிக் காட்டவும்படுகின்றன.

இரான் (ஜொராஷ்டிரனிஸம்), பைஸண்டைன் (கிறிஸ்தவ சாம்ராஜியம்) மத்திய ஆசியா (பௌத்தம்) போன்ற நாடுகள் எல்லாம் இஸ்லாமிய ஆக்கிரமிப்பினால் இன்று தமது பூர்வ மதத்திலிருந்து விலகி இஸ்லாமிய மயமாகிவிட்டிருக்கின்றன. அதுபோல் அமெரிக்கா (செவ்விந்திய பழங்குடி மதங்கள்), ஆப்பிரிக்கா (பழங்குடி மதங்கள்) ஆஸ்திரேலியா (பழங்குடி மதங்கள்) போன்றவற்றை இழந்து இன்று கிறிஸ்தவப் பிடியில் சிக்கியிருக்கின்றன. இந்தியா மட்டுமே இஸ்லாம், கிறிஸ்தவம் என்ற இரண்டு பெரும் ஆக்கிரமிப்பு மதங்களும் பெரும் மூர்க்கத்துடன் தாக்கிய பிறகும் தன்னுடைய பாரம்பரிய மதத்தை விட்டு விலகியிருக்கவில்லை. இதற்கான காரணம் ஜாதி என்றால் அந்த ஜாதியைப் போற்றுவதே ஒவ்வொரு இந்தியரும் செய்ய வேண்டிய வேலை.

தலித்தின் கண்ணீரை ஒரு பாட்டிலில் பிடித்துக்கொண்டு வந்து ‘இதற்குப் பதில் சொல் இதற்குப் பதில் சொல்’ என்று கேட்பவர்கள்

ஆஸ்திரேலிய, ஆப்பிரிக்க, அமெரிக்க பழங்குடிகளிடம் ஓரிரு வார்த்தைகள் பேசிவிட்டு வந்து அந்தக் கேள்வியைக் கேட்கட்டும். இதில் கொடுமை என்னவென்றால், அந்தப் பழங்குடிகளை அழித்தொழித்தவர்களைத் தான் இன்றைய தலித்கள் தமது மீட்பர் களாகச் சொல்லிக் கொள்கிறார்கள். இந்தியாவில் அந்த ஆக்கிரமிப்பு மதத்தினர் இப்படியான மீட்பு வேடத்தோடு நின்றுவிட எது காரணமாக இருந்தது என்றால் இந்து ஜாதியே.

தலித்களிடம் நாம் சொல்ல விரும்புவதெல்லாம் உங்களுக்கு இந்து வேர்ப் பிணைப்பு பிடிக்கவில்லையா பரவாயில்லை... ஆனால், இஸ்லாமிய கிறிஸ்தவர் பக்கம் சாய்ந்துவிடாதீர்கள். அது நாயிடம் இருந்து தப்பித்து ஓநாயிடம் அடைக்கலம் தேடுவதைப் போன்றது தான். நீங்கள் இந்து மதத்தை மறுதலிப்பதுபோலவே கிறிஸ்தவத்தை யும் மறுதலியுங்கள்... இஸ்லாத்தையும் மறுதலியுங்கள்... உலகில் ஒடுக்கப்படும் அனைத்து பழங்குடி, கறுப்பின மக்களுக்கு ஆதரவாக ஒரு புதிய மதத்தை முன்னெடுங்கள்... அதை நீங்கள் ஒடுக்கப்பட்டவர் களின் மதம் என்று சொல்லிக்கொள்ளுங்கள். நீங்கள் இடிக்கும் கோபுரத்தின் சிதிலங்களின்மீது நின்றபடியும் நீங்கள் உடைக்கும் சர்ச்சுகளின் சிதிலங்களின்மீது நின்றபடியும் நீங்கள் தரைமட்டமாக்கும் மசூதிகளின் இடிபடுகளின்மீது நின்றபடியும் ஆதிக்க மதங்கள் வேண்டாம் என்று உரத்த குரலில் முழங்குங்கள். அப்போதுதான் உங்கள் உரிமைக்குரலிலும் விடுதலை முழக்கத்திலும் குறைந்தபட்ச நியாயமாவது இருக்கும். அப்படியில்லையென்றால், தாய் சரியாக நடத்தவில்லை என்று கோபித்து தரகனிடம் சென்று சேர்ந்த அபலைபோல் ஆகிவிடுவீர்கள்.

கிறிஸ்தவர்களே... இஸ்லாமியர்களே நீங்கள் எங்களுக்கு விடுதலை பெற்றுத் தர வந்திருப்பதற்கு நன்றிகள் பல. ஆனால், நீங்கள் உலகின் பிற பகுதிகளில் செய்திருக்கும், செய்துவரும் கொடுமைகள் மிக மிக அதிகமாக இருக்கின்றனவே என்ற கேள்வியைக் கேட்கவிடாமல் எது தடுக்கிறது தலித்களை? நமக்கு நன்மை கிடைத்தால் போது மென்ற சுய நலம் காரணமா... இந்து ஆதிக்க சக்தியை வெல்ல பிற மதங்களின் வன்முறையைக் கண்டும் காணாமல் இருப்பது அவசியமே என்ற அரசியல் கணிப்பு காரணமா? அப்படி சுயநலமும் அரசியல் சிந்தையும்தான் சாத்தியமெனில் (உங்களுடைய கோணத்தில்) இன்று அந்த ஆக்கிரமிப்பு மதங்களை எதிர்க்கும் போரில் உங்களுக்கு நேசக் கரம் நீட்டும் இந்துத்துவர்களையும் ஒரு தலித் போராளி ஏற்றுக்கொள்ள முடியுமே. எளிய தலித்கள் எந்த அரசியல் சிந்தையுமின்றி அதைத்தானே செய்கிறார்கள். ஆடி மாதத்தில் ஊர் முழுவதும் நடக்கும் அம்மன் கோயில் திருவிழாக்கள்

தலித் போராளிகளுக்கு எந்தவொரு உண்மையையும் சொல்லிக் காட்டவில்லையா என்ன? ஒவ்வொரு தலித் கிராமமும் தமது ஃபிளக்ஸ் போர்டுகளில் விடுதலைச் சிறுத்தை தலைவர் திருமாவளவனின் படத்தையும் போட்டுத்தானே அம்மன் கோயில் விழாவைக் கொண்டாடுகிறார்கள். அந்த எளிய தலித்களின் மனதைப் புரிந்து கொண்டு ஆடி மாதம் கூழ் குடிக்கும் விழாவுக்கு திருமா சென்று வந்தால் என்ன? குல்லாவையும் நோன்புக் கஞ்சியையும்விட குங்குமமும் கூழும் அல்லவா அவருக்கு நெருக்கமானது.

●

பிராமணர்கள் அவர்களைச் சுற்றி ஒரு வளையம் அமைத்துக் கொண்டார்கள். அதுபோலவேதான் பிரிட்டிஷாராகிய நாமும் செய்திருக்கிறோம். ஏகாதிபத்தியம் என்பது ஜனநாயக சமத்துவம், கிறிஸ்தவ சமத்துவம், ஆகியவற்றை முற்றிலும் புறக்கணித்துத்தான் வந்திருக்கிறது. வல்லாதிக்கம் என்பது அடிப்படையிலேயே இன வெறி மிகுந்தது, அராஜகமானது என்றுதான் பிரிட்டிஷ் எழுத்தாளர் கள் பலரே அவர்களைப் பற்றிச் சொல்லியிருக்கிறார்கள்.

இந்தியாவில் ஜெர்மனியரானாலும் போலந்துக்காரரானாலும் ஃப்ரெஞ்சுகாரர் ஆனாலும் டச்சுகாரரானாலும் போர்ச்சுக்கீசியர் ஆனாலும் அனைவருமே ஆளும் வர்க்கத்தைத் சேர்ந்தவர்களாகவே கருதப்பட்டனர். ரயில்வே பெட்டிகள், ஓய்வு அறைகள், பூங்காக் களின் கல் இருக்கைகள், கலையரங்கங்கள்,கேளிக்கை விடுதிகள் எல்லாமே ஐரோப்பியர்களுக்காக என்று பெயர் தாங்கியே நின்றன. அதுவும் சொந்த நாட்டுக் குடிமக்களுக்கு இப்படியான ஒடுக்குமுறை என்பது மிக மிகக் கொடுமையானது. ஜாதிக் கட்டமைப்பைக் கொண்ட இந்தியாவில் பிரிட்டிஷார் மிகவும் இறுக்கமான, பிறரை வெறுத்து ஒதுக்கும் இன்னொரு ஜாதியாகவே இருந்தனர். இந்திய நீதிபதிகளுக்கு ஐரோப்பிய குற்றவாளிகளை விசாரிக்கும் அதிகாரம் கிடையாது. இந்திய ஐ.ஏ.எஸ். அதிகாரி ஆங்கிலேய அதிகாரியை விடப் பல படிகள் கீழாகவே நடத்தப்பட்டார்.

ஆங்கிலேயர்கள் இந்தியர்களைத் திருமணம் செய்துகொள்ளவில்லை. தமது குழந்தைகளை இங்கிலாந்துக்கே படிக்க அனுப்பினார்கள். தமது கேளிக்கை விடுதிகள், பங்களாக்களை இந்தியர்கள் நுழைய முடியமல் தடுத்தே வைத்திருந்தனர். பிரிட்டிஷார் வாழும் பகுதி ஆங்கிலேய அக்ரஹாரமாகவே இருந்தது. கறுப்பர் நகரம் என ஒரு தனி பகுதியில்தான் தமக்கான சேவைப் பணியாளர்களைக்கூட தங்கவைத்தனர்.

இந்தியாவில் எத்தனையோ பேரை கிறிஸ்தவர்களாக அவர்கள் மதம் மாற்றிவிட்டிருந்த நிலையிலும் எந்தவொரு இந்திய கிறிஸ்தவரையும் தமது சகோதரராக மதித்து நடத்தியிருக்கவில்லை. இந்தியர்களும் நாய்களும் உள்ளே நுழையக்கூடாது என்றுதான் அறிவிப்புப் பலகை வைத்தார்கள். இந்திய கிறிஸ்தவர்கள் உள்ளே வரலாம் என்று சொல்லியிருக்கவில்லை. இந்த விலக்கி வைக்கும் குணம்தான் ஜாதி உணர்வின் அடிப்படை. இந்தியர்களைத் திருமணம் செய்துகொண்ட ஆங்கிலேயர்களை இரண்டாம் தரக் குடிமகனாகவே ஆங்கிலேயர் வட்டத்தில் நடத்தியிருக்கிறார்கள். ஐரோப்பிய நாடுகளில் கடைநிலைப் பணி செய்த ஐரோப்பியர்களையே சமமாக நடத்தாதவர்கள் காலனி நாடுகளில் அடிமைப்படுத்தியவர்களை சமமாக நடத்தவில்லை என்பதைப் பெரிய குறையாகச் சொல்ல முடியாதுதான். ஆனால், இந்திய ஜாதிய வாழ்க்கையை விமர்சிக்கும் தகுதியை அவர்கள் இழக்கத்தானே செய்கிறார்கள்.

மேற்கிந்திய தீவுகள், பிரிட்டிஷ் கயானா, மொரீஷியஸ், கோஸ்ட் ஆஃப் ஆப்பிரிக்கா, தென் ஆப்பிரிக்காவில் நேடால், டச்சு சுரினாம், ஃபிஜி என பிரிட்டிஷ் சாம்ராஜ்ஜியத்தின் அனைத்து மூலைகளுக்கும் இந்தியக் கூலிகள் வலுக்கட்டாயமாகக் கொண்டுசெல்லப்பட்டு கொத்தடிமைகளாக வேலையில் அமர்த்தப்பட்டனர். இந்திய நிலவுடமை சமுதாயத்தில் கடைநிலையில் இருந்த கூலித் தொழிலாளர் களுக்கு இந்த கொத்தடிமை வேலை என்பது சூடு குறைந்த சட்டியில் இருந்து எடுத்து அடுப்பில் போடப்பட்ட கதைதான்.

புலம் பெயர்க்கப்பட்ட தோட்டங்களில் அதிகாலையில் ஆரம்பித்து நிலவு உதிப்பதுவரை வேலை செய்தாகவேண்டும். எந்த தோட்ட முதலாளியினால் கொண்டுவரப்பட்டிருக்கிறார்களோ அவருடைய தோட்டத்தில் மட்டுமே வேலை செய்தாகவேண்டும். அவர் ஒதுக்கியிருக்கும் வசிப்பிடத்தைத் தாண்டி வெளியே சுற்றித் திரியக்கூடாது. சாட்டையால் அடிப்பது மிகவும் சர்வ சாதாரணமான குறைந்தபட்ச தண்டனை. செத்துப் போகாமல் இருக்கும் அளவுக்கு எவ்வளவு வேண்டுமானாலும் இந்தியக் கூலிகளை அடிக்கலாம் என்பதுதான் அவர்களுடைய எண்ணம்.

மத மாற்ற புரோக்கர்கள் கறுப்பர்கள் மத்தியில் செயல்பட்டது போலவே இந்தியர்கள் மத்தியிலும் செயல்பட்டார்கள். அவர்களைப் பொறுத்தவரையில் ஓர் ஓலைக் குடிசை சர்ச்சை கட்டுவதும் அதில் அவர்களை ஞாயிறுக்கிழமைகளில் அடைப்பதும் மட்டுமே லட்சியம். அந்த கூலிகள் நோய்வாய்ப்பட்டு தெருவில் கவனிப்பாரற்று இறந்து கிடந்தால்கூட பாதிரிகள் எந்த வித உதவியும் செய்ததில்லை. தோட்ட முதலாளிகள் கூலித் தொழிலாளர்களை எவ்வளவு

கொடுமையாக நடத்தியபோதும் பாதிரிகள் தோட்ட முதலாளிகள் பக்கமே இருந்தனர். கடுமையான வேலை, நோய் வாய்ப்பட்டால் உரிய சிகிச்சை தராமல் இறந்துபோக விட்டுவிடுதல், பட்டினி என்ற கொடுமைகள் போதாதென்று இந்திய கூலிப் பெண்கள் பிரிட்டிஷ் முதலாளிகளின் வக்கிர பாலியல் இச்சைகளுக்கு வடிகாலாகவும் இருந்தாக வேண்டியதிருந்தது.

இந்திய நிலவுடைமை சமுதாய ஆதிக்க சக்திகள் பற்றிச் சொல்லப் படும் இதுபோன்ற குற்றச்சாட்டுகளில் எதுவும் பிரிட்டிஷ் முதலாளிகள்மீது வைக்கப்பட்டதே இல்லை. இத்தனைக்கும் அவர்கள் இந்திய ஆதிக்க சக்திகளைவிட மிகக் கொடூரமாக நடந்து கொண்டிருக்கிறார்கள். இந்திய நில உடமை சக்திகளின் கொடூரச் செயல்பாடுகளுக்கு இந்து மதமே காரணம் என்று சொல்லும் ஆயிரம் கதைகளைக் கேட்டிருப்போம். ஆனால், பிரிட்டிஷ் ஐரோப்பிய முதலாளிகள் செய்த கொடுமைகளுக்கு கிறிஸ்தவத்தைக் காரணமாகச் சொல்லி ஒரே ஒரு வரியைக்கூட பார்க்க முடியாது. ஒரு தலித் இந்து ஆதிக்க சக்தியை எதிர்ப்பதில் எந்தத் தவறும் இல்லை. அந்தப் போரில் பிரிட்டிஷ் ஆதிக்க சக்தியை நண்பராகப் பார்ப்பதில்கூட பெரிய தவறு இல்லை. அதற்காக ஒரேயடியாகக் காலில் விழவேண்டுமா என்ன? அம்பேத்கர் போன்றவர்கள் பிரிட்டிஷ் கிறிஸ்தவ அதிகார சக்திகள் மீது விமர்சனம் வைத்தது உண்டு என்றாலும் எவ்வளவு வைக்க வேண்டுமோ அவ்வளவு வைக்கவில்லை. அதுகூடப் புரிந்துகொள்ள முடிந்த விஷயம்தான்.

ஆனால், அதற்குப் பின் வந்திருக்கும் தலித், சூத்திர போராளிகள் இந்து மதத்தையும் இந்தியாவையும் மட்டுமே தமது எதிரியாகக் கருதிச் செயல்பட்டுவருகிறார்கள். பிரிட்டிஷார் மீதோ கிறிஸ்தவம் மீதோ சிறு விமர்சனம்கூட வைப்பதில்லை. உண்மையில் இந்திய ஜாதியப் போராளிகள் அமெரிக்க ஆப்பிரிக்க நீக்ரோக்களுடனும் செவ்விந்தியர்களுடனும் கூட்டு சேர்ந்து இந்து ஆதிக்க சக்திகளையும் கிறிஸ்தவ ஆதிக்க சக்திகளையும் ஒன்றாக எதிர்க்கவேண்டும். ஒரு தலித்துக்கு இந்து கலாசாரமே அந்நியமானதென்றால், கிறிஸ்தவ கலாசாரம் மட்டும் எப்படி ஏற்புடையதாக இருக்க முடியும்.

சரி. இந்தியாவில் நீங்கள் எங்களுக்கு உதவுகிறீர்கள்... அதை வரவேற்கிறோம். அதற்காக அமெரிக்காவிலும் பிற இடங்களிலும் நீங்கள் செய்த/செய்யும் அட்டூழியங்களை நாங்கள் பேசக்கூடாது என்று ஏன் சொல்கிறீர்கள் என்ற எளிய கேள்வியை எந்தவொரு ஜாதியப் போராளியாவது கேட்டிருப்பாரா? இந்துக்கள் எங்களுக்குச் செய்ததைவிடப் பல மடங்கு கொடூரத்தை நீங்கள்

செவ்விந்தியர்களுக்கும் நீக்ரோக்களும் செய்திருக்கிறீர்களே... கிறிஸ்தவம் அப்படியென்ன சகோதரத்துவத்தையும் சமத்துவத்தையும் உங்களுக்குக் கற்றுத் தந்திருக்கிறது என்ற கேள்வியை எந்தவொரு தலித்தாவது கேட்டிருப்பாரா?

என்னை ஓரங்கட்டிய மேல் ஜாதியினரை ஓரங்கட்டும் ஐரோப்பியர்கள் எனது நண்பர்களே என்று எதிரிக்கு எதிரி நமக்கு நண்பன் என்ற அரசியல் கணக்குக்கு ஏதேனும் பலன் உண்டா என்று பார்க்க வேண்டும். எந்தவொரு கடைநிலைப் பணியாளரையும் ஆங்கிலேயர் தமது நண்பராகக் கருதியிருக்கவில்லை. அம்பேத்கர் போன்றவர்களுக்குத் தந்த மரியாதை என்பது முழுவதும் உள்நோக்கம் கொண்டதே. பொதுக் குளத்தில் நீர் அள்ளத் தடையை மீறிப் போராடிய அம்பேத்கரும் இந்தியர்களை அனுமதிக்க மறுத்த பிரிட்டிஷ் உணவு விடுதிகளையும் கலை அரங்கங்களையும் எதிர்த்து சுய மரியாதைப் போராட்டத்தை நடத்தியிருக்கவில்லை. அந்த சந்தர்ப்பவாத சமரசமே அம்பேத்கர் போன்றவர்களுக்கும் அவர்களின் நல் எஜமானர்களான பிரிட்டிஷாருக்கும் இடையிலான மரியாதை கலந்த உறவுக்குக் காரணமாக அமைந்திருக்கிறது. ராஜா ராம் மோகன் ராய் இந்து மதத்தைப் பழித்ததுவரை அவரை நண்பராகக் கருதிய பிரிட்டிஷார் அவர் கிறிஸ்தவத்தில் இருக்கும் குறைகளைச் சொன்னதும் அவரை விமர்சிக்கத் தொடங்கியதை இதற்கு நல்ல எடுத்துகாட்டாகச் சொல்லலாம்.

கருணாநிதி மீதான கோபத்தினால் ராஜ பக்சேவை நண்பனாக்கிக் கொள்வது எவ்வளவு பெரிய தவறு?

●

கிறிஸ்தவ தேசங்களே இரண்டாம் உலகப்போரை முன்னின்று நடத்தின... கிறிஸ்தவ தேசமே இனவெறியில் திளைத்திருந்தன... கிறிஸ்தவ தேசங்களும் இஸ்லாமிய தேசங்களுமே அடிமை வியாபாரத்தில் கொடிகட்டிப் பறந்தன. கிறிஸ்தவ தேசங்களே முதலாளித்துவ சாம்ராஜியத்தையும் ஏகாதிபத்திய காலனியாதிக்கத்தையும் முன்னெடுத்தன.

அடிமைகள் வியாபாரம் நடந்துவந்த காலகட்டத்தில் கொல்லப்பட்ட ஆப்பிரிக்கர்களின் எண்ணிக்கை ஐந்து கோடிக்கும் மேல் இருக்கும். அமெரிக்காவில் கொல்லப்பட்ட பழங்குடிகளின் எண்ணிக்கை லட்சக்கணக்கில் இருக்கும். ஆனால், யூதப் படுகொலையை மிகப் பெரிய அழிவாக முன்வைப்பதன் முக்கிய காரணம் அது வெள்ளையர்கள்மீது நிகழ்த்தப்பட்டது என்பதால்தான். யூதப்

படுகொலைகள் பற்றிய இலக்கியங்களும் திரைப்படங்களும் மியூஸியங்களும்தான் உலகில் எங்கு திரும்பினாலும் இருக்கும். படுகொலை செய்யப்பட்டாலும் வெள்ளையராக இருந்தால்தான் உரிய நியாயமும் கலை வெளிச்சமும் கிடைக்கும். இன்னபிற சமூகங்களின் பிணங்கள் கிடக்கும் சரித்திரத்தின் பிணவறைகள் இருளடைந்து பெரிதும் மூடுண்டே கிடக்கின்றன.

●

செய்தித் தாள்களில் கறுப்பர் கொலை பற்றிய விபரங்கள் பெரிய அளவில் தேதி, இடம் குறிக்கப்பட்டு அறிவிக்கப்படும். அந்த இடத்துக்குத் திருவிழா காலங்களைப்போல் சிறப்புப் பேருந்துகள் இயக்கப்படும். அலுவலகத்தினர் தமது பணியாளர்களுக்கு விடுப்பு கொடுத்து அனுப்பிவைப்பார்கள். தமது குழந்தைகளுக்கு அந்தக் கொலை நாளில் விடுப்பு கொடுக்கும்படி ஆசிரியரிடம் கேட்டுக் கொள்வார்கள். குடும்ப சகிதமாக ஒரு திருவிழாவுக்குச் செல்வது போல் கூட்டம் கூட்டமாக வந்து ஒரு கறுப்பர் ஊரின் நடுவே மரத்தடியில் கொல்லப்படுவதைப் பார்த்து ரசிப்பார்கள். இப்படியாக கறுப்பர் கொலைத் திருவிழா ஆண்டுக்கு நூறாவது நடக்கும். சுமார் 1830களில் அரம்பித்து 1940 வரை இந்த விழாக்கள் விமர்சையாக நடந்திவந்திருக்கின்றன கிறிஸ்தவ சகோதரத்துவம் பொங்கும் அமெரிக்காவில்.

நமது கோயில்களில் தீப ஆராதனையின்போது குழந்தைகளைப் பெற்றோர் இடுப்பிலும் தோளிலும் தூக்கிவைத்துக்கொண்டு காண்பிப்போமே அதுபோல் அமெரிக்காவில் வெள்ளைப் பெற்றோர் தமது குழந்தைகளைத் தோளில் அமரவைத்து கறுப்பர் கொலையை நன்கு பார்த்து ரசிக்கும்படிச் செய்வார்கள். இப்படித் தூக்கிலிட்டுக் கொல்வதைப் பார்த்துவிட்டுத் திரும்பிய ஒரு வெள்ளைக் குழந்தை, 'ஊர் மத்தியில் இப்படித் தூக்கிலிட்டுக் கொல்வது உற்சாகமாகத்தான் இருந்தது. ஆனால், அதில் கேளிக்கை குறைவாகவே இருக்கிறது. அடுத்தமுறை ஒரு கறுப்பனை எரித்துக் கொல்லச் சொல்லுங்கள்... அது கூடுதல் உற்சாகத்தைத் தரும்' என்று சொன்னது. இதைச் சொன்னது 9 வயது வெள்ளைக் குழந்தை. சொன்ன வருடம் 1930.

இந்தக் கொலை பற்றிய புகைப்படங்கள், ஓவியங்கள் வாழ்த்து அட்டைபோல் அச்சிடப்பட்டு நண்பர்களுக்கும் உறவினர்களுக்கும் கொலைகாரக் கும்பலால் அனுப்பிவைக்கப்படும். இந்தத் திருவிழாவைப் பார்க்கப் போகும் சிறுவர்கள் அங்கிருந்து திரும்பிய பிறகே பள்ளிகள் தொடங்கும். 1890களில் ஆரம்பித்து 1930கள் வரை இப்படியான கறுப்பர் கொலைகள் ஊரே கூடிக் கொண்டாடும்

விழாவாக நடந்தேறியிருக்கிறது. இந்தக் கொலைகளின் நோக்கம்: கறுப்பர்கள் சொல்லாலும் செயலாலும் சிந்தையாலும் வெள்ளையர்களின் மேலாதிக்கத்தைக் கேள்வி கேட்டுவிடக்கூடாது. ஒருவித பயத்திலேயே அவர்களை மூழ்கடிக்கவேண்டும் என்பதுதான்.

கறுப்பர்களுக்குத் தனிப் பள்ளி, கல்லூரி வளாகங்களில் கறுப்பர்களும் வெள்ளையர்களும் பேசத் தடை, கறுப்பர் - வெள்ளையர் திருமணத்துக்குச் சட்டபூர்வமான தடை, கறுப்பர்களுக்குத் தனி தேவாலயம், கிறிஸ்தவத்துக்கு வந்தாலும் அடிமை நிலையில் இருந்து மீட்சி கிடையாது என அமெரிக்க நிற வெறி 1900கள் வரைகூட நீடித்துவரத்தான் செய்திருக்கின்றன. இந்த ஒடுக்குதல்கள் அனைத்துமே பைபிளின் வாசகங்கள் மூலமே நியாயப்படுத்தவும் பட்டு வந்திருக்கின்றன. இந்த 20-ம் 21-ம் நூற்றாண்டில்கூட அமெரிக்க வெள்ளைச் சிறைகளில் இருப்பவர்களில் 70%க்கும் மேல் கறுப்பர்களே... அமெரிக்காவின் ஏழைகளில் பெரும்பாலானவர்கள் கறுப்பர்களே... புயல், வெள்ளம் என இயற்கைச் சீற்றங்களில் அதிகம் பாதிப்படைவது கறுப்பர் வசிப்பிடங்களே... இன்றும் கறுப்பர்கள், சிவப்பிந்தியர்கள் என ஒவ்வொரு பிரிவினரும் தனித்தனி வசிப்பிடங்களில்தான் வாழ்ந்துவருகிறார்கள். உண்மையான அமெரிக்கா என்பது இன்றும் நிறவெறி, இனவெறியின் கூறுகளோடுதான் இருந்துவருகிறது. (www.hinduwisdom.info/Caste_System.html)

புதிய உலகமாக உருவான அமெரிக்காவிலேயே இவ்வளவு ஏற்றத் தாழ்வுகளும் ஒடுக்குமுறைகளும் இருக்கின்றன என்றால், வெள்ளை அமெரிக்க சீர்திருத்தவாதிகள், முற்போக்காளர்கள் பெருமளவில் செயல்பட்டும் பெரும் உள்நாட்டுப் போரை நிகழ்த்தியபிறகும் இதே நிலை தொடர்கிறது என்றால் இந்து மதத்தையும் இந்தியாவையும் குறைசொல்ல அமெரிக்காவுக்கு என்ன அருகதை இருக்கிறது? கிறிஸ்தவத்துக்கு என்ன யோக்கியதை இருக்கிறது. இன்னும் சொல்லப்போனால் நவீன யுகத்தில் இந்தியாவில் உள் நாட்டுப் போரெல்லாம் தேவையே படாமல் ஆயிரம் ஆண்டுகாலம் நீடித்து வந்த ஏற்றத் தாழ்வுகள் ஒப்பீட்டளவில் வெகுவாக மாறியிருக்கிறது. ஒரு இளவரசன் திவ்யா கலப்புத் திருமண மோதலை எடுத்துக் காட்டினால் ஓராயிரம் வன்னிய தலித் ஜோடிகள் சேர்ந்து வாழ்வதும் இதே தமிழகத்தில்தான்.

●

மதமாற்றம் எந்த அளவுக்கு ஒரு வெறியாக மன நோயாக மாறி விட்டிருக்கிறது என்று தெரிய வேண்டுமா? 'மோர்மன்

கிறிஸ்தவர்கள்' என்றொரு குழு இருக்கிறது. அது இறந்தவர்களை உயிர்த்தெழச் செய்து கிறிஸ்தவத்துக்கு மாற்றும் அரும்பணியைச் செய்து வரும் குழு. வேறு மதத்தைச் சேர்ந்த இறந்தவர்களுடைய பெயரில் இந்தக் குழுவின் நபர் ஒருவர் சிலுவையின் முன் நிற்பார். பாதிரியார் இறந்தவரை இந்த மனிதரின் உடலுக்குள் வரச் செய்வார். அப்படி வந்தவர் நான் கிறிஸ்துவை ஏற்கிறேன் என்று மண்டியிட்டு மன்றாடுவார். பாதிரியார் பெரும் கருணையுடன் அவரை மதம் மாற்றுவார். புதிய கிறிஸ்தவப் பெயரைச் சூட்டுவார். இறந்தவரின் கல்லறை இடிக்கப்பட்டு புதிய பெயர் பொறிக்கப்பட்டு புதிய கல்லறை கட்டப்படும். வேறு மதத்தைச் சேர்ந்தவர்களுக்கு தேவனின் சொர்க்கத்துக்குள் நுழைய அனுமதி கிடைக்காதென்பதால் அந்தப் பிரேதத்தை மதம் மாற்றி ஆவியை கர்த்தரிடம் சென்று சேரச் செய்கிறார்களாம். கிறிஸ்தவராகப் பெயர் சூட்டப்பட்டு சர்ச் பதிவேடுகளில் பெயர் பொறிக்கப்பட்டுவிட்டாலே சொர்க்கத்துக் கான பயணச்சீட்டு கிடைத்துவிடும் என்று நம்பும் இதே கிறிஸ்தவர்கள், கறுப்பர்கள் உயிருடன் இருந்து மதம் மாறினாலும் தனி தேவாலயம், தனி புறவாசல் வழி, தனி சுடுகாடு என்றுதான் வைத்திருக்கிறார்கள். ஆக, வேதாகமம் எல்லாவற்றையும் தெளிவாகச் சொல்லித்தான் தந்திருக்கிறது. காந்தி வேறொரு இடத்தில் சொன்னது போல் அவர்கள் தமது மதம் சொல்வதை சரி என்று நம்பிச் செயல்படுகிறார்கள். எனவே அவர்கள் மேல் எந்தத் தவறும் கிடையாது.

உயிரியல் தீவிரவாதம் என்பது காலனிய கிறிஸ்தவ அடக்குமுறையின் கொடூரத்துக்கு இன்னுமோர் எடுத்துக்காட்டு. செவ்விந்தியர்கள்மீது வீசப்பட்ட முதல் அணு குண்டு அது. சின்னம்மை நோயாளிகளின் கம்பளிகள், உடைகள் ஆகியவறைச் சேகரித்துச் சென்று அமெரிக்க பூர்வகுடிகளுக்கு கிறிஸ்தவ மிஷனரியினர் அன்புடன் போர்த்தி விட்டார்கள். ஐரோப்பியர்கள் இதற்கு முன்னால் செவ்விந்தியப் பகுதிகளை ஆக்கிரமிக்க முயன்றபோது பூர்வகுடியினர் கடுமையாக எதிர்த்துப் போரிட்டிருக்கிறார்கள். எனவே, புன்முறுவல் பூக்கும் கிறிஸ்தவ மத போதகர்களை அனுப்பி இந்த நோய்க் கிருமிகள் மறைந்திருக்கும் கம்பளிகளை நல்லெண்ண நோக்கில் விநியோகித் திருக்கிறார்கள். அந்தப் பகுதி மக்களுக்கு அதற்கு முன்பு வரை சின்னம்மை நோய் வந்திருக்கவில்லை. எனவே, அந்தப் பழங்குடி மருத்துவத்தில் சின்னம்மைக்கான தடுப்பு மருந்து கண்டறியப் பட்டிருக்கவில்லை.

கிறிஸ்தவ கருணை சின்னம்மை விதைகளை ஊரெங்கும் தூவியதும் ஒரு சில மாதங்களிலேயே பூர்வ குடியினர் கொத்துக் கொத்தாக

இறுதித் தீர்ப்பு நாளில் கர்த்தரால் எழுப்பட பரலோகம் சென்று சேர்ந்தார்கள். ஐரோப்பியர்கள் சில மாதங்கள் கழித்து அந்தப் பகுதிகளில் கால் வைத்தபோது பாதிரியார் மட்டுமே வெற்றிச் சிரிப்புடன் அங்கு அவர்களை வரவேற்கக் காத்திருந்தார். தேவனின் வருகைக்காக உலகைப் புனிதப்படுத்தும் பணியைத் தொடர அந்தப் பாதிரியார் அடுத்த கிராமத்துக்குக் கால் நடைப் பயணம் மேற்கொள்ளத் தொடங்குவார். அமெரிக்க கிறிஸ்தவ சாம் ராஜ்ஜியத்தின் இந்த பிரமாண்ட வளர்ச்சிக்கு அந்த எளிய பாதிரிகளின் இத்தகைய தியாகச் செயல்பாடுகளே அடிப்படை என்றால் சிறிதும் மிகையில்லை. அந்தத் தியாகிகளின் கால் தடம் பதியாத நிலபரப்பே இந்தப் பூமியில் இல்லை.

வேம்பாங் பகுதியில் 70% பூர்வகுடியினர் சின்னம்மை நோயால் உயிரிழந்தனர். மாசாசூசெட்ஸில் 90% பேர் கொல்லப்பட்டனர். அப்படி அவர்களைக் கொன்றழித்த சின்னம்மையைப் புகழ்ந்து ஒரு பாதிரியார், ஜீஸஸ் கிரைஸ்டின் அருமையான முன்னேற்பாடு... மேற்குலகில் அவருடைய விசுவாசிகளுக்காக அவர் உருவாக்கித் தந்திருக்கும் சொர்க்கம்... கொள்ளை நோயை அனுப்பி தாழ்நிலை ஜந்துக்களை அழித்து கிறிஸ்தவ விசுவாசிகளுக்கு உன்னதமான ஓர் இடத்தை இயேசு கிறிஸ்து தன் பெரும் கருணையால் உருவாக்கிக் கொடுத்திருக்கிறார். இயேசுவுக்கு ஸ்தோத்திரம்... அவர் அனுப்பிய கொள்ளை நோய்க்கு ஸ்தோத்திரம்... அல்லேலூயா...

இன்று அந்தப் பூர்வகுடிகளில் எஞ்சியவர்கள் எல்லாம் தனி கெடோக்களில் ஒரங்கட்டப்பட்டு கண்காட்சிப் பொருள்களாக ஆக்கப்பட்டிருக்கிறார்கள். அமெரிக்க சுதந்தர தின அணி வகுப்பில் பாரம்பரிய உடைகளுடன் வந்து கேளிக்கைநடனம் ஆடிக் காட்டும் கோமாளிகளாக ஆக்கப்பட்டு விட்டிருக்கிறார்கள். தனிக் குடியிருப்பு களில் வாழும்படி நிர்பந்திக்கப்பட்டிருக்கும் (பெருங்கருணையினால் தான்) பூர்வ குடிகள் மன நோய் பிடித்து மது, கஞ்சா பழக்கங்களுக்கு அடிமையாகி தமது கலாசாரத்தையும் இழந்து வருகிறார்கள்.

இந்தியர்களைப்போல் பூர்வகுடி அமெரிக்கர்களுக்கு மட்டும் வலுவான தொடர்ச்சியான ஒருங்கிணைந்த கலாசாரம் இருந்திருந் தால், நிச்சயம் அழிந்திருக்கமாட்டார்கள். அமெரிக்க பூர்வகுடிகள் ஜாதி சமூகம் போல் தனித்தனி வாழ்க்கைப் பார்வை, சடங்குகள், தெய்வ நம்பிக்கைகள் எனப் பிரிந்து இருந்தார்கள். அவர்களை தொகுத்து ஒற்றைப் பண்பாட்டின் ஓர் அங்கமாக ஆக்கும் இந்து மதம் போன்ற பிணைப்பு சக்தி அங்கு இருந்திருக்கவில்லை. எனவே தனித்தனி சுள்ளிக்குச்சிபோல் இருந்த அவர்களை கிறிஸ்தவ ஆதிக்க சக்திகள் எளிதில் கொன்றழித்துவிட்டன.

இந்தியாவிலும் ஒவ்வொரு பத்து கி.மீக்கு இடையே மாறுபட்ட வாழ்க்கை முறை, தெய்வ நம்பிக்கை கொண்ட குழுக்களே இருந்தன. என்றாலும் அவை அனைத்தையும் ஒன்றிணைக்கும் கலாசார பண்பாட்டு ஆன்மிக தொகுப்பு சக்தியாக இந்து மதமும் இந்து வாழ்வியலும் இருந்தது. அதனால்தான் இந்திய பூர்வ குடிகளை ஐரோப்பிய வந்தேறிகளால் அழிக்கவும் முடியவில்லை. முழுவதுமாக கிறிஸ்தவர்களாக மாற்றவும் முடிந்திருக்கவில்லை. ஒருவேளை அமெரிக்க பழங்குடி களை அழித்த குற்ற உணர்ச்சியினால் பிற காலனிய நாடுகளில் மிதமாக நடந்துகொண்டார்கள் என்று சொல்வார்கள். ஆனால், ஐரோப்பிய, அமெரிக்க இலக்கிய, ஆவணப் படைப்புகளில் நீக்கமற நிறைந்திருக்கும் இந்து அவதூறுப் பிரசாரத்தைப் பார்க்கும்போது இந்தியாவை வீழ்த்த முடியாததன் ஆங்காரமே அதில் தென்படுகிறது. அப்படி அழிக்கவிடாமல் தடுத்து நிற்கும் இந்து ஜாதி சமூகத்தின் மீதான காழ்ப்புணர்வு மிகுந்த விமர்சனங்கள் அதையே சுட்டிக்காட்டு கின்றன.

இந்தியாவில் இருந்த வலிமையான இந்து வாழ்வியலும் கலா சாரமுமே ஐரோப்பிய காலனியாதிக்கத்தில் இருந்து இந்தியாவைக் காப்பாற்றியிருக்கிறது. இன்றும் காலனிய அடிமை மனநிலையில் இருந்து மீளவில்லை என்பது உண்மைதான் என்றாலும் இன்று அதற்கு இணையாக பாரம்பரியப் பெருமை பேசும் அளவுக்குத் தாக்குப்பிடித்தும் நிற்கிறோம். இந்திய சுதந்தர தின அணிவகுப்பு களில் கலைநிகழ்ச்சிகள் நடத்தும் வேடிக்கை கலாசார சாம்பிள்களாக இந்து சமூகம் ஆகிவிடவில்லை. நம்மிடம் இருந்த செழுமையான பன்முக மொழிப் பாரம்பரியமும் அதற்கு ஒரு முக்கிய காரணம். இப்படி மொழிகள் தனித்தனியாக செழுமை அடைய இந்து மதத்தின் மையம் அழிந்த ஒருங்கிணைப்பு குணமே காரணம்.

ஒருவேளை சமஸ்கிருதம் மட்டுமே இந்தியாவின் மொழியாக வேண்டும் என்று இந்து மதத் தலைமை முடிவெடுத்திருந்தால், (அன்றைய காலகட்டத்தில் அது எளிதில் சாத்தியமாகியிருக்கவும் கூடும்) ஒவ்வொரு இந்து, பௌத்த மன்னரும் நினைத்திருந்தால் இந்தியாவின் ஒற்றை மொழியாக சம்ஸ்கிருதத்தை என்றோ ஆக்கியிருக்க முடியும். கிறிஸ்தவத்தைப் போலவோ இஸ்லாத்தைப் போலவோ ஒற்றை ஆதிக்க மனோபாவம் இந்து சமூகத்துக்கு இருந்திருக்கவில்லையென்பதால்தான் இந்தியாவின் ஒவ்வொரு மாநிலத்திலும் ஒவ்வொரு மொழி என்ற பல வண்ண மொழித் தொகை சாத்தியமாகியிருக்கிறது.

●

1637--ல் சுமார் 700 செவ்விந்தியர்கள் தமது பாரம்பரிய மக்காச்சோள திருவிழாவைக் கொண்டாட ஒரு இடத்தில் கூடினார்கள். அதிகாலையில் தூங்கிக்கொண்டிருந்த அவர்களுடைய குடில்களை ஆங்கிலேய டச்சுக்கூட்டம் சுற்றி வளைத்தது. வெளியே வந்துவிடுங்கள்... இல்லையென்றால் குடில்களைக் கொளுத்திவிடுவோம் என்று மிரட்டியது. பழங்குடியினர் என்ன நடக்கிறதென்றே புரியாமல் தூக்கம் கலையாத முகங்களுடன் தட்டுத் தடுமாறி வெளியே வந்தனர். எங்கும் இருள் சூழ்ந்திருந்தது. இருளுக்குள் இருந்து உத்தரவுகள் மட்டுமே கேட்டன. பயந்தபடியே வெளியே வந்த பழங்குடி ஆண்கள் அனைவரும் சுட்டுக் கொல்லப்பட்டனர். கத்தியால் வெட்டிக் கொல்லப்பட்டனர். பயந்து பதுங்கிக் கொண்டிருந்த பெண்களும் குழந்தைகளும் குடிசையோடு வைத்து எரிக்கப்பட்டனர். மறுநாள் அந்த பிராந்தியத்தின் கவர்னர் 700க்கும் மேற்பட்ட பழங்குடிகளைக் கொண்டு குவித்த கும்பலுக்கு நன்றி தெரிவித்து விழா நடத்தினார். ஆண்டுதோறும் அந்த நாளை நன்றி அறிவித்தல் நாளாகக் கொண்டாட வேண்டும் என்றும் அறிவித்தார். அதுதான் இன்றும் தேங்ஸ் கிவ்விங் டேயாக அமெரிக்கா முழுவதும் கொண்டாடப்படுகிறது.

பழங்குடிகளை நாகரிகப்படுத்துகிறோம் என்ற பெயரில் அமெரிக்காவில் கிறிஸ்தவ மிஷனரிகள் பள்ளிகள் திறந்தன. அந்தப் பள்ளிகளின் இலக்கு பழங்குடிகளின் செவ்விந்தியத் தன்மையை அழித்து அவர்களுக்குள் இருக்கும் கிறிஸ்தவ மனிதனை உயிர்த்தெழச் செய்வதுதான். அதாவது செவ்விந்தியராக இருக்கும்வரை அவர்கள் மிருகங்களினும் இழிவானவர்களே. கிறிஸ்தவத்துக்குள் வருவதன் மூலமே அவர்கள் மனிதர்களாக முடியும்.

பழங்குடியினருக்கு செய்து தரப்பட்ட மருத்துவ உதவிகள், கல்வி சேவைகள், இன்ன பிற சலுகைகள் எல்லாமே அப்படியாக பழங்குடி கலாசாரத்தை அழிப்பதையும் கிறிஸ்தவத்தை அவர்கள் மத்தியில் வேரூன்றுவதையும் மட்டுமே இலக்காகக் கொண்டிருந்தன. அனைவரையும் கிறிஸ்தவத்துக்குக் கொண்டுவரத் தேவையில்லை என்று கருதியதால் பலரைக் கொன்றுவிட்டார்கள். அப்படியாக 70-80 சதவிகிதத்தினரைக் கொன்றழித்துவிட்டார்கள். எஞ்சியவர்களை கிறிஸ்தவர்களாக நவீன மனிதர்களாக ஆக்கிவிட்டார்கள். ஆக ஒட்டுமொத்தமாக அமெரிக்க பூர்வ குடிப் பண்பாடும் கலாசாரமும் அடியோடு அழிக்கப்பட்டுவிட்டது. இதுதான் அமெரிக்க கிறிஸ்தவ சகோதரத்துவத்தின் வரலாறு.

அதன் உச்சம் என்னவென்றால், அமெரிக்க பூர்வ குடிப் பெண்களுக்கு கட்டாயக் கருத்தடை செய்யப்பட்டு அந்த இனம் இனியும் தொடரக் கூடாது என்றுகூடச் செய்துவருகிறார்கள்.

இந்து மதத்தின் மீது தொடுக்கப்படும் தாக்குதல்கள் அனைத்துக்கும் காரணம் இல்லாமல் இல்லை. அதை முன்னெடுக்கும் கிறிஸ்தவ அமெரிக்க ஆதிக்கசக்திகள் தமது வன்முறையையும் ரத்தக் கறையையும் மறைக்கத்தான் இந்திய இந்து மதத்தின்மீது மிகை குற்றச்சாட்டு மழையைப் பொழிந்துவருகிறார்கள்.

கிறிஸ்தவ மன்னர்களும் செல்வந்தர்களும் மக்களும் செய்த எந்தவொரு அநீதிக்கும் கிறிஸ்தவர்களாக அவர்கள் இருந்ததுதான் காரணம் என்று யாருமே எங்குமே சொன்னதில்லை. ஆனால், இந்து சமூகத்தின் ஜாதியக் கொடுமைகளுக்கும் பெண்ணடிமைத் தனத்துக்கும் இந்து மதமே காரணம் என்று சொல்லப்படுகிறது. இத்தனைக்கும் இந்து மதத்தின் முக்கிய நூல்களில் ஜாதி குறித்த ஒரு வார்த்தை கூடக் கிடையாது. இந்து சடங்கு சம்பிரதாயங்களில் பெண்கள் (மனைவி) இல்லாமல் எந்தவொன்றும் நடத்த முடியாது. 1950களில்தான் அமெரிக்காவிலேயே பெண்களுக்கு வாக்குரிமை தரப்பட்டது என்ற நிலையில் இந்தியா மட்டும் பெண்ணடிமை தேசம் என்பதில் எந்த நியாயமும் இல்லை. மகாபாரதத்தில் திரௌபதி சூதாட்டத்தில் பணையமாக வைக்கப்பட்டதைச் சொல்லி பாரத சமூகம் பெண்களை அடிமைகளாக நடத்தியது என்று சொல்பவர்கள் திரௌபதிக்கு முன்னதாக தருமர் தன் நான்கு சகோதரர்களையும் பணையம் வைத்துத் தோற்றதை யோசிப்பதே இல்லை. அந்த சூதாட்டம் என்பது இளைய தலைமுறை இளவரசர்களின் ஈகோ மோதலின் உச்சம். சமூக நிகழ்வுகளின் எடுத்துக்காட்டு அல்ல. யதார்த்த நிலையைப் பார்த்தால் பெண்களுக்கு தமது வாழ்க்கைத் துணையைத் தேர்ந்தெடுக்கும் சுதந்தரம் இருந்ததில்லை என்று சொல்பவர்கள், ஆண்களுக்கும்கூட அந்த உரிமை இருந்ததில்லை. குடும்பத்தின் தலைவர் என்ன சொல்கிறாரோ அதையே குடும்ப உறுப்பினர் அனைவரும் அனுசரித்தனர் என்பதையும் சேர்த்தே யோசித்துப் பார்க்கவேண்டும்.

இந்தியாவில் சில இடங்களில் சில ஜாதியினர் கோயிலுக்குள் நுழையக்கூடாது என்று சொல்வதுபோலவே அமெரிக்காவிலும் ஐரோப்பாவிலும் பல தேவாலயங்களில் கறுப்பர்களுக்கு அனுமதி மறுக்கப்படுகிறது. அவர்கள் பின் வாசல் வழியாக மட்டுமே நுழைய முடியும். தனித் தனி கல்லறைத் தோட்டங்கள் இருக்கின்றன. சேரிகள் போல் தனியாக இடங்களில்தான் அமெரிக்காவில் பழங்குடிகளும் கறுப்பர்களும் வசித்துவருகிறார்கள். வெள்ளம், புயல் வந்தால் முதலில் பாதிக்கப்படுவது இவர்கள் வாழும் பகுதிகளே. சிறைகளில் அதிகம் இருப்பது கறுப்பர்களே... போதை, கடத்தல் போன்ற குற்றச் செயல்களில் அதிகம் அவர்களே ஈடுபடுத்தப்படுகிறார்கள்.

சகோதரத்துவ கிறிஸ்தவத்தின் ஒளியை உலகுக்கெல்லாம் ஏந்திச் செல்லும் அமெரிக்காவில்தான் இத்தனை கரிய நிழல்கள் பூதாகரமாக ஆடிக்கொண்டிருக்கின்றன.

இது என்னவோ 17-18-ம் நூற்றாண்டுக் கதைகள் அல்ல. இப்போதும் இதுவே நிலைமை. ஊடகங்கள் வெள்ளை கிறிஸ்தவர்கள் வசம் இருப்பதால் கறுப்பர்களுக்கும் பழங்குடிகளுக்கும் இழைக்கப்படும் அநீதிகள் எதுவுமே வெளியே தெரிவதில்லை. இந்த இடத்தில்தான் இந்திய தலித்கள் அமெரிக்க ஐரோப்பிய கறுப்பர்களையும் பழங்குடி களையும் தமது தோழமை சக்திகளாக மதித்து இந்து மேல் ஜாதிகளை எதிர்ப்பதுபோலவே வெள்ளை கிறிஸ்தவ மேட்டிமைத் தனத்தையும் எதிர்க்கவேண்டும். ஆனால், அவர்களோ கிறிஸ்தவ வெள்ளை மேட்டிமைத்தனத்தின் கைப்பாவையாகவே செயல்படுகிறார்கள். இந்தியாவில் தலித்களுக்கு அவர்கள் மீட்பர்களே என்று ஒரு சமாதானம் சொல்கிறார்கள். அப்படியானால், இந்து மதத்தின் கடந்தகால ஜாதியக் கொடுமைகளைக் கண்டித்து அதைச் சீர்திருத்த முன்வந்திருக்கும் இந்துத்துவர்களையும் தமது நேச சக்தியாக அல்லவா பார்க்கவேண்டும். ஜாதியப் போராளிகளின் இலக்கு என்ன... கடை, இடைநிலை ஜாதிகளின் நலன்தானே. கிறிஸ்தவ இஸ்லாமிய சக்திகளின் உதவியைப் பெற்றுக்கொள்வதுபோலவே இந்துத்துவர்களின் உதவியையும் பெற்றுக்கொள்வதில் என்ன தயக்கம்? இத்தனைக்கும் தொலை தூர அந்நிய மத அதிகார சக்திகளை விட அண்மை இந்து மத அதிகார மையங்களுடனான நட்புறவுதானே அவர்களுக்குப் பெரு நன்மையைத் தரமுடியும். அந்நிய மதங்கள் இந்திய கடை, இடை நிலை ஜாதியினர் நலனைவிட அவர்கள் ஊரில் இருக்கும் அவர்களுடைய மதத்தினரின் நலனுக்குத்தானே முன்னுரிமை தரும்.

வெள்ளை கிறிஸ்தவர்கள் செய்யும் அநியாயங்களைப் பேசக்கூடா தென்று அவர்கள் நிர்பந்திக்கும்போது அதை ஏன் ஏற்கவேண்டும். நீங்கள் எங்களுக்கு நட்பு சக்திகள்தான்... ஆனால், கறுப்பர்களுக்கு அழிவு சக்திகளாக அல்லவா இருக்கிறீர்கள்... கறுப்பர்களிடமும் கருணை காட்டுங்கள் என்று கேட்டுக்கொள்ள என்ன தயக்கம்? ஓரிடத்தில் கொள்ளையடித்து சம்பாதிக்கும் பணத்தை வைத்து பிறிதோரிடத்தில் ஊருணி வெட்டுவதில் என்ன நேர்மை இருக்க முடியும்? அமெரிக்காவின் மிக மிக நிற வெறி உச்சத்தில் இருக்கும் நாள் என்பது தேவாலயங்கள் திறந்திருக்கும் ஞாயிற்றுக்கிழமைகள் தான் என்பது எவ்வளவு கேவலமான விஷயம். இந்துத்துவர் களுடனான நட்புறவின் மூலம் கிறிஸ்தவ இஸ்லாமிய சக்திகளை விமர்சிக்கும் உரிமையை வென்றெடுக்க முடியும். இஸ்லாமிய

கிறிஸ்தவ சக்திகளின் நட்புறவின் மூலம் இந்து ஆதிக்க சக்திகளை சமாளிக்க முடியும். அரசியல் செய்வதென முடிவெடுத்துவிட்டால் அதைத் தெளிவாக, துணிவாக, நேர்மையாகச் செய்யலாமே.

உண்மையில் மத மாற்றம் என்பதை சரியாகப் பயன்படுத்திக் கொண்டால் அதுபோல் சிறந்த சமூக சீர்திருத்த சக்தி வேறெதுவும் இருக்க முடியாது. ஒரே ஒரு நிறுவனம் மட்டுமே ஒரு ஊரில் இருந்தால் அவர்கள் வைத்ததுதான் சட்டம் என்று இருக்கும். வேறொரு நிறுவனமும் அங்கு வந்தால் வாடிக்கையாளர்களுக்குத் தேர்ந் தெடுக்கும் உரிமை இருக்கும். அந்தப் போட்டியானது அந்த இரண்டு நிறுவனங்களையும் வாடிக்கையாளர் நலன் சார்ந்து திட்டங்கள் தீட்ட நிர்பந்திக்கும். முற்றதிகாரம் என்பது எப்போதுமே எங்குமே தவறுதான். இஸ்லாமும் கிறிஸ்தவமும் அவை போகும் இடங்களில் இருக்கும் அதிகாரமையத்துடன் மோதும்போது இரண்டு தரப்புகளின் தீமைகள் களையப்பட்டு இரண்டின் நன்மைகள் ஒன்று சேர்ந்து புதிய மதமொன்று உருவாகுமென்றால் அதைப்போல் நல்ல விஷயம் மனித சமூகத்துக்கு இருக்கவே முடியாது.

இந்து மதம் தனது பிறப்பு சார்ந்த ஜாதிய வாழ்க்கை முறையில் இருக்கும் தீமைகளைக் களைந்து மேம்படும். கிறிஸ்தவமும் இஸ்லாமும் தமது தெய்வம் ஒன்றே உலகத்தோர் அனைவருக்குமான கடவுள் என்ற ஆன்மிகக் கடைநிலையில் இருந்து மேம்பட்டு ஒரு கடலில் பல அலைகள் தோன்றுவதுபோல் மனக் கடலில் பல்வேறு சிந்தனைகளும் தெய்வ நம்பிக்கைகளும் சாத்தியமே, அனைத்தையும் மதிப்பதே உயர் ஆன்மிகம் என்ற புரிதலுக்கு வரும் என்றால் மத மாற்றம்தான் உலகின் மிகப் பெரிய புரட்சிகர சிந்தனை என்று சொல்லலாம்.

விவேகானந்தர் இது பற்றிச் சொல்லும்போது, இந்துக்களின் ஆன்மிக வளர்ச்சியைச் சிதைக்காமல் செயல்படும்படி மேற்கத்திய மத மாற்ற சக்திகளிடம் வேண்டுகோள் விடுத்திருக்கிறார். அதுவே சரியான அணுகுமுறை. எதிர்கால மதம் என்பது இந்து மதமாகவோ கிறிஸ்தவமாகவோ இஸ்லாமாகவோ இருக்காது... இந்த மதங்களின் நல்ல அம்சங்களின் கலவையாக இருக்கும்... இருக்க வேண்டும் என்பதுதான் அவருடைய கணிப்பும் கனவும்.

கிறிஸ்தவமும் இஸ்லாமும் இதுவரை உலகில் எங்கெல்லாம் சென்றனவோ அங்கெல்லாம் ஏற்கெனவே இருந்த சிறிய அதிகார மையத்தை அழித்து அந்த இடத்தில் இது போய் உட்கார்ந்து கொண்டிருக்கின்றன. இது மிகப் பெரிய அழிவையே உலகில் ஏற்படுத்தியிருக்கிறது. ஆஸ்திரேலியா, ஆப்பிரிக்கா, அமெரிக்கா என

அவை சென்ற இடங்களில் எல்லாம் முந்தைய சிறிய பழங்குடி அதிகார மையங்களை அழித்து பேரதிகார மையமாக ஆகியிருக்கின்றன. ஆனால், இந்தியாவில் மட்டுமே அவை சரியான பாடத்தைப் பெற முடியும். இந்தியர்கள் மட்டுமே கிறிஸ்தவ இஸ்லாமிய சக்திகளுக்கு சரியான பாடத்தைப் புகட்ட முடியும்.

கடந்த 200 ஆண்டுகால இந்திய சரித்திரம் உலகுக்கு ஒரு எளிய பாடத்தை மௌனமாக போதித்தபடி இருக்கிறது. கிறிஸ்தவ இஸ்லாமியத்தின் இந்து மயமாக்கம் மற்றும் இந்து மதத்தின் கிறிஸ்தவ இஸ்லாமிய மயமாக்கம் என்பதே அது.

கன்யாகுமரி விவேகானந்த கேந்திரத்தின் தலைமையகத்தில் இருக்கும் பிரார்த்தனை மண்டபத்தைப் பார்த்தால் அப்படியே ஒரு தேவாயலம் போலவே இருக்கும்... ஆரத்தி கிடையாது, பூஜை கிடையாது, நெற்றியில் திருநீறோ குங்குமமோ திருமண்ணோ கிடையாது. படையல் கிடையாது. பூசாரியே கிடையாது. நீங்களாகவே அமர்ந்து மனதார தியானம் செய்துகொள்ள வேண்டியதுதான். அப்படியே சர்ச் விதிமுறைகள். சிலுவைக்கு பதில் ஓம் அடையாளம். அவ்வளவுதான்.

அங்கிருந்து சில கிலோமீட்டர்கள் சென்றால் குருசடி என்றொரு ஊர் வரும். அங்கு சிலுவைக்கு மிளகு அரைத்துப் பூசி உப்பு வைத்து வழிபடுவார்கள். நமக்கு உடம்பு குணமாகவேண்டுமென்றால் கடவுளுக்கு மிளகு அரைத்துப் பூசினால் அவருக்கும் வலிக்கும். உடனே நமது வலியை அவர் போக்குவார் என்ற இந்துப் பழங்குடி நம்பிக்கை. வேளாங்கன்னி அம்மன் சன்னதியில் பழனி முருகன் கோயிலைப் போல் மொட்டை போட்டு காது குத்தி வழிபடலாம். தர்காக்கள் இறை அடியார்களை வணங்கும்படியான வழிபாட்டு மையம். அல்லாவைத்தவிர வேறு யார் முன்னாலும் தலை வணங்கக் கூடாது என்ற இஸ்லாமிய பெருங்கதையாடலை வெகு எளிதாக இந்துமயப்படுத்திய வடிவமே தர்காக்களும் சந்தனக் கூடு வழிபாடுகளும். இந்தக் கலப்பு மிகவும் அவசியம். இந்து ஜாதிகள் ஒன்று சேர்ந்து ஒற்றை தெய்வத்தின் கீழ் அணி திரளுவதுகூட இஸ்லாமிய கிறிஸ்தவ தாக்கத்தினால் வந்த விளைவுதான்.

உண்மையில் இந்திய ஜாதிகள் மூன்று மத அரசியல் சக்திகளையும் சாதுரியமாகப் பயன்படுத்தவேண்டும். தேவர்களும் வன்னியர்களும் கிறிஸ்தவ இஸ்லாம் மதத்தினருடன் கலந்து பேசி பொருளாதார வசதி வாய்ப்புகளைப் பெருக்கிக் கொள்ளவேண்டும். கிறிஸ்தவமும் இஸ்லாமும் அந்த இடைநிலை ஜாதிகளுக்குள் எதிர்பார்த்த அளவுக்கு இடம் பிடிக்க முடியாமல் தவித்துக் கொண்டிருக்கிறார்கள். அதிலும்

கோடிகோடியாகப் பணத்தை வைத்துக்கொண்டு என்ன செய்ய என்று தெரியாமல் முழிக்கிறார்கள். இப்போது அவை எல்லாம் தலித்களுக்கும் பழங்குடிகளுக்கும் மட்டுமே போய்ச் சேருகின்றன. எனவே, அதில் கணிசமான தொகையை இடை நிலை ஜாதிகள் தமது பக்கம் திருப்பிக் கொள்ள முடிந்தால் மேலாதிக்கத்தை நன்கு தக்கவைத்துக்கொள்ள முடியும்.

தலித்கள் கிறிஸ்தவத்துக்கு மாறிய பிறகும் அரசு ஆதாயங்களுக்காக இந்துக்களாகவே இருக்கிறார்கள். இது நியாயமற்ற, நம்பிக்கை துரோகமான செயல். இதற்கு பதிலாக கடை, இடை நிலை ஜாதியினர் கிறிஸ்தவத்துக்கும் இஸ்லாத்துக்கும் மாறுகிறோம். ஆனால், எங்கள் பாரம்பரியச் சடங்குகள், தெய்வ வழிபாடுகள் ஆகியவற்றை நிச்சயம் விட்டுக் கொடுக்கமாட்டோம் என்று தைரியமாகப் பேரம் பேசலாம். மேரியம்மனையும் கும்பிடுவோம்... மாரியம்மனையும் கும்பிடுவோம் என்று சொல்லவேண்டும். அவர்களுடைய எண்ணிக்கை பலம் அப்படியான சௌகரியமான இடத்தில் அவர்களை வைத்திருக்கிறது. நாங்கள் மேரியம்மனைக் கும்பிட வருகிறோம். தங்கில் தேர் செய்து கொடுங்கள் என்று கேட்கலாம். மேரியம்மனுக்கு பாலபிஷேகம், பஞ்சாமிருத அபிஷேகம் செய்து தங்கத் தேரில் சந்தனக் காப்புடன் வலம் வரச் செய்யலாம். கூடவே ஊரில் நல்ல மருத்துவமனை, பள்ளிக்கூடம் கட்டித் தரச் சொல்லிக் கேட்கலாம். கிறிஸ்தவர்களுக்கு மந்தையைப் பெருக்கும் வாய்ப்பு இருக்கிறது என்று தெரியவந்தால் போர்க்கால அடிப்படையில் இந்திய அரசின் சிறுபான்மை நலத்திட்டங்களில் ஆரம்பித்து சர்வதேச நற்செய்தித் திட்டங்கள் வரை அனைத்திடமிருந்தும் அள்ளிக் கொண்டுவந்து கொட்டி விடுவார்கள்.

தலித்களைப் பொறுத்தவரையில் கிறிஸ்தவத்துக்கும் இஸ்லாத்துக்கும் சிலரை மாறவைத்துத் தமது பலத்தை அதிகரித்துக்கொள்ளவேண்டும். எஞ்சியவர்கள் இந்து சக்திகளுடன் பேசி ஆதிக்க ஜாதிகளின் மேலாதிக்க மனோபாவத்தை விட்டொழிக்கச் செய்யவேண்டும்.

மூன்று மதங்களின் அடிப்படைவாத சக்திகளும் இந்தப் பரிமாற்றத்தை எதிர்ப்பார்கள். அவர்களுடைய குரலே ஓங்கி ஒலிக்கும் என்றாலும் இறுதியில் மக்கள் விருப்பமே வெற்றி பெறும். ஆனால், இது நடக்கவேண்டுமென்றால் இந்து சக்தி உயிர்த்துடிப்புடன் பெரும் பான்மையாக இருந்தாகவேண்டும். இஸ்லாமோ கிறிஸ்தவமோ பெரும்பான்மை பெற்றுவிட்டால் அதுவும் இந்து தாக்கத்தினால் அவை ஆன்மிக மாற்றம் பெறும் முன்பே பெரும்பான்மை பெற்று விட்டால் இந்த நன்மை விளையாமல் ஆஸ்திரேலிய ஆப்பிரிக்க அமெரிக்காபோல் பாரம்பரிய கலாசார அழிப்பே இங்கும் நடக்கும்.

உலகின் பிற பகுதிகளில் கடந்த 200 ஆண்டுகளில் நடந்த நிகழ்வுகள் நம்மை எச்சரித்தபடி வருகின்றன. ஆனால், இந்த 200 ஆண்டுகால இந்திய நிகழ்வுகள் அந்த பயம் வேண்டாம் என்றும் சொல்கின்றன.

இன்று மேல் ஜாதிகளில் இருந்து மதம் மாறியவர்கள் ஜாதி உணர்வை அப்படியே தக்கவைத்துக் கொண்டிருக்கிறார்கள். வடக்கன்குளத்தில் வெள்ளாளர்கள் மதம் மாறிய பிறகு தமக்கு என்று தனி சர்சுகள் கட்டிக் கொண்டார்கள். தலித்கள் கும்பிட வந்தபோது தனியாக தடுப்பு போட்டு அதற்கு அந்தப் பக்கம் இருந்து கும்பிடு என்றார்கள். திருச்சியில் தலித்களைத் தனி கல்லறை கட்டிக் கொள்ளச் சொல்கிறார்கள். மிக சமீபத்தில் ராமநாதபுரத்தில் மேல் ஜாதி கிறிஸ்தவர்களின் சர்ச்சில் கொடியேற்றத்துக்கு தலித் கிறிஸ்தவரை அழைக்கவில்லை என்று நடந்த சண்டையில் ஒரு தலித் கிறிஸ்தவர் தீ வைத்துக் கொல்லப்பட்டிருக்கிறார். இந்துவாக இருந்து சண்டை போடுபவர்கள் கிறிஸ்தவர்களாக மாறி திரைப்படங்களில் காஸ்ட்யூம்களை மாற்றிக்கொண்டு ஆடிப் பாடுவதுபோல் அதே சண்டையைத் தொடர்கிறார்கள். இப்படியான மத மாற்றம் வேண்டாம். மத மாற்றம் உண்மையான மன மாற்றமாக இருக்க வேண்டும்.

இன்று, கிறிஸ்தவ நாடார் கிறிஸ்தவ நாடாரை மட்டுமே திருமணம் செய்துகொள்கிறார். மேற்கத்திய கிறிஸ்தவ தலைமைகள் இந்த சமரசத்துக்குத் தயாராகவே இருக்கின்றன. அப்படியான மத மாற்றம் கேலிக்குரியதுதான். இதற்கு பதிலாக ஜாதி மனோபாவத்தை விட்டுவிட்டு வாருங்கள். ஆன்மிக வழிபாட்டு அம்சத்தில் உங்கள் மதிப்பீட்டைத் தக்க வைத்துக்கொள்ளுங்கள் என்று சொல்லி அந்த மத மாற்றம் நடந்தால் அதுவே விரும்பத்தக்கது. வரவேற்கத்தக்கது. இந்துமதத்தின் கெட்ட அம்சங்களும் இஸ்லாம் கிறிஸ்தவத்தின் கெட்ட அம்சங்களும் சேர்ந்து ஒரு புதிய மதம் உருவாகுமென்றால் அது பூமியில் தேவனின் சொர்க்கத்தை அல்ல சாத்தானின் நரகத்தையே கொண்டுவரும். மதமாற்றம் தீயைப் போன்றது. தானாக எரியவிட்டால் வீட்டையே கொளுத்திவிடும். முறையாகப் பயன் படுத்தினால் உணவு சமைக்க அதுபோல் உதவுவது வேறெதுவும் இருக்காது.

●

எனவே, ஜாதிக்கு மாற்று எது என்று பார்க்கும்போது தமிழ் தேசியம், இந்து தேசியம், இந்திய தேசியம், நகர்மயமாக்கம், மதமாற்றம் ஆகிய எல்லாமே நல்ல விளைவுகளைத் தரவேண்டுமென்றால் அவை எல்லாமே அந்தந்த அடிப்படைவாத சக்திகளின் பிடியில்

இருந்து விடுவிக்கப்படவேண்டும். இல்லையென்றால் கள்ளில் இருந்து தப்பிக்க பிராந்தியைக் குடிக்க ஆரம்பிப்பதுபோல் ஆகிவிடும். ஆனால், நகரம், மதம் இவற்றை நல்வழிப்படுத்துவது நமது கைகளில் இல்லை. ஏனென்றால், அவை உலக வல்லரசுகளின் கட்டுப்பாட்டில் இருப்பவை. தமிழ் மொழியும், இந்து மதமும், இந்திய தேசியமும் நம்முடையவை. நம் கட்டுப்பாட்டில் இருப்பவை. எனவே, அதை சீர்திருத்துவதே நமக்கான எதிர்காலத்துக்குப் பயன் தரும். அந்தவகையில் பிறப்பின் அடிப்படையில் ஒருவரைத் தீர்மானிக்காமல் திறமையின் அடிப்படையில் மதிக்கும் வர்ணாஸ்ரமும் சுதேசிப் பொருளாதாரமுமே நமக்கான தீர்வாக இருக்கும்.

அதன் முதல் படியாக ஜாதிய அரசியல் புதிய மறு மலர்ச்சியை அடைய வேண்டும். தலித்கள் தேர் செய்திருக்கிறார்களா... அதை விடப் பெரிய தேரை நாங்கள் செய்கிறோம் என்று மேல் ஜாதியினர் தமது கௌரவத்தைத் தக்கவைத்துக் கொள்ள முனையவேண்டும். பதிலுக்கு அவர்கள் அதைவிடப் பெரிய தேரைச் செய்தால் நாங்கள் தங்கத்தில் தேரைச் செய்கிறோம் என்று போட்டி போடவேண்டும். நீ தேர்தானே செய்தாய்... நான் ஒரு பள்ளிக்கூடம் கட்டுகிறேன் என்று ஒரு குழு போட்டியின் தளத்தை மாற்றலாம். நீ பள்ளிக்கூடம் தானே கட்டியிருக்கிறாய்... நான் ஒரு மருத்துவமனை கட்டுகிறேன் என்று பதிலடி கொடுக்கலாம். ஆக, உன்னைவிடப் பெரியவன் என்பதை அழிவுச் செயல் மூலம் அல்ல; ஆக்கபூர்வமான செயல் மூலம் செய்துகாட்டலாம்.

ஜாதிய சக்திகளுக்கு நல்லெண்ண நோக்கம் கொண்ட அரசியல் சக்திகள் தலைமை தாங்கவேண்டும். அதுவே நமக்கான தீர்வாக இருக்கும். அது ஜாதியை அழிக்காது. ஜாதி வெறியை மட்டுமே அழிக்கும். ஜாதித் தேரை தடுக்காது. அது தீப்பிடிக்காமல் ஓடும்படிப் பார்த்துக்கொள்ளும்.

அப்படியாக நேற்றைய இந்து மதத்தின் நிறைகளை வளர்த் தெடுக்கவும் குறைகளைக் களையவும் இன்றைய இந்து மதமான இந்துத்துவத்தின் கை பிடித்து நடந்து, ஜாதி நல்லிணக்கம் கொண்ட நாளைய இந்து ராஜ்ஜியத்தை நோக்கிய பயணத்தை முன்னெடுக்க வேண்டும்.

•••

www.ingramcontent.com/pod-product-compliance
Lightning Source LLC
LaVergne TN
LVHW060439051026
849518LV00002B/533